काठमांडूच्या रस्त्यांवरून...

रस्त्यावर वाढलेल्या मुलाचे आत्मकथन

मूळ लेखक : **बासु राय**

मराठी अनुवाद : **डॉ. मीना शेटे – संभू**

VISHWAKARMA
PUBLICATIONS VP®

काठमांडूच्या रस्त्यांवरून...

रस्त्यावर वाढलेल्या मुलाचे आत्मकथन

प्रथमावृत्ती– मे २०१६
© **बासु राय**

ISBN 978-93-83572-85-4

मूळ प्रकाशक – **वितास्ता पब्लिशिंग प्रा. लि.**
मराठी रूपांतराचे प्रकाशक – विश्वकर्मा पब्लिकेशन्स, पुणे

प्रकाशक
विश्वकर्मा पब्लिकेशन्स
२८३, बुधवार पेठ, सिटी पोस्टाजवळ, पुणे ४११००२.
दूरध्वनी: +९१–२०–२०२६११५७ / २४४४८९८९
ई मेल: info@vpindia.co.in
वेबसाईट : www.vpindia.co.in

मुखपृष्ठ
वितास्ता पब्लिशिंग प्रा. लि.

अक्षरजुळणी
चैताली नाचणेकर – विश्वकर्मा पब्लिकेशन्स

प्रस्तावना

बासुच्या या पुस्तकासाठी ही प्रस्तावना लिहिताना मला अत्यंत अभिमान वाटत आहे. निर्दयतेने कचऱ्याप्रमाणे रस्त्यावर टाकल्या जाणाऱ्या लाखो मुलांची ही कथा आहे. त्यांना जनावरांहूनही वाईट वागणूक दिली जाते. त्यांचे शोषण केले जाते आणि बालकामगार म्हणून त्यांचा छळही केला जातो. आपल्या विवेकशून्य 'सुसंस्कृत' जगावरचे हे कडवट समालोचन आहे. आपल्या समाजाला न्यायी आणि मानवतापूर्ण बनवण्यासाठी केल्या गेलेल्या प्रामाणिक प्रयत्नांची आणि दृढनिश्चयाची ही एक खुली कहाणी आहे. बालपणाच्या क्रूर विनोदाची ही कहाणी आहे. त्यात निरागसपणा, भावना, आनंद आणि महत्त्वाकांक्षा आहेत.

१५ जानेवारी १९९८ रोजी मनिला येथे मी बासुला प्रथम भेटलो. त्यावेळी तो फक्त नऊ वर्षांचा मुलगा होता. सर्वाधिक वंचित मुलांच्याकडे समाजाचे लक्ष वेधण्यासाठी जागतिक पातळीवर मोर्चा काढण्यात आला होता. त्याआधी दोनच दिवस मी बासुला भेटलो होतो. या जागतिक मोर्चाच्या आशियाई विभागातील तो सर्वात लहान मुलगा होता. या विभागाच्या आणखी दोन शाखा होत्या. त्यापैकी एका शाखेचा मोर्चा द. आफ्रिकेतील केप टाऊन येथून आणि दुसरीचा साओ पावलो येथून निघणार होतो. बासुसारख्या जगभरातील लाखो मुलांबरोबर मला या मोर्चात सहभागी होता येणार होते, त्यामुळे मी स्वत:ला धन्य समजत होतो.

या मोर्चातील कित्येकांच्या प्रसारमाध्यमांनी मुलाखती घेतल्या होत्या. भूतकाळात त्यांना भोगावी लागलेली दु:खे आणि त्यांची भविष्यातील स्वप्ने यांविषयी त्यांना विचारले गेले होते. परंतु बासु आता २५ वर्षांचा आहे. तेव्हा तो खूपच लहान होता आणि तरीही फक्त बासुनेच आपल्या अनुभवांच्या सगळ्या आठवणी अगदी कळकळीने कागदावर उतरून काढल्या होत्या. म्हणूनच त्याचे हे पुस्तक म्हणजे माझ्याबरोबर या मोर्चात सहभागी झालेल्या माझ्या छोट्या निदर्शकांची दु:खे, कष्ट, नैराश्य, विमनस्कता, अस्वस्थता, तीव्र चिंता, अनिश्चितता, तग धरून राहण्याची दुर्दम्य इच्छाशक्ती, अस्तित्व आणि ओळख मिळवण्यासाठी ते करत असलेला अथक संघर्ष, आत्मविश्वास, इच्छा–आकांक्षा यांचे प्रतिबिंब आहे. त्यांचे अत्यंत सुंदर चेहरे, स्वातंत्र्य, बालपण आणि शिक्षण यांसाठी ते देत असलेल्या गगनभेदी घोषणा आजही माझ्या आठवणीत तशाच ताज्या आहेत.

ते सारे अगदी झटपट घडले होते आणि माझ्या डोळ्यांदेखतच अडखळत्या पावलांनी चालणाऱ्या मुलापासून एका तरतरीत, चटपटीत तरुणात बासुचे रूपांतर झाले. तो नेहमीच आपल्या मनातील भावभावना, समाज आणि राजकारणाविषयीच्या कल्पना, भविष्याच्या चिंता, प्रसिद्ध अभिनेता बनण्याची त्याची महत्त्वाकांक्षा असे सारे काही मला सांगत असे. शिवाय क्षणात त्याला सुंदर मुलींविषयी वाटणारे प्रेमही तो मला सांगत असे. तो खरोखरच आकर्षक मुलगा आहे.

फक्त सहा महिन्यांचा असताना ज्या मुलाला आईने सोडून दिले होते, त्याने हे पुस्तक लिहिले आहे ही गोष्टच अविश्वसनीय नाही का? तो चार वर्षांचा असताना त्याचे वडील मरण पावले. त्यानंतर तो काठमांडूच्या रस्त्यांवर राहिला आणि वाढला. स्थानिक टोळ्यांना त्याने धाडसाने तोंड दिले. त्यानंतर दोन वर्षे तो एका अनाथाश्रमात राहिला होता. नंतर सन १९९८ मध्ये त्याने त्या ऐतिहासिक मोर्चात भाग घेतला होता. या मोर्चामुळे बासुचा पुनर्जन्म झाला होता. तो अमूल्य प्रकाशझोतात आला होता. त्याला मूल्यवान आत्मविश्वास, आयुष्यभराचे मित्र, अनेक धडे आणि अनुभव यांचा लाभ झाला. त्याच्या नशीबाला या सगळ्या गोष्टी आकार देत राहिल्या.

नऊ वर्षांचा बासु नेपाळमधून पळून आला होता आणि अचानकच माझ्या घराच्या दरवाजात उभा होता, तो दिवस मला आजही आठवतो. त्यानंतर सहाहून अधिक वर्षे तो 'बचपन बचाओ आंदोलना'च्या दिल्लीतील मुक्ती आश्रमात राहिला. त्यानंतर पोटापाण्याच्या सोईसाठी आणि आत्मशोधासाठी तो बाहेर पडला. त्याचा हा आत्मशोध अद्यापही सुरू आहे. बासुवर प्रेम केले गेले. त्याला आधार मिळाला आणि त्याबरोबरच त्याचा तिरस्कारही केला गेला आणि त्याची फसवणूकही झाली. कधीच माघार न घेण्याच्या त्याच्या जिद्दी वृत्तीमुळे स्वतःच्या मर्जीवर आपले आयुष्य जगणारा लढवय्या म्हणून तो तडफेने पुढे आला.

काही वेळा परस्परविरोधी वाटले तरी या पुस्तकात त्याच्या व्यक्तिमत्त्वातील सगळे रंग आणि त्यांच्या छटा यांचे चित्रण आढळते. त्यामुळे त्याची कथा वाचताना ती अधिकच स्वारस्यपूर्ण आणि स्फूर्तिदायक वाटते.

बासुला आपल्या वडलांची किती आठवण होते ते मला माहिती आहे, कारण त्याची नजर नेहमीच माझ्यात त्याच्या वडलांना शोधू पाहते. परंतु अद्यापही कधीतरी आपल्या आईला शोधून काढण्याची त्याला आशा असल्याचे मला हे पुस्तक वाचल्यावर प्रथमच समजले आणि माझे मन प्रचंड हेलावले. त्याला त्याची आई भेटो, अशी मी मनापासून प्रार्थना करतो.

अगदी अंतःकरणापासून मी त्याला आशीर्वाद देतो.

                                        – कैलाश सत्यार्थी
                        बचपन बचाओ आंदोलनाचे संस्थापक आणि
                        बालकामगारीविरोधातील जागतिक मोर्चाचे अध्यक्ष.

ऋणपत्रिका

एक नको असलेले मूल असतानाही आज कित्येक लोक माझ्यावर प्रेम करत आहेत यावर विश्वास ठेवणे मला कठीण वाटते. माझ्या आईने आणि समाजानेही मला नाकारले होते आणि रस्त्यावरही मला कधीच चांगली वागणूक मिळाली नव्हती. रस्त्यावरच्या गुंडांच्या टोळ्यांच्या पलीकडे आपले जीवन कधी काळी जाईल आणि आपल्याला मानवता आणि प्रेमाचा प्रकाश लाभेल; जगण्याच्या हिंस्र लढायांपासून आणि चाकू–सुऱ्यांच्या भयावह जगापासून आपले जीवन दूर जाईल असे मला कधीच वाटले नव्हते.

चार वर्षांपर्यंत मला जिवंत ठेवणाऱ्या माझ्या वडलांचे मी मनापासून आभार मानतो.

गौरी प्रधान यांचा तर मी आजन्म ऋणी राहीन. त्यांनीच मला रस्त्यावरून उचलून आपल्या स्वयंसेवी संस्थेत आणले. त्यांच्यामुळेच समाजात मिसळणाऱ्या मुलात स्वतःचे रूपांतर करून घेण्याची संधी मला लाभली. मला प्रेम देणाऱ्या आणि नेहमीच चांगली व्यक्ती बनण्यासाठी आवश्यक असलेली मूल्ये शिकवणाऱ्या सर्व शिक्षकांचा आणि स्वयंसेवकांचा मी आभारी आहे. कैलाश सत्यार्थी यांचा तर मी अत्यंत आभारी आहे. त्यांनी नेहमीच स्वतःच्या मुलाप्रमाणे मला मार्गदर्शन केले. प्रत्येक विषयावर आम्ही प्रांजळपणे बोलू शकत होतो. बचपन बचाओ आंदोलन या त्यांच्या स्वयंसेवी संघटनेचा

आणि तिच्यात सहभागी असलेल्या कित्येक लोकांचाही मी आभारी आहे. रोहित शर्मा यांनी आणि इतरांनी या संघटनेत मोठीच भर घातली. त्या सर्वांचेही मी आभार मानतो. 'ग्लोबल मार्च अगेन्स्ट चाईल्ड लेबर' मध्ये सहभागी असलेल्या कित्येक मोठ्या व्यक्ती आणि मुलांचेही मी आभार मानतो. त्या सर्वांनीच मला एक खंबीर नेता असल्याप्रमाणे वागणूक दिली आणि खूपच प्रेमही दिले. जगातील वीस देशांत मी या आंदोलनाच्या निमित्ताने गेलो त्यावेळी आणि नंतरही त्यांनी मला कित्येक संधी दिल्या आणि माझी खूपच काळजी घेतली.

डोरी संतोलया या माझ्या मैत्रिणीचा मी अत्यंत ऋणी आहे. तिने माझ्या शिक्षणासाठी मला मोठीच मदत केली. अलेक्झांड्रा सगार्रा बॅल्लेस्टेरोस आणि आलम रहेमान यांनी मला त्यांच्या छोट्या भावासारखे वागवले. तिलक पोखेरेल आणि चँग हो चुआन यांनी मला नेहमीच पाठबळ आणि प्रेम दिले. ल्युईस मिरांडा या माझ्या मित्राचे मी मनापासून आभार मानतो. उपेक्षित मुलांविषयी त्याच्या मनात मोठे प्रेम आणि आपलेपणा आहे. त्याने माझ्या कामासाठी मला पाठिंबा दिला. याशिवाय रेणू कौल वर्मा या माझ्या इंग्लीशमधील पुस्तकाचे प्रकाशक आणि पाप्री श्रीरामन हे इंग्लीश पुस्तकाचे संपादक या दोघांचाही त्यांनी केलेल्या मोठ्या कामाबद्दल मी ऋणी आहे. त्यांच्याकडून मला खूप काही शिकायला मिळाले. वितास्टाच्या टिममधील (इंग्लीश पुस्तकाची प्रकाशन संस्था) श्वेता अलोक, गीताली आणि मेघा यांचेही मी आभार मानतो. मोस्का नजीब यांनी या पुस्तकासाठी छायाचित्रे दिली. त्याबद्दल मी त्यांचा आभारी आहे.

तैवान, इंग्लंड आणि अमेरिका आणि इतर कित्येक देशांतील विविध विद्यापीठांतील स्वयंसेवकांना मी भेटलो. त्यांनी मला मैत्रीपूर्ण वागणूक दिली. त्यांचाविषयीही मी कृतज्ञ आहे.

उपोद्घात

न संपणारे लांबलचक रस्ते आणि त्यांना छेदणारे इतर रस्ते....वेळ सतत पुढे.. पुढे चाललेला होता.

काही काळापुरते थांबवण्यासाठी काही लाल दिवे असतात. परंतु त्यानंतर आयुष्य पुढे सुरू राहते... विविध स्थानकांच्या दिशेने आणि त्यांच्या दिशेने नेणाऱ्या विविध मार्गांच्या दिशेने.

या साहसपूर्ण प्रदीर्घ प्रवासात आणखी एक रस्ता आहे. त्याच्यावरून या आधी कधी प्रवास केला गेलेला नाही, कारण तो आयुष्याच्या कित्येक व्यासपीठांकडे नेतो. प्रत्येकालाच रस्ता आणि वाट म्हणजे काय ते माहिती असते. परंतु अत्यल्प लोकच शब्दशः या 'रस्त्यावरच्या आयुष्यातून जातात.' आपल्या स्वतःच्या मुक्कामाच्या ठिकाणाकडे जाण्यासाठी तुम्ही खरोखरच या रस्त्यावरून प्रवास केला असेल, तर तुम्ही कित्येक रस्ते, गल्ल्या, पदपथ, पूल, उद्याने, वाहनांचे थांबे, रेल्वे स्थानके आणि कित्येक इतर परिसर आणि तात्पुरत्या मुक्कामाची ठिकाणे पाहिली असतील. ही फक्त विविध प्रकारचे व्यवसाय चालवण्याचीच ठिकाणे नसून आपल्या लोकसंख्येपैकी कित्येक असुरक्षित आयुष्यांची ती घरे आहेत. या व्यक्तींना 'बेघर लोक' किंवा त्याहूनही साध्या शब्दांत 'भटके लोक किंवा मवाली' असे म्हणतात.

हे रस्ते म्हणजे फक्त सहज फिरण्याची ठिकाणेच नाहीत; तर फार पूर्वीपासून या रस्त्यांवर वंचित मुलांचे आणि कित्येक बेघर लोकांचे दुर्लक्षित जग आहे आणि या जगाचा आपण कधीच गांभीर्याने विचार केलेला नाही. कित्येक आयुष्ये या रस्त्यांवर येतात आणि नष्ट होतात.

लोकांना या आयुष्यांची जाणीवच नसते, कारण हे रस्ते प्रत्येकाचा स्वीकार करतात आणि त्यांच्याकडे कोणत्याही प्रकारचा पूर्वग्रह नसतो. लोक कुठूनही आले असले तरी त्यामुळे या रस्त्यांना काहीच फरक पडत नाही. या रस्त्यांवर मुलांच्या असंख्य दुःखद कहाण्या आहेत. त्यांच्यापैकी कित्येक मुले अत्यंत श्रीमंत घरातून आलेली असतात. मात्र प्रेमहीन आई, वडील, मोठ्या कुटुंबातील कमजोर, दुर्बल मनाचे लोक, त्यांच्या संरक्षणाची आणि काळजी घेण्याची सरकारी पातळीवर इच्छाशक्ती नसणे आणि अंदाज बांधता न येण्याजोग्या अनिश्चित परिस्थिती यांमुळे आज त्यांना 'रस्त्यावरची मुले' म्हणून ओळखले जाते. गरिबीच्या दुष्टचक्रामुळे काही मुलांना 'अनाथ' म्हणूनही ओळखले जाते. पालक आजारी पडले आणि त्यांच्याकडे स्वतःच्या औषधोपचारासाठी पैसे नसले की हे दुष्टचक्र सुरू होते. असे लोक मरण पावतात आणि त्यांच्या मागे त्यांच्या मुलांची काळजी घेण्यास कोणीही नसते. ही मुले रस्त्यावरची निराधार मुले बनतात. म्हणूनच अशा मुलांना आज आपण 'अनाथ' म्हणतो.

रस्त्यावर विविध प्रकारची मुले असतात. काही मुले आपल्या घरातून पळून आलेली असतात. काही अनाथ असतात आणि काही मुलांचे पालक त्यांच्या आसपास असतात; परंतु ती झोपडपट्ट्यांमध्ये रहात असतात. अशी मुले विविध प्रकारच्या रस्त्यांवर, रेल्वे स्थानकांवर, जंक्शनवर, वेश्या वस्त्यांत आपला सगळा वेळ घालवतात. प्रामुख्याने ती भीक मागतात. विविध राजकीय पक्षांप्रमाणे रस्त्यावरची मुलेही विविध टोळ्या आणि गटांशी संलग्न असतात. ती सगळी स्वतःच्या जीवावर जगत असतात. म्हणूनच रस्त्यावरच्या पदपथावर किंवा एखाद्या पुलाखाली तुम्हाला ज्यावेळी एखादे मूल झोपलेले दिसते, त्यावेळी तो किंवा ती आपले 'घर चालवणारे,' किंवा 'अनाथ' किंवा काही जुनाट चालीरितींच्या भीतीने एखाद्या क्रूर जोडप्याने 'अनौरस' म्हणून टाकून दिलेले मूल आहे असे नक्कीच समजून चाला. पद्धत

कोणतीही असो किंवा कारणही काहीही असो; त्या सगळ्याचा परिणाम एकच असतो. तो म्हणजे एका निष्पाप मुलावर 'अनाथ' असा शिक्का बसलेला असतो. खरे तर आपल्याला रस्ते आणि हमरस्ते यांच्याविषयी सारे काही माहिती असते, परंतु रस्त्यावरच्या मुलांच्या इवल्याशा हृदयांविषयी आणि त्यांच्या मनांतील नैराश्याच्या भावनांविषयी आपण अनभिज्ञ असतो, कारण आपण कधीच त्यांना मिठीत घेण्यासाठी, कुरवाळण्यासाठी किंवा त्यांच्यावर प्रेम करण्यासाठी आपले हात पुढे करत नाही.

आज जगाने मला कित्येक आयांचा आणि बऱ्याचशा प्रेमाचा लाभ करून दिला आहे. या प्रेमाची अंशतः तरी परतफेड करण्याची आता माझी पाळी आहे. आज मला भीती वाटत नाही, कारण माझे हृदय मला सांगते की ज्याप्रमाणे पृथ्वीवर पडणारे सूर्यकिरण दिवस शोषून घेतो आणि रात्री सुंदर जादुई चंद्रप्रकाश हळूहळू पसरत जातो, त्याप्रमाणे ज्या जगात मला कित्येक मिठ्या मारल्या जातील, कुरवाळले जाईल आणि आईचे प्रेम लाभेल असे संपूर्ण जग मीही स्वतःच्या अस्तित्वाने, कर्तृत्त्वाने व्यापून टाकलेच पाहिजे. मग त्या जगात 'अनाथ' म्हणून नव्हे; तर माझ्या नावाने मला ओळखले जाईल.

अनुक्रमणिका

१

रस्त्यावर राहण्यासाठी खूपच लहान

आठवणी : काही थोड्या शब्दांच्या; काही आवाजांच्या.

मी आठवण्याचा प्रयत्न करत असलेल्या चेहऱ्यांपैकी काही चेहरे माझ्या स्मृतीतून अंधुक होत गेले आहेत. अगदी फिकट, अंधुक आकृत्या अद्यापही माझ्या स्मृतीला चिकटून आहेत. अगदी ज्या रस्त्यावर मी राहिलो होतो त्याचे नावही मला आठवत नाही. ते कुठले साल होते, कुठला दिवस होता ते मला माहिती नाही. परंतु तो दिवस उजाडला, त्यावेळी रस्त्यावर राहण्यासाठी, रस्त्यावर कसे जगावे ते शिकण्यासाठी माझे चिमुकले, नाजूक पाऊल मी उचलले होते.

त्यावेळी माझा पहिला मित्र मला भेटला होता. तोही असाच रस्त्यावरचाच मुलगा होता. मला त्याचे नाव आठवत नाही. फक्त एवढेच आठवते की त्याची एक टोळी होती आणि त्याने मला रस्त्यावरच्या इतर भयावह व हिंसक मुलांच्या टोळ्यांपासून संरक्षण दिले होते.

एकदा खुराडे पाहिल्यावर माझ्या हृदयात कळ उठली होती. त्यामधील कोंबडीची पिल्ले आपल्याला आता मृत्यू येणार याची माहिती असताना तशीच जगत होती आणि भीतीने व असाहाय्यतेने थरथरत होती. थोड्या वेळाने मी उठून उभा राहिलो आणि खुराड्याचा दरवाजा उघडला आणि म्हणालो,

''चला, पळा. इथून बाहेर पडा आणि आपापले आयुष्य जगा..'' प्रत्येक पक्षी त्या खुराड्यातून बाहेर पडला आणि इतस्ततः सैरावैरा पळून गेला.

माझे पहिले प्रेम. माझ्या ते चांगलेच लक्षात आहे. मी असाच बसलो होतो आणि रडत होतो. त्या गुलाबाच्या बागेत माझ्या मित्रांची टोळी मला शोधत आली होती. ''अरे बासु, तू तर इथे रडत बसलायस आणि तुझी मैत्रीण जवळजवळ निघून चालली आहे.''

''हे बघ, तिच्यासाठी एक गुलाबाचे फूल तोडून घे. थेट तिच्याकडे जा आणि गुडघ्यावर खाली बस. त्यानंतर तिला गुलाबाचे फूल दे आणि 'ती तुझी आहे का?' असे तिला विचार.'' माझ्या मित्रांनी सांगितल्याप्रमाणे मी फूल तोडून घेतले आणि प्रेक्षागृहाच्या दिशेने चालत गेलो. आता मी विचार करतो त्याप्रमाणे आणि इतर लोकांच्या संभाषणातील काही भाग मला आठवतो त्यानुसार मी आज तुम्हाला सांगू शकतो की ते नेपाळमधील काठमांडू शहर होते. ते बहुधा १९९२ साल असावे किंवा कदाचित १९९३ सालही असेल. ते नेमके कोणते साल होते ते मला आता आठवत नाही. मी सुमारे चार वर्षांचा होतो.

बालपणीच्या काही गोष्टी मला आठवतात त्या अशा:

रोज सकाळी माझ्या कानांवर पक्ष्यांची किलबिल पडत असे. मग मी उठत असे. तोपर्यंत मी पेंगुळलेलाच असे आणि आपले डोळे चोळत कॉरीडॉरमधून चालत निघत असे. पडदा थोडासा बाजूला करून मी खिडकीतून बाहेर डोकावून पहात असे. अचानकच माझ्या डोळ्यांवर उबदार, उष्ण सूर्यप्रकाश पडत असे आणि माझ्या लक्षात येत असे की आता न्याहारीची वेळ झाली.

त्यानंतर काहीतरी खाण्यासाठी मी स्वयंपाकघराकडे धावत जात असे. माझे ताट मी वाढून घेतले की मी माझ्या खोलीत येत असे, कारण माझ्याकडे दुसरा पर्यायच नसे. माझे पॉप तिथेच पलंगावर पडलेले असत. त्यांना अर्धांगवायू झालेला होता. माझ्या खोलीतून मी बाहेर पडत नसे, कारण मी अंतर्मुख स्वभावाचा होतो. घरातून आत-बाहेर करणाऱ्या लोकांना मी अत्यंत घाबरत होतो. मला कोणीही पाहू नये असे मला वाटत असे. त्यावेळी मला लोकांना

भेटावेसे का वाटत नव्हते ते मला माहिती नाही. माझ्या मनात लोकांविषयी एक प्रकारचा तिरस्कार होता आणि माझ्या या वर्तनाचे स्पष्टीकरण देण्याजोगे कोणतेही सुसंगत, योग्य कारण मला कधीच सापडलेले नाही. आता एक प्रौढ व्यक्ती म्हणून मला लोक आवडतात आणि सदा सर्वकाळ माझ्याभोवती लोक असतात. मला आता असे सांगितले गेले आहे की त्यावेळी मला कदाचित असे वाटत असावे की लोकांनी आपल्याकडे पाहावे असे आपल्यात काहीही नाही. मी त्या जगात बसत नव्हतो कारण मी नकोसा होतो. माझ्या आईला मी नको होतो. त्यामुळे तिने मला टाकून दिले होते. मी आणि माझे वडील रहात होतो.

होय. एके काळी माझ्या वडलांसमवेत मी एका परीकथेतील घरात रहात होतो. मी त्यांना 'पॉप' म्हणत असे. त्याला खूप खूप वर्षे उलटली आहेत. तुम्ही गोष्टीच्या पुस्तकात वाचता त्याप्रमाणे 'कोणे एके काळी' असे त्याला म्हणता येईल. माझे सुरुवातीचे आयुष्य बरेचसे तुमच्यासारखेच होते. माझा जन्म एका रुग्णालयात झाला होता. त्यानंतर एका गुलाबी टॉवेलमध्ये गुंडाळून मला आणले गेले होते. माझ्या वडलांना आनंदाने स्वर्ग दोन बोटे उरला होता. परंतु तुमच्या आणि माझ्या जन्मात एक मोठा फरक होता. माझ्या जन्मामुळे माझी आई निराश झाली होती. तिने मला आपल्या उदरात नऊ महिने वाढवले होते. त्यामुळे आपले देखणे, नीटनेटके शरीर तिच्या दृष्टीने बेडौल आणि 'कुरूप' बनले होते. आता माझ्या जन्मानंतर बाळाला स्तनपान देण्याच्या भीतीनेही ती भयभीत झाली होती. कारण त्यामुळे तिचे सुंदर स्तन ओघळले असते. ती स्टार बनण्यासाठीच जन्मली होती. तिच्या डोळ्यांत स्टार बनण्याची स्वप्ने होती आणि लग्न व बाळाची काळजी घेणे यांमुळे तिच्या आयुष्यापासून ती स्वप्ने हिरावली गेली होती.

अगदी मी नुकतीच चालायला सुरुवात केली होती, तेव्हाही आपण 'नकोसे' असल्याचे मला माहिती होते. माझ्या वडलांनीच मला ते सांगितले असावे. त्यांचे मात्र माझ्यावर जगातील इतर कोणत्याही गोष्टीहून अधिक प्रेम होते. परंतु त्यांचे माझ्या आईवर जेवढे प्रेम होते त्याहून माझ्यावरचे प्रेम कमी होते. पॉप माझ्यावर प्रेम करत होते आणि माझा तिरस्कारही करत होते. माझ्यामुळे आई त्यांना सोडून गेली होती म्हणून ते माझा तिरस्कार करत होते. आता

एक प्रौढ म्हणून मी तुम्हाला हे सगळे सांगू शकतो, त्या सगळ्याचे विश्लेषण करू शकतो. परंतु लहान असताना...छे! मला काहीच समजत नव्हते. मी बुचकळ्यात पडत असे. त्यामुळे मी शांत रहात होतो. मला आश्चर्य वाटत होते. त्यामुळेच मी कदाचित अंतर्मुख बनलो होतो.

परंतु माझ्या खोलीच्या दरवाजाच्या पीप होलमधून मी तास न् तास माझ्या वडलांकडे बघत बसत असे. जर जवळपास कोणी नसेल, तर मी तिथे जाऊन त्यांच्या शेजारी बसत असे आणि त्यांच्याशी बोलत असे. ते लिव्हिंग रूममध्ये एका प्रशस्त पलंगावर अस्ताव्यस्तपणे झोपेलेले असत. एके काळी त्या पलंगावर नक्कीच माझी आईही झोपत असावी. ते मला कोणतेही उत्तर देऊ शकत नसत, कारण ते काहीही बोलू शकत नव्हते. परंतु ते माझे बोलणे ऐकू शकत होते, लक्षपूर्वक ऐकत होते हे मला माहिती होते.

मी सहा महिन्यांचा असल्यापासून ते मला जी गोष्ट सांगत आले होते, तीच गोष्ट मग मी त्यांनाही सांगत रहात असे. त्यांचे डोळे लालसर झाल्याचे आणि त्यांच्या गालांवर अश्रू ओघळत असल्याचे मला दिसत असे. त्यांना पुसून काढायला आणि घर स्वच्छ करायला मोलकरीण येत असे, त्यावेळी मी झटकन उठून उभा रहात असे आणि माझ्या खोलीत पळून जात असे. परंतु हे सारे दीर्घ काळ टिकले नाही. ते सारे प्रदीर्घ काळ चालावे अशी माझी इच्छा असली तरी तसे घडले नव्हते.

एके दिवशी मला पक्ष्यांचा किलबिलाट ऐकू आला नव्हता. पण माझ्या घरात सुरू असलेला लोकांचा कलकलाट माझ्या कानांवर पडला होता. मी उठून उभा राहिलो आणि पीप होलमधून पाहू लागलो. मला लोकांची मोठीच गर्दी झाल्याचे दिसले. ते काहीतरी खरोखरच विचित्र आणि वेगळे बोलत होते. परंतु अचानकच माझ्या वडलांचा चेहरा मला दिसला. तो माझ्या खोलीच्या दरवाजाकडे वळलेला होता. त्यांचे डोळे अजूनही उघडेच होते. मी थोडा वेळ त्यांच्या डोळ्यांत पाहिले. त्या क्षणी माझ्या मनात कोणत्या भावना दाटून आल्या होत्या, त्या मी अद्यापही स्पष्टपणे सांगू शकणार नाही. जणू काही त्यांना मला काहीतरी सांगायचे असावे असे मला वाटले. मी फक्त त्यांच्या डोळ्यांकडे पहात राहिलो होतो. अचानकच एक माणूस म्हणाला, ''ठीक

आहे. बाळा. आता बाजूला जा.'' त्यानंतर त्यांनी माझ्या वडलांच्या अंगावर एक पांढरी चादर घातली. मी फक्त माझ्या खोलीत पळालो, कारण त्यावेळी मी अगदी बधीर होऊन गेलो होतो. माझ्या बाबतीत काय घडत होते ते मला समजत नव्हते. त्या दिवशी प्रथमच मला लोकांची भीती वाटली नव्हती; परंतु मी त्यांच्यासमवेत तिथे उभाही राहू शकलो नव्हतो.

माझ्या खोलीत गेल्यावर मी दरवाजा घट्ट बंद करून घेऊन त्याला कडी लावून टाकली. त्यानंतर माझ्या त्या पीपहोलमधून मी बाहेर पहात राहिलो. लोकांनी माझी खोली उघडण्याचा प्रयत्न केला, परंतु मी खोली बिलकूल उघडली नाही. काही वेळाने चार माणसांनी माझ्या डॅडना वर उचलले आणि ते त्यांना घेऊन गेले. आमची मोलकरीण मी दरवाजा उघडावा म्हणून प्रयत्न करत राहिली होती. ''बाळा दरवाजा उघड. तुमचे जागामालकही इथे आले आहेत.'' ती म्हणाली. माझ्या वडलांनी मला माझ्या नशीबावर, अज्ञात परिस्थितीवर आणि देवाच्या हातात सोपवून, सोडून दिले होते.

मी काय करणार होतो? मी फक्त चार वर्षांचा होतो. मी फक्त माझ्या खोलीच्या दरवाजाजवळ बसलो आणि थोडाच काळ का असेना; परंतु माझ्या वडलांनी माझ्यावर केलेल्या मायेच्या आणि काळजीच्या वर्षावाची मला आठवण होत राहिली. दारू पिऊन झिंगलेल्या अवस्थेत ते मला गोष्ट सांगत असत. त्यामुळे मला नेहमीच माझी मॉम, पॉप आणि माझ्या स्वतःच्या अस्तित्वाची आठवण होत राहिली होती. ती एखाद्या परीकथेसारखी वाटली तरी ती कथा आनंदी नव्हती. ती कथा आणि मला तिची असलेली आठवण यांमुळे माझ्या आईची कल्पना तरी मी करू शकत होतो. मी तिचा चेहरा कधीच पाहिला नव्हता. कारण ती गेली त्यावेळी अस्पष्टपणे का होईना; परंतु तिचा चेहरा मला आठवू शकेल, एवढ्या वयाचा मी नव्हतोच. परंतु माझ्या वडलांनी केलेल्या वर्णनावरून मी तिची कल्पना करू शकत होतो आणि अद्यापही मी करत राहतो.

त्या घरात प्रत्येक भिंती-भिंतीवर आमचे विधिलिखित होते. माझ्या घराच्या भिंतीवर कोरले गेलेले नियतीचे ते अदृश्य लेखन हे माझ्या जन्माचा आणि माझ्या अल्पकालीन नाजूक बंधांच्या स्मृतीचा पुरावा होते. ती माझ्या

मनातील आमच्या कुटुंबाची स्मृती होती. परंतु कुटुंबाचा घटक असल्याच्या या कमकुवत धाग्याच्या साहाय्याने माझ्यापासून दूर निघून जाण्यापासून माझ्या वडलांना मी रोखू शकलो नव्हतो की माझा त्याग करून मला सोडून देऊन निघून जाण्यापासून माझ्या आईला परावृत्त करू शकलो नव्हतो. आमचे ते घर भाड्याने घेतलेले होते. त्यामुळे ते आमचे कायमचे घर नव्हते. घराची प्रत्येक फरशी न् फरशी घरमालक स्वच्छ करू लागला. त्या फरशांतूनच माझे डॅडी मला उचलून घेत असल्याची, माझे मुके घेत असल्याची आणि माझ्याबरोबर खेळत असल्याची अनेक चित्रे माझ्या नजरेसमोर तरळत असत. त्यांनी मला उचलून घेतलेले असताना ते स्मित करत असत. त्यांचे ते ओठ माझ्या नजरेसमोर तरळत. या स्वच्छतेबरोबरच काहीतरी आता कायमचे संपले अशी जाणीव मला झाली. त्यावेळी सुंदर, सहजतेने कसे लिहिता येते ते मला माहिती नव्हते; परंतु त्यानंतर आमच्या घरमालकाने आपले सामान त्या घरात लावून घेतले आणि आमच्या सगळ्या स्मृती तिथून काढून टाकल्या. त्यावेळी मी भिंतीजवळच्या एका कोपऱ्यात फक्त उभा होतो आणि आठवणी किती सहजतेने पुसल्या जाऊ शकतात ते पहात होतो.

त्या भिंतींना माझ्या आयुष्यातील सगळे चढ, उतार माहिती होते. त्या हळूहळू माझ्यासमोरच अस्पष्ट होत गेल्या आणि भीतीदायक भासू लागल्या आणि नंतर तर सरकत सरकत माझ्यापासून दूरवर गेल्या! माझ्या चिमुकल्या बोटांनी मी त्या भिंतींना स्पर्श करत होतो आणि माझ्या मनात सगळ्या आठवणी उमटत होत्या. परंतु त्याच वेळी मी हळूहळू घराच्या मुख्य दरवाजाकडे सरकत होतो. त्यानंतर अचानकच माझ्या डोळ्यांतून अश्रूंचे काही थेंब ओघळले. रडत रडतच माझा उजवा हात मी वर केला आणि घराकडे पाहून, हात हलवून त्याचा निरोप घेतला. त्यानंतर मी ठामपणे माझी मान वळवली आणि नंतर मागचापुढचा कसलाही विचार न करता मी धावत सुटलो. जेवढे शक्य होते तेवढा मी धावलो. मला थांबण्याची इच्छाच नव्हती. मला फक्त पळायचे होते; परंतु माझ्या शरीराची आता आणखी धावण्याची तयारी नव्हती. त्यानंतर पदपथाच्या एका कोपऱ्यात मला थांबावेच लागले.

२

रस्त्याने मला कवेत घेतले

मला फक्त काहीच शब्द बोलता येत होते आणि बाकीचे शब्द माहितीच नव्हते, कारण मी खूपच छोटा होतो. रस्त्यावर पोहचल्यानंतरचा तो संपूर्ण दिवस मी इकडे तिकडे भटकत राहिलो. आता त्यावेळचा विचार करताना आश्चर्य वाटते. त्या रस्त्यावर कित्येक लोक होते. सगळे घाई गडबडीत कुठे ना कुठे जाण्यासाठी निघालेले होते. सगळ्यांना कुठे ना कुठे आपापल्या मुक्कामांच्या ठिकाणी पोहचण्याची घाई होती. त्यांच्यापैकी कोणीही माझी चौकशी केली नाही, की मला 'मी कोण होतो' हे विचारले नाही. मी कुठून आलो होतो आणि कुठे जाणार होतो याची चौकशीही कोणीही केली नाही. कुठेही जायचे नसल्यामुळे मी अगदी निरुद्देशपणे फक्त भटकत राहिलो होतो. संपूर्ण दिवसभर मी ते लांबलचक रस्ते आणि त्यांना छेदणारे दुसरे आडवे रस्ते तुडवत राहिलो होतो. हळूहळू माझ्या पोटात आग पडल्यासारखी भूक लागली. खरे तर फक्त तेव्हाच मी खरोखरचे आजूबाजूला पाहिले. मला एक हॉटेल दिसले. तिथे लोक आनंदाने खाद्यपदार्थांवर ताव मारत होते. चवदार अन्नाचे घास खाणारे ते आनंदी चेहरे पाहिल्यावर माझ्या लक्षात आले की मी अन्नासाठी हपापलो होतो आणि माझ्या पोटात भुकेने कावळे ओरडत होते. माझे पोट गुडगुडत होते. जमिनीतील बिळात खोलवर शिरणाऱ्या सापासारखा मी त्या हॉटेलमध्ये शिरलो आणि ओठांवर स्मित आणत हॉटेल मालकाला म्हणालो, ''नमस्कार सर, मला खूप भूक लागलेय. सकाळपासून मी काहीही

खाल्लेलं नाही आणि माझ्याकडे पैसैही नाहीत. मला तुम्ही काही काही खायला देऊ शकाल का?'' त्या कल्ले असलेल्या माणसाने माझ्याकडे खाऊ की गिळू अशा नजरेने पाहिले. जणू काही मी त्याच्याकडे त्याचे प्राणच मागत होतो. तो पूर्णपणे स्तब्ध होता. परंतु त्याची नजर माझ्याकडे वळली. त्याने मला आपाद्मस्तक न्याहाळले. माझ्या ओठांवर अजूनही ते स्मित होतेच.

एकदम अचानकच तो माझ्यावर एखाद्या जंगली जनावरासारखा जोरात खेकसला, ''तुला फुकट खायला घालायला ही काही एखाद्या साधुची झोपडी नाही की धर्मादाय संस्था नाही. पळ. ताबडतोब चालता हो!'' त्याचा चेहरा भयावह दिसत होता आणि तो संतापाने खदखदत होता. त्याने मला मारण्यासाठी हातही उगारला होता. मला अतिशय भीती वाटली आणि मी तसाच तिथून झटकन धावत सुटलो. ती खूपच विचित्र गोष्ट होती. माझे ह्रदय भयानकपणे धडधडत होते, कारण माझ्यावर एवढ्या वाईट पद्धतीने कोणीतरी खेकसण्याची ती पहिलीच वेळ होती. लोक माझ्यावर प्रेम करत नव्हते, म्हणून मला खूपच वाईट वाटले होते. मी सरळ आकाशाकडे वर पाहिले आणि माझ्या पॉपना सांगितले, ''पॉप, तो माणूस माझ्यावर फक्त खेकसलाच नाही; तर त्याने मला मारण्याचाही प्रयत्न केला. म्हणून कृपा करून, तुम्ही त्याला चांगलाच धडा शिकवा.''

असाच माझ्या वडलांबरोबर बोलत बोलत मी त्या हॉटेलपासून शक्य तेवढा लांब गेलो. तिथे मला भीक मागत असलेला एक भिकारी दिसला. मी थोडा वेळ थांबलो आणि त्याच्याकडे पाहू लागलो. तो कशा प्रकारे भीक मागत होता ते मी पाहिले. त्यानंतर मीही माझे डोके डावीकडून उजवीकडे असे फिरवू लागलो आणि तो भिकारी बोलत होता, तसेच मीही बोलू लागलो. ''एऽमाय, एऽऽ बाबा, मी दोन दिवसांपासून उपाशी आहे. मला थोडे पैसे द्या. देव तुमचं भलं करेल.''

अशा प्रकारे मी चार वर्षांचा अल्पवयीन भिकारी बनलो. भीक मागण्यासाठी मी हात पुढे केला, तेव्हा कित्येक लोक मला झिडकारून पुढे गेले. काहींनी मला तडाखा दिला आणि मला हाकलून दिले. काही जणांनी माझ्याकडे रागाने पाहिले. संपूर्ण दिवसभर मी तसाच भटकत राहिलो होतो. मला काहीतरी

खायला हवे होते, त्यासाठी मी जोरदार प्रयत्न करत होतो. दुर्दैवाने, त्या रात्री मला पावाचा किंवा चपातीचा एखादा तुकडाही मिळाला नाही. रात्र पडली आणि काळोख अधिकाधिक गडद होत चालला, तशी मला अधिकाधिक चिंता वाटू लागली. मी स्वतःशीच बोलत होतो, ''आता मी काय करू? कुठे जाऊ? मी कुठे झोपणार आहे?''

मी चालत राहिलो. मी खूप घाबरलो होतो. एखादी ट्रेन धडधडत निघावी, त्याप्रमाणे माझ्या हृदयाची धडधड खूपच वाढली होती. मला काहीही सुचत नव्हते. मी चालतच होतो, चालतच राहिलो होतो आणि इकडे तिकडे पहात होतो. जवळजवळ तीन चार मैल तरी मी चाललो असेन. त्यावेळी मला पदपथांवर (फूटपाथवर) काही लोक झोपल्याचे दिसले. फक्त त्यावेळीच मी थांबलो. मी रिकामी जागा शोधली आणि नंतर त्या पदपथावर शांतपणे आडवा झालो. ठीक आहे..... काही लोक असे म्हणतील की मला झोपायला जागा मिळाली, हेच माझे नशीब होते. परंतु माझे पोट बिलकूल आनंदात नव्हते. कोणीतरी जमिनीत खोल खड्डा खोदावा त्याप्रमाणे माझ्या पोटात खोल, खोल खड्डा पडला होता. मी उकिडवा बसून पोट आत ओढून घेतल्यावर माझी आतडी पिळवटल्यासारखी झाली. मग मी हुंदके देण्यास सुरुवात केली, कारण मला खूपच भूक लागली होती आणि रस्त्यावरच्या माझ्या पहिल्याच दिवशी तरी माझ्या वडलांप्रमाणे तिथे कोणीही दयाळू आणि परोपकारी माणूस मला भेटला नव्हता.

लोकांनी मला एखाद्या अनोळखी, परक्यासारखे वागवले होते आणि कोणालाही माझी काळजी करण्याची इच्छा नव्हती. त्यावेळी परकी माणसाची व्याख्या काय असते ते मला माहिती नव्हते. मला एवढेच वाटत होते की लोकांनी मला मदत करावी आणि माझ्याशी चांगले वागावे. मी तसाच माझ्या वडलांशी बोलत राहिलो होतो. मी त्यांना म्हणालो, ''पॉप, तुम्ही माझी काळजी घेत होतात, हे आज मला समजलं. आज मला खूप खूप भूक लागली आहे आणि मला पावाचा तुकडा द्यायला तुम्ही इथे नाही. पापा मला निदान मदत तरी करा आणि कृपा करून माझ्यासाठी परत या.'' तो पूर्ण वेळ माझ्या वडलांशी बोलत असताना मी शांतपणे हुंदके देत राहिलो होतो. परंतु माझ्या बोलण्याला

प्रतिसाद देण्याची कसलीच काळजी पॉपनी केली नव्हती. त्या बर्फासारख्या थंडगार पदपथावर माझी सगळी शक्ती एकवटून मी पडलो आणि हळूहळू माझे डोळे मिटू लागले.

३

माझा पहिला मित्र

त्या रात्री सुमारे एकच्या सुमारास माझ्या कानांवर एक आवाज पडला. तो म्हणत होता, ''एऽऽ ऊठ! जागा हो.'' मी अजूनही ग्लानीतच होतो. सुरुवातीला मला वाटले की कोणीतरी मला झोपेतून उठवत आहे. थोड्या वेळाने तो आवाज आणखी मोठा झाला. ''एऽऽ तू..., उठ!'' त्यानंतर त्या कोणीतरी माझ्या पेकाटात लाथ घातली. मी नाईलाजाने अगदी मेटाकुटीला येऊन झटकन उठलो. माझे डोळे लालसर झालेले होते आणि मी पेंगुळलेलाही होतो. झोपाळू डोळ्यांनी मी पाहिले, तेव्हा माझ्यासमोर रस्त्यावर राहणाऱ्या १५ मुलांचे टोळके उभे होते आणि त्यांच्यापैकी काही जण दारू प्यायलेले होते. ते माझ्यापेक्षा वयाने आणि शरीरानेही मोठे होते. मला त्यांची मोठीच भीती वाटली. अचानकच एक मुलगा पुढे आला आणि त्याने मला विचारले, ''तू कोणत्या गँगमधला आहेस? चल, झटपट ते गरळ ओकून टाक. तू काहीच का बोलत नाहीस?''

ते काय होते आणि ते कशाबद्दल बोलत होते ते मला माहिती नव्हते. मी घाबरून गेलो आणि मला आश्चर्यही वाटत होते. 'गँग' या शब्दाचा अर्थही मला माहिती नव्हता. त्यामुळे चाचरतच मी त्याच मुलाला प्रश्न विचारला, ''क..क..काय? गँग म्हणजे काय रे दादा?'' सुरुवातीला ते सगळे एकदम शांत झाले. त्यानंतर अचानकच ते एकमेकांकडे बघू लागले. त्यांच्या चेहऱ्यावर आश्चर्य आणि गोंधळल्यासारखे भाव होते. त्यानंतर ते खिदळू लागले आणि

म्हणाले, ''अरे मूर्खा, जरा डोकं चालव. तू काय आमची चेष्टा करतोस का? चल, ...बऱ्या बोलाने जे काय माहिती आहे ते सांगून टाक. 'गँग' म्हणजे काय ते त्याला शिकव रे जरा.'' एका मुलाने माझ्या शर्टाची कॉलर पकडली आणि मला वर उचलले आणि जोरात खाली फेकून दिले. मी काय चूक केली होती ते मला खरोखरच माहिती नव्हते. माझे हात, पाय भीतीने थरथर कापत होते. परंतु मी एवढा घाबरून गेलो होतो की माझ्या बचावासाठी मी काहीही करू शकत नव्हतो. तोपर्यंत माझे पाय तर एवढे दुखत होते की मी आणखी चालूही शकत नव्हतो. त्या मस्तवाल मुलांपासून आपला बचाव करण्यासाठी धावणे किंवा त्यांना मारणे ही तर त्याही पुढची गोष्ट होती!

त्या मुलांनी मला हिंस्रपणे मारहाण केली. माझे रक्त पदपथावर सांडले होते. त्यांच्यापैकी काही जणांनी मला लाथाबुक्क्यांनी तुडवले आणि काही जणांनी मला क्रूरपणे गुद्दे घातले. त्यांचा प्रत्येक फटका एवढा जोरदार होता की त्यामुळे माझ्या छोट्याशा, नाजूक शरीरातील प्रत्येक हाड न् हाड हलत होते. भीतीने माझे शरीर थंडगार पडले होते. एखाद्या संगीतकाराच्या हातातील तंतुवाद्याच्या तारेप्रमाणे माझा प्रत्येक स्नायू थरथरत होता. त्यांनी मला जोरदार मारहाण केली आणि त्यानंतर अचानकच मला सोडून ते निघून गेले. कदाचित मी मेलो असेन असे त्यांना वाटले असावे, कारण मी रडणे थांबवले होते, माझे डोळे आपोआपच मिटले गेले होते. मला झोप आली होती. त्यांना कदाचित मी जिवंत नव्हतो असे वाटले असणार, कारण मी एक शब्दही बोललो नव्हतो, खरे तर त्यांनी मला काही बोलण्याची संधीच दिली नव्हती. ते मला एवढी जोरदार मारहाण करतील असा अंदाजही मला आला नव्हता.

थोड्या वेळाने हळूहळू मी डोळे उघडले आणि आजूबाजूला पाहिले. त्या पदपथावर आणखीही कित्येक मुले झोपल्याचे मला दिसले. आपण काहीच पाहिले नसल्याचे ढोंग ते करत होते. त्यांच्यापैकी कोणीही मी कसा होतो ते मला विचारले नव्हते. जणू काही ते आधीच मरण पावलेले होते आणि मी सगळ्या मृतांमध्ये झोपलेला होतो! मी कसा होतो, माझ्या बाबतीत काय घडले होते ते विचारण्यास ती 'प्रेते' तयार नव्हती. हळूहळू माझ्या पायांना वेदना होत असल्याचे माझ्या लक्षात आले. माझ्या नाजूक शरीराचा प्रत्येक स्नायू न् स्नायू दुखत होता. पदपथाच्या भिंतीला टेकून मी गोठल्यासारखा

बसून राहिलो. हिवाळा सुरू झाला होता आणि मी अद्याप जिवंत असल्याची जाणीवही मला फारशी होत नव्हती.

मी तसाच त्या भिंतीला टेकून बसलो होतो. डोळ्यांत अश्रूंची गर्दी झाल्यामुळे माझे डोळे बंद झाले होते.

सुमारे अर्ध्या तासानंतर त्यांच्यापैकी एक मुलगा माझ्याकडे आला आणि त्याने तोच प्रश्न मला विचारला. मी कोणत्या गँगमध्ये होतो हेच त्याने मला विचारले. मी एवढा घाबरून गेलो होतो की यावेळी मी त्याच्याकडे माझ्या आयुष्याची भीक मागू लागलो. मी रडत होतो, गयावया करत होतो आणि त्याच्यासमोर लोटांगण घालत होतो. मी म्हणालो, ''मला माफ कर दादा, कृपा करून मला माफ कर...मला खरोखरच गँग या शब्दाचा अर्थ माहिती नाही. म्हणून कृपा करून मला मारू नकोस.'' मी त्याच्याशी अगदी विनवणीच्या, क्षमायाचनेच्या आवाजात बोलत होतो. माझा रक्ताने माखलेला पांढरा शर्ट त्याने पाहिला. माझ्या गालांतून आणि ओठांतून अजूनही रक्त येत होते. काही ठिकाणी रक्त गोठले होते. परंतु माझे तोंड अजूनही रक्ताने भरलेले होते. माझी स्थिती पाहून त्याला आश्चर्य वाटल्यासारखे दिसले. तो म्हणाला, ''नाही..नाही. मी तुला मारणार नाही. काळजी करू नकोस. तू रस्त्यावर नव्यानेच आला आहेस का?''

मी चाचरत म्हणालो, ''होय.'' त्यानंतर त्याने आपले ओठ मुडपले आणि तो म्हणाला, ''ठीक आहे...! तुला आता रुग्णालयात जावं लागेल.'' त्यानंतर त्याने मला उठून उभे रहायला मदत केली. माझे प्रत्येक हाड, प्रत्येक स्नायू दुखत होता. तो मुलगा एवढा दयाळू होता की त्याने मला उचलून घेतले आणि रुग्णालयात दाखल केले. एका दिवसानंतर मी गाढ झोपेतून जागा झाल्यावर डावीकडे पाहिले. त्यावेळी मला भिंतीवर भले मोठे घड्याळ टांगल्याचे दिसले. घड्याळात बारा वाजले होते. दुपार झाली होती आणि मी पलंगावर पडलेला होतो. मी पुन्हा एकदा आजूबाजूला पाहिल्यावर मला त्या खोलीत आणखीही जखमी लोक होते आणि तेही झोपले होते, असे दिसले. त्या खोलीत येणारा गंध फारसा सुखावह नव्हता. तिथे दुर्गंधी पसरली होती. जणू काही ती सगळी

खोली औषधांच्या डबक्यात बुडालेली असावी, तसा भपकारा तिथे येत होता. स्मित करणाऱ्या सुंदर परिचारिका रुग्णांची काळजी घेत होत्या.

रुग्णालयातील खोलीचा परिसर मी न्याहाळत असताना मला एक मुलगा माझ्याकडे पहात असल्याचे दिसले. त्याच्या चेहऱ्यावर स्मित होते. तो माझ्या पलंगाजवळ पोहचल्यावर तो म्हणाला, ''हाय, आता तुला कसं वाटतंय? तुला मी आठवतो आहे का? काल तू पूर्णपणे कामातून गेला होतास, जवळजवळ मेलाच होतास. म्हणून मी तुला रुग्णालयात आणलं होतं.'' तो ज्या प्रकारे बोलत होता, ते त्याचे बोलणे फारसे चांगल्या शिष्टाचाराचे नव्हते. परंतु तरीही मी स्मित केले. परंतु मी अगदी जिवाच्या करारावर स्मित करू शकलो, कारण तोपर्यंत माझे ओठ सुजलेलेच होते. मी त्याला उत्तर दिले, ''अर्थातच दादा. तू मला आठवतो आहेस...तू दाखवलेल्या दयाळूपणाबद्दल मी तुझा आभारी आहे. तू खूप चांगला आणि मोठा माणूस आहेस.'' त्या मोठ्या मुलाची खुशामत करण्याचा प्रयत्न मी करत होतो.

तो खोकला आणि त्यानंतर म्हणाला, ''मी कसला खूपच मोठा आणि चांगला माणूस बाबा? माझं आयुष्य पूर्णपणे कुजून गेलंय. या शापित रस्त्यावर कसाबसा जगण्याचा प्रयत्न करतोय. माझं विचारशील, तर मी रस्त्यावर आलो होतो, त्यावेळी लोकांनी मलाही जबरदस्त मारहाण केली होती. परंतु तेव्हा एक दयाळू अंतःकरणाचा मुलगा होता. तो पुढे आला आणि त्याने मला वाचवलं. तोही रस्त्यावरचाच होता, तरीसुद्धा त्याने मला वाचवलं होतं. म्हणून तुला त्रास झाल्याचं पाहिल्यावर मला माझे बालपण आठवलं आणि मी तुला मदत केली.''मला धक्का बसला होता. एवढ्या तगड्या मुलाला कोणी मारू शकते यावर विश्वास ठेवणे अशक्य होते.

मी त्याला विचारले, ''म्हणजे तुलाही मारहाण झाली होती?'' तो खिदळत म्हणाला, ''नाही. म्हणजे खरोखर तशी मारहाण झाली नव्हती. फक्त मृत्यू येण्याआधी मी स्वतःला वाचवलं होतं एवढंच. परंतु तू तर मृत्यूच्या दरवाजातच पोहचला होतास. कदाचित काल रात्रीच तू मरण पावला असतास. मी तुझ्यापेक्षा जास्त नशीबवान होतो.'' मी प्रचंड घाबरून त्याच्याकडे पाहिले. मी विचार करत होतो, 'या जगात कसं जगता येईल?'

दरम्यानच्या काळात 'बिग ब्रदर' तसाच पुढे बोलत राहिला होता. त्याने मला माझे नाव विचारले. मला माझे नाव आठवत नव्हते. माझे पॉप मला 'बाळा' असेच म्हणत. त्यांनी सांगितलेल्या कथांमधून मला समजले होते की त्यांचे आडनाव राय होते आणि माझ्या आईचे आडनाव बसु होती. म्हणून मी त्या मोठ्या मुलाला सांगितले, ''बासु. माझे नाव बासु राय आहे.''

त्याने मला पुन्हा एकदा सांगितले, ''ठीक आहे....हे बघ, तू या रस्त्यांवर पूर्णपणे नवीन आहेस आणि काही वेळा रस्त्यांवर राहणं हे मृत्यूशी खेळण्यासारखंच असतं. तुला ते आता समजलेलंच आहे. काल तुला त्याचा अनुभव आलाच आहेस. तेव्हा आता मी तुला इथे कसं जगायचं याविषयी काही गोष्टी सांगतो.'' त्याने मला असे सांगितले की ''तुला जर रस्त्यावर जगायचं असेल तर तुला एखाद्या गँगमध्ये सामील व्हावं लागेल.''

रुग्णालयात तीन दिवस राहिल्यावर मला खूपच बरे वाटू लागले. माझ्या त्या हितचिंतकाविषयी मला खूपच कृतज्ञता वाटत होती. तो तिथे नसता तर मी मेलोच असतो. म्हणून रस्त्यावर कसे जगावे हे शिकण्यासाठी मी त्याचा हात पकडला होता. मी छोटा मुलगा होतो. तो मोठा मुलगा होता. आम्ही दोघेही रुग्णालयातून बाहेर पडलो आणि मी त्याच्या गँगमध्ये सामील झालो. त्याची गँग म्हणजे पाकिटमारांची आणि चोरी करणाऱ्यांची टोळी होती. पाकिटमारी किंवा चोरी करण्याच्या दृष्टीने मी खूपच लहान होतो. अगदी चिंधीचोरही मी होऊ शकत नव्हतो. म्हणून त्यांनी मला एक साधे काम दिले. ते होते भीक मागण्याचे.

सकाळी ऊन पडल्यावर पक्षी आपला चारा शोधण्यासाठी बाहेर पडले आणि मीही रस्त्यावर माझे पहिले छोटे पाऊल टाकले. वेगवेगळ्या पद्धतींनी जगणे ही खरे तर गंमतीशीर गोष्ट होती. एका वेगळ्याच जागी जगताना आपल्याला आपले खरे स्वत्व लपवून ठेवावे लागते. रस्त्यावर असताना तुम्ही कसे दिसता किंवा काय विचार करता याने काहीही फरक पडत नसेल, असे तुम्हाला कदाचित वाटत असेल. परंतु प्रत्यक्षात तुम्ही कसे दिसता याला महत्त्व असते. तुम्ही निराधार किंवा अंध किंवा भिकारी आणि दरिद्री दिसावे लागते. तुम्हाला जगायचे असेल तर तुम्हाला मूलभूत नियम माहिती असावे

लागतात आणि ते अंगवळणी पाडून घ्यावे लागतात. त्यामुळे माझ्या मि
त्रांनी सर्वप्रथम काय केले असेल, तर त्यांनी माझे दिसणे बदलून टाकले.
त्यांनी काही फाटके कपडे आणले आणि मला ते घालायला सांगितले. त्या
कपड्यांना दुर्गंधी येत होती. मला ती दुर्गंधी सहन होत नव्हती. परंतु माझे
सोबती हसले. मी अत्यंत तिटकाऱ्याने 'बिग ब्रदर'ला विचारले की मी हा शर्ट
का घातला पाहिजे, दादा? तो अगदीच घाणेरडा आहे. रक्ताचे डाग असलेला
माझा शर्टच ठीक आहे असे मला वाटते.

त्याने माझ्याकडे पाहून स्मित केले आणि त्याने मला एक साधी गोष्ट
सांगितली, ''अरे बारक्या, जगता येणं ही आयुष्यातली पहिली पायरी असते.
ते तुला सांगतायत तसं कर. तू जग समजून घेतलं पाहिजेस. हे जग कसं
चालतं ते समजून घे. तू त्याप्रमाणे वागलं पाहिजेस. नाहीतर तू इथे जगू
शकणार नाहीस.''

त्याने सांगितलेले हे लांबलचक वाक्य आणि त्यातील मतितार्थ समजून
घेण्याच्या दृष्टीने मी खूपच लहान होतो. त्यामुळे मी त्याला पुन्हा एकदा
विचारले, ''बिग ब्रदर, मला खरोखरच काहीच समजलं नाही. तू काय म्हणत
आहेस?''

त्याने आपले ओठ मुडपले आणि तो म्हणाला, ''बारक्या, तू खूपच छान
आणि निष्पाप आहेस. फक्त हा निष्पापपणा, ही निरागसता रस्त्यावर फार
काळ टिकणार नाही, ही कीव करण्यासारखी गोष्ट आहे. हे जग आहे, मुला.
तिथे कसं वागायचं ते तुला समजून घ्यावंच लागेल. मी तुला शिकवू पाहतोय
ती पहिली पायरी आहे, आपण कसे दिसतो ते महत्त्वाचं असतं. तू खूपच
छान दिसतोस; परंतु तू एखाद्या खाऊन पिऊन सुखी असलेल्या घरातील
मुलगा दिसतोस. तू एखाद्या प्रतिष्ठित घरातील मुलगा दिसतोस. त्यामुळे तू
भीक मागितलीस तर तुझ्याविषयी कोणालाही सहानुभूती वाटणार नाही. परंतु
तू स्वतःला लपवलंस आणि जर पूर्णपणे दरिद्री दिसू लागलास तर लोकांना
तुझी दया येईल आणि ते तुला पैसे देतील. अशा प्रकारेच तुला जगण्यासाठी
पैसा कमावता येईल.''

त्यावेळी हे सारे माझ्या आकलनशक्तीच्या पलीकडचे होते. जग समजून घेण्याच्या दृष्टीने मी खूपच लहान होतो आणि त्याच वेळी मी स्वतःलाही प्रश्न विचारत होतो. 'मी स्वतःला का लपवलं पाहिजे? मी एकटाच आहे आणि माझ्याकडे काहीही काम नाही हे लोकांना समजलं पाहिजे. त्यामुळे साहजिकच त्यांनी मला मदत केली पाहिजे, कारण ते चांगले श्रीमंत लोक असतात. मला काही पैसे दिल्यामुळे त्यांना वाईट वाटेल असं मला तरी वाटत नाही.' परंतु मी काहीही बोललो नाही. बिग ब्रदरने जे सांगितले तसेच मी केले. ''ठीक आहे, बिग ब्रदर,..तू सांगशील तेच मी करेन, कारण तुला या सगळ्याची माझ्यापेक्षा जास्त माहिती आहे,'' मी म्हणालो. मी ते दुर्गंधी येणारे, फाटके कपडे घातले. माझ्या नवीन मित्रांनी माझे केस विस्कटून टाकले आणि मग मी बरोबर जसा हवा तसा दिसत होतो. जणू काही मी एखादा वेडापिसा लहान मुलगा होतो. नंतर त्यांनी मला सांगितले, ''ठीक आहे. आता एकदम ठीक आहे. आता तू एकदम दरिद्री दिसतोयस. भीक कशी मागायची ते तुला माहिती आहे का?'' मी लगेच म्हणालो, ''होय. बहुधा मला ते माहिती आहे.'' ते एकदम बुचकळ्यात पडले आणि त्यांनी मला विचारले, ''ते तुला कसं काय माहिती आहे?'' मी स्मित केले आणि त्यांना म्हणालो, ''मी सुरुवातीला रस्त्यावर आलो तेव्हा मी एका भिकाऱ्याला भीक मागताना पाहिलं. मी त्याचं काळजीपूर्वक निरीक्षण केलं आणि तो काय करतो, काय बोलतो ते नीट लक्षपूर्वक ऐकलं. लोकांसमोर तो कसा दया येण्यासारखा बोलतो ते मी पाहिलं.'' माझ्या रस्त्यावरच्या मित्रांना मी रस्त्यावरच्या त्या भिकाऱ्याची नक्कल करून दाखवली. ती पाहून त्यांनी एकमेकांकडे पाहिले आणि ते जोरजोरात खिदळले. मला असे वाटले की मी काहीतरी चुकीचे बोललो होतो. परंतु ते एवढेच म्हणाले, ''बारक्या, तू खूपच हुशार आहेस. तू या रस्त्यावर नक्कीच चांगला जगशील असं आम्हाला वाटतं. कदाचित रस्त्यावरच्या छोट्या मुलांसाठी तू एके दिवशी आदर्शही बनशील.'' त्यानंतर ते सर्व जण जोरजोरात हसू लागले.

अचानकच बिग ब्रदर म्हणाला, ''ठीक आहे, बारक्या. मला वाटतं की तू आता सुरुवात करावी. आमचं तुझ्यावर लक्ष असेलच. त्यामुळे आता कसलीच काळजी करू नकोस. समजलं?'' मी लगेच उत्तर दिले, ''ठीक आहे.''

त्यानंतर भरपूर गर्दी असलेल्या रस्त्याकडे आम्ही तडक गेलो. त्या रस्त्यावर कित्येक लोक दिसत होते. त्यांच्यापैकी काही जण पर्यटक होते आणि काही जण स्थानिक लोक होते. त्या गर्दीत मी खूपच लहान होतो. मी जेमतेम त्यांच्या कमरेएवढ्या उंचीचा होतो. लोक माझ्या अंगावर आदळत होते. काही जणांनी मला बाजूला जायला सांगितले. मी गर्दीकडून ढकलला जात होता. मी एका टोकाकडून दुसऱ्या टोकापर्यंत पोहचलो. अखेरीस मला वाटले की मी एका बाजूला झाले पाहिजे. मग जिथे कमी गतीने लोक चालत होते अशा ठिकाणी मी गेलो. तिथे अधिक प्रमाणात पर्यटक होते. मी त्यांच्याकडे भीक मागण्यास सुरुवात केली. त्या दिवशी सूर्यास्तापर्यंत मला खूप मोठी नसली तरी थोडीफार तरी कमाई करता आली होती.

संध्याकाळी माझ्या या नवीन मित्रांपैकी काही जणांनी मला त्यांच्या घरांच्या परिसरात नेले. ते पुलाखाली ज्या पद्धतीने रहात होते, ते गंमतीशीर वाटत होते. त्यांच्याकडे पलंग होते. काही प्रमाणात अन्न होते आणि दारूही होती हे पाहून मला खूपच आश्चर्य वाटले. त्यांच्यापैकी काही जण विड्या ओढू लागले. त्यांनी शेकोटी पेटवली. त्यांच्यापैकी काही जणांनी काही वाळलेल्या काटक्या आणि बसचा टायर मिळवला होता. ते शेकोटीभोवती बसल्यावर काही जणांनी खायला सुरुवात केली. काही जणांनी एकमेकांना दारू दिली आणि काही जणांनी विड्या पेटवल्या. थोड्या अंतरावर बसून मी त्यांच्याकडे पाहू लागलो. मला ते आनंदी आणि उत्साही दिसत होते. दिवसभराच्या भरपूर कामानंतर जणू काही ते घरी परतले होते. चार भिंती असलेल्या पारंपरिक पद्धतीच्या घरात मी रहात होतो. आता पुलाखाली अस्ताव्यस्तपणे पसरलेल्या सामानाच्या खुल्या जागेला घर म्हणणे मला कठीण जात होते. परंतु घर कुठे आहे याची तिथे कोणाला काळजी होती?

त्यानंतर त्यांची विमाने उंच तरंगू लागल्यावर त्यांच्यापैकी एकाच्या लक्षात आले की मी लांब बसलो होतो. त्यांना मी तिथे नसल्याचे लक्षात आले आणि ते म्हणाले, ''एऽऽ तो बारक्या कुठे आहे रे?'' मी त्यांच्याकडे आश्चर्यचकित होत एक नजर टाकली. अचानक बिग ब्रदरने मला हाक मारली, ''एऽऽ! बारक्या, तू असा तिकडे कोपऱ्यात का बसून राहिला आहेस? इकडे ये आणि आमच्यात बस.'' मी सुरुवातीला म्हणालो, ''नको दादा, मी इथेच

ठीक आहे.'' विडी ओढणाऱ्या दुसऱ्या एकाने मला सांगितले, ''अरे, असं म्हणून नकोस, बारक्या. आता तू आमच्यातलाच एक आहेस. आपण सगळे जर एकत्र राहिलो तर आपल्याला इथे एकटेपणा जाणवणार नाही. नाहीतर हे जग तुला खूप वाईटपणे वागवेल. त्या उलट तुला जर या जगावर राज्य करायचं असेल, तर आमच्यात ये. आपण त्यांना एकत्रितपणे मारून टाकू. ठीक आहे?'' तो बहुतेक तर्र झालेला होता. त्यानंतर बाकीचे सगळे जण त्याला हसू लागले. परंतु बिग ब्रदर म्हणाला, ''हा दारूड्या पुराच वाया गेलाय. पण बारक्या, तू काही त्याचे शब्द मनावर घेऊ नकोस. काय?'' मी स्मित केले आणि म्हणालो, ''बिग ब्रदर, काहीही काळजी करू नकोस. निदान त्याच्याकडे जगाशी भांडण्याचं धाडस तरी आहे. परंतु मी तर १५ दारूड्यांकडून मारहाण झालेला मुलगा आहे.''

तिथेच लामा नावाचा एक मुलगा होता. तो म्हणाला, ''तुला १५ दारूड्यांनी मारहाण केली होती, असं निदान मला तरी सांगू नकोस.'' मी उत्तर दिले, ''होय. परंतु ते पुन्हा घडू नये असं मला वाटतं.'' लामा भरपूर झिंगला होता. तो म्हणाला, ''बारक्या, काहीतरी बरळू नकोस. १५ दारूड्यांनी मारहाण करूनही तू अजून जिवंत राहिला आहेस? म्हणजे तू तर सिनेमातला हिरोच आहेस. बऱ्याच व्हिलनबरोबर तो एकटाच मारामारी करतो तसा. होय की नाही? त्यामुळे इथून पुढे आम्ही तुला हिरोच म्हणणार.'' इतर मुलांनीही त्याचे म्हणणे उचलून धरले आणि सगळेच जण ''होय..होय'' असे ओरडू लागले. बिग ब्रदर म्हणाला, ''ठीक आहे बारक्या. आता तुला नवीन नाव मिळालंय. हिरो. मला वाटतं की हे काही तितकंसं वाईट नाव नाही. उलट खरे तर खूपच छान नाव आहे.

मादक द्रव्य ओढत बसलेल्या मुलाने मला हाक मारली, ''अरे हिरो, चल इकडे ये रे. चल याचा एक झुरका मार. तुला खूपच छान वाटेल.'' मी त्याला विचारले, ''दादा, ते काय आहे?'' त्याने माझ्याकडे बराच वेळ पाहिले आणि तो म्हणाला, ''मी तर याला 'अत्यानंद' म्हणतो. ''कारण यामुळे तुम्हाला जगाची फिकीर न करता आपल्या स्वतःच्या जगात राहण्याचं धाडस मिळतं. म्हणून एक झुरका मार. तुला सगळं समजेल.'' ते काय ओढत होते याविषयी मला खरोखरच उत्सुकता वाटत होती. त्यामुळे मी

एक झुरका मारला. त्यानंतर बिग ब्रदर म्हणाला, ''आणखी एक झुरका मार, हिरो.'' मी दोन झुरके मारल्यावर माझे डोके भणाणू लागले. मला खूपच गंमत वाटू लागली. काही झुरके मारल्यावर तर मी पूर्णपणे झिंगून गेलो. तो मादक द्रव्ये ओढणारा ओरडला, ''जगाच्या!'' त्याच्या पाठोपाठ इतरांनाही तसेच म्हणण्यास सांगण्यात आले. त्यामुळे मीही सर्वांच्या सुरात सूर मिसळून ओरडलो, ''जगाच्या!'' मी शिव्या घालू शकत असेन असे त्यांच्यापैकी कोणालाही वाटले नव्हते. त्यामुळे त्यांनी चकित होत एकम `कांकडे पाहिले आणि ते जोरजोरात हसू लागले. बिग ब्रदर म्हणाला, ''हे काही तितकंसं वाईट नाही. बासु, तू आता एक पुरुष बनलायस. तुझ्यासाठी ते चांगलंच आहे.'' त्यानंतर ते पुन्हा एकदा हसू लागले. तोपर्यंत मला खूपच पेंगुळल्यासारखे वाटत होते. माझे डोळे मिटू लागले. मी जिथे होतो, तिथेच आडवा झालो आणि गाढ झोपी गेलो.

४
नवीन अवतारात

त्या चार-पाच दिवसांत मला दोन नवीन नावे मिळाली होती. बारक्या आणि हिरो.

दुसऱ्या दिवशी सकाळी मी उठलो. तीच दैनंदिनी सुरू झाली. मला भीक मागायचे काम करावेच लागणार होते. आता मी व्यावसायिक भिकारी बनलो होतो. एक संपूर्ण वर्ष मी ते काम केले. त्यानंतर मी पाकिटमारी करू लागलो. मी पाच वर्षांचा झाल्यावर माझ्या मित्रांनी माझ्यासाठी नवीन योजना आखली होती. मी एक छानसे छोटे मूल दिसतो असे त्यांना वाटत होते. कोणालाही माझा संशयसुद्धा आला नसता. मी गर्दीत सहज मिसळून जाऊ शकेन आणि एक चांगला पाकिटमार बनू शकेन असा त्यांचा होरा होता. तुम्ही जर पकडले गेला नाहीत, तर लोकांची पाकिटे मारणे हा पैसे मिळवण्याचा एक सोपा मार्ग होता. कित्येक मुले हे करत होती. ते म्हणाले, की तू हे काम करून बघ. तू जर ते करू शकलास, तर तू एखाद्या 'प्रिन्स' सारखा आरामात जगू शकशील. मी ते काम करावे म्हणून ते मला प्रोत्साहित करत राहिले. अखेरीस मला भीती वाटत असली तरी मी पाकिटमार बनण्यासाठी मनाची तयारी केली.

पाकिट कसे मारायचे याविषयी त्यांनी मला काही कल्पना दिल्या... त्यानंतर त्यांनी मला एका बसमध्ये नेले आणि एका महिलेचे पाकिट मारायला सांगितले.

त्यांनी सांगितल्याप्रमाणे करण्याचा मी प्रयत्न केला. माझे हात खूपच थरथरत होते आणि माझ्या हृदयाची धडधड चांगलीच वाढली होती. कोणाचेही पाकिट मारण्याच्या कल्पनेनेच मी अत्यंत घाबरून जात असे. माझे मित्र माझ्यासमोरच होते आणि काही जण माझ्या मागे होते. काही जण माझ्या दोन्ही बाजूंना होते. तरीही मी खूपच घाबरलो होतो. अखेरीस मी पुरेसे धाडस गोळा केले आणि कोणाच्या तरी खिशातून त्याचे पाकिट मारले. त्यानंतर आम्ही बस थांबवली आणि शक्य तितक्या लवकर तिथून पसार झालो. आम्ही जिथून आलो होतो, तिकडे तडक पोहचलो. तिथून आम्ही एका निर्जन ठिकाणी गेलो. मी नुकत्याच चोरलेल्या त्या पाकिटात काय होते ते आम्ही तिथेच तपासणार होतो. आम्ही ते पाकिट उघडले त्यावेळी आम्हाला मी चोरलेल्या त्या पाकिटात भरपूर पैसे दिसले. लामा हा माझा मित्र म्हणाला, ''ते किती आहेत ते मोजून पाहूया.'' त्यानंतर लामा चित्कारला, ''हे तर पाच हजार रुपये आहेत.'' हे ऐकल्याबरोबर आम्ही पूर्णपणे आनंदाने बेभान झालो आणि उड्या मारू लागलो आणि आरोळ्या ठोकू लागलो. आमच्यापैकी इतर जण ओरडू लागले, ''होय. आज आपण पार्टी करूया.'' ते खूपच आनंदात होते, कारण मी चोरलेला तो पहिलाच पैसा होता. त्या रात्री आम्ही पार्टी केली. आमच्या एका मित्राने आम्हाला हॉटेलमध्ये नेले आणि आम्ही खोली बुक केली. तिथे अंघोळ्या केल्या आणि चवदार जेवणही केले.

आम्ही जेवत असताना एक मुलगा म्हणाला, ''ए हिरो, तू आज खूपच छान काम केलंस आणि हेच आपण रोज करावं असं मला वाटतं. मग एके दिवशी तू एखाद्या 'प्रिन्स' सारखा श्रीमंत होशील.'' त्यांच्या या कौतुकाने मला खूपच आनंद झाला होता. त्यामुळे मी खिदळलो आणि म्हणालो, ''ठीक आहे. काहीही काळजी करू नका. मी उत्तम काम करेन. ठीक आहे?'' बाकीच्यांनी म्हटले, ''कूल!''

त्यानंतर एक वयाने मोठा असलेला मित्र गंभीर बनला आणि हळुवार आवाजात म्हणाला, ''हे बघ बासु, तुला या क्षेत्रात अतिशय काळजीपूर्वक काम करावं लागेल, कारण इथे तुझ्या जिवाचा प्रश्न आहे. म्हणजे...जर तू पाकिट मारताना मुद्देमालासह सापडलास, तर तो दिवस तुझ्या आयुष्यातील सर्वात वाईट दिवस असेल. तुला लोकांकडून फक्त मरेपर्यंत मारच खावा लागणार

नाही, तर ....तुझ्या लक्षात येतंय ना? परंतु हेच आयुष्य आहे बाबा. हे काम करत रहा, कारण तुला इथे जगायचं आहे. समजलं?''

त्याने दिलेल्या स्पष्टीकरणामुळे मी खूपच घाबरून गेलो होतो. मी शांतपणे विचार करत होतो. परंतु मी स्वतःला निराश होऊ दिले नाही किंवा घाबरगुंडीही उडू दिली नाही किंवा पराभूतपणाची भावनाही मनात येऊ दिली नाही. मी पाकिटमारी करू शकतो यासाठी माझ्या मनाची मी तयारी केली होती. त्यामुळे सुरुवातीला मी थोडासा बिचकलो असलो तरीही मी पाकिटे मारत राहिलो. परंतु पापाचा घडा भरला की तो उलटतोच, या म्हणीप्रमाणे घडणार होतेच. कोणता मार्ग योग्य आहे, कोणता मार्ग चुकीचा किंवा अयोग्य आहे ते सांगायला मला तिथे कोणीही गुरू नव्हता. मला योग्य मार्गावर आणणारे कोणीही तिथे नव्हते. मी त्यावेळी जे करत होतो, ते चांगले होते की वाईट, योग्य होते की अयोग्य ते मी विविध महत्त्वाच्या परिस्थितींमधून शिकत गेलो. मी फक्त रस्त्यावर जगण्याचा प्रयत्न करत होतो आणि त्याची कधी स्वप्नातही मी कल्पना केलेली नव्हती. दुर्दैवाने, एके दिवशी मी पकडला गेलो.

माझ्या आयुष्यातील तो भयानक दिवस होता. होय. हे खरे होते की मी करत असलेले ते खरोखरच पाप होते का आणि मी करत होतो ते योग्य होते की नव्हते हे मला तोपर्यंत माहिती नव्हते. जगणे हा माझा धर्म होता आणि माझ्या छोट्याशा पोटासाठी अन्न मिळवणे ही माझी प्रार्थना होती. ते अन्न पापातून येत होते की न्यायीपणातून याच्याशी मला काहीही देणे घेणे नव्हते. मी त्यावेळी सुमारे सहा वर्षांचा होतो. त्यामुळे जगण्याचा धर्म अनुसरत असताना मी पाकिटमारीत खरोखरच निष्णात बनलो होतो.

तो एक स्वच्छ, निरभ्र दिवस होता. स्वच्छ प्रकाश पडला होता आणि उकडत होते. दुपारची वेळ होती. मी इकडे तिकडे भटकत होतो आणि मालकाचे फारसे लक्ष नसलेले पैशांनी भरलेले पाकिट शोधत होतो. त्या दिवशी मी बरेच प्रयत्न केले होते. परंतु मला योग्य प्रकारचे लक्ष्य सापडले नव्हते. अचानकच, गर्दीने खचाखच भरलेली एक बस मला दिसली. माझ्या मनात माझ्या पहिल्या यशाची आठवण जागी झाली. तिचा विचार करत मी बसमध्ये शिरलो. पुन्हा एकदा मला तशीच संधी मिळेल आणि तिच्यावर मी झडप घालेन असा विचार

मी करत होतो. आत शिरल्यावर मी बसमध्ये मध्यापर्यंत पोहचलो. परंतु मी लोकांच्या गर्दीत चेंगरला गेलो. मी धक्काबुक्की करत पुढे जाण्याचा प्रयत्न करत होतो. त्या संपूर्ण काळात पाकिट मारणे हाच उद्देश माझ्या मनात होता. घट्ट जीन्स घातलेल्या एका माणसाला मी हेरले. त्याच्याकडे लांब पाकिट होते. त्याचा अर्धा भाग त्याच्या खिशातून बाहेर डोकावत होता. ते पाकिट बरेच जड भासत होते आणि मला आकर्षित करत होते. 'आज माझं नशीब जोरावर दिसतंय. मला चांगले पैसे मिळतील. वॉव!' मी मनात विचार करत होतो. त्यामुळे माझ्या संभाव्य बळीकडे मी हळूहळू पुढे सरकत निघालो होतो. मी त्याच्या पुरेशा जवळ गेल्यावर त्याच्या खिशातील पाकिट मी हळूहळू ओढायला सुरुवात केली. नेहमीप्रमाणेच मी काम सुरू असताना त्याच्याकडे आणि आजूबाजूलाही पहात होतो. मी ते पाकिट बाहेर काढल्यावर अचानक माझ्या मागच्या एका व्यक्तीने माझ्यावर झडप घातली. तो दुसऱ्या व्यक्तीवर आदळला आणि त्या दुसऱ्या व्यक्तीने माझा हात पकडला. मी त्याच्या नजरेत रोखून पाहिले आणि त्याच्या नजरेत मला जे काही दिसले, त्यामुळे मी भीतीने गारठून गेलो. माझ्या अंगावर शहारे आले. माझा छोटा हात त्या मोठ्या माणसाच्या हातात होता आणि त्या दुसऱ्या माणसाचे पाकिट माझ्या हातात होते. मला पुढे काय करावे ते सुचेनासे झाले होते. मी फक्त भीतीने गर्भगळीत होऊन जागच्या जागीच थिजून गेलो होतो.

माझ्या कामात मी निष्णात होतो. परंतु तरीही ज्यावेळी त्या माणसाने मला नेमके हेरले, माझा हात घट्ट पकडला आणि अचानकच तो मला शिव्या देऊ लागला त्यावेळी मी सुन्न झालो. बसमध्ये भरपूर लोक होते. त्यांनी बस थांबवली आणि मला फरफटत बसच्या बाहेर काढले आणि ते मला मारू लागले. प्रत्येक जण मला जोरजोरात मारत होता. एवढे सगळे लोक मिळून मला मारत होते, परंतु त्याचा कोणीही विचारही केला नव्हता. ते मला लाथा घालत आणि गुद्दे मारत राहिले होते. बूट आणि स्लिपरनी ते मला मारत होते. त्यांच्या हाताला जे जे लागले, त्यांनी ते मला मारहाण करत होते. माझ्या शरीरातून मोठ्या प्रमाणात रक्त बाहेर पडत होते. माझे तोंड रक्ताने भरून गेले होते. मी वेदनांनी किंचाळत होतो आणि याचना करत होतो, ''कृपा करून मला माफ करा. मला माफ करा.'' परंतु माझ्या याचनांकडे त्यांनी

साफ दुर्लक्ष केले होते. कोणीही माझे काहीही ऐकत नव्हते. मी जवळजवळ बेशुद्धच पडायला आलो होतो. मला सगळे काही स्पष्टपणे दिसत होते. मला भोवळ आल्यासारखे वाटत होते आणि माझ्याभोवती सगळीकडे गोंधळ उडाला होता. हळूहळू आपोआपच माझे डोळे मिटले गेले. मला वाटले होते की मी आता मेलोच होतो. तेवढ्यात अचानकच माझ्या कानांवर एक आवाज पडला, ''अरे, तुम्ही सैतान आहात की काय? तुम्ही त्याला ठार मारणार आहात का?''

''तो खूपच लहान आहे. तुम्हाला दिसत नाही का?'' त्यानंतर तिने माझ्या शरीरावर आपले शरीर झोकून दिले आणि लोकांच्या लाथाबुक्क्यांपासून माझा बचाव करण्याचा प्रयत्न केला. मी डोळे उघडले आणि मला एक वृद्ध स्त्री दिसली. ती माझे संरक्षण करण्याचा प्रयत्न करत होती आणि त्याच वेळी तिच्या डोळ्यांतून अश्रूधारा वहात होत्या. मी तिच्या डोळ्यांतील अश्रू पाहिले. ती माझ्या अंगावर पडल्याचे मला दिसत होते आणि त्याच वेळी तिचे सुरकुतलेले गालही दिसत होते. तरीही त्या वेळेत लोक सैतानच बनलेले होते आणि एखाद्या जंगली श्वापदाप्रमाणे ते मला ठार मारू पाहात होते. ते अत्यंत संतप्त झाले होते. त्या वृद्ध स्त्रीने आपल्या शरीराने माझे शरीर झाकल्यावर मग एकेक जण बाजूला झाला आणि माझा मार थांबला. त्यानंतर ते सगळेच जण एका पाठोपाठ बसमध्ये चढले. त्या वृद्ध स्त्रीलाही ते बसमध्ये चढण्यास सांगत होते; कारण बस आता निघण्याच्या तयारीतच होती. बसच्या कंडक्टरनेही तिला हाक मारली; परंतु ती आत चढण्यास तयार नव्हती. लवकरच बस निघून गेली. ती स्त्री रस्त्यावरच राहिली. तिने अजूनही माझे डोके तिच्या मांडीवर घेतले होते. माझ्या चेहऱ्यावरचे रक्त ती पुसून काढत होती. त्यानंतर माझे डोळे मिटले गेले. त्यानंतरचे मला काहीही आठवत नाही. बहुधा माझी शुद्ध हरपली असावी. मी शुद्धीवर आलो तेव्हा मी पुन्हा एकदा सरकारी रुग्णालयातील पलंगावर पडल्याचे मला दिसले. यावेळी दोन पोलीस अधिकारी माझ्या पलंगाच्या शेजारी बसलेले होते.

सुरुवातीला मी खूपच आश्चर्यचकित झालो होतो. मी म्हणालो, ''अरे बापरे! हे सारं खरं आहे? मी अजून जिवंत आहे? हा तर चमत्कारच आहे.'' परंतु त्याच वेळी माझ्या पलंगाच्या शेजारी बसलेल्या दोघा पोलिसांचेही मला भान

होते. मी विचार केला, 'पुन्हा एकदा मी अडचणीत आलो होतो.' माझा हात हलवण्याचा प्रयत्न करून मी पाहिले. परंतु मी तो हलवू शकलो नाही, कारण मला वेदना होत होत्या आणि हात भयंकर सुजला होता. मी थोडासा विव्हळल्यासारखा आवाज काढला. एका पोलिसाने माझ्याकडे पाहिले आणि तो म्हणाला, ''मग, काय रे मुला, आज तुला छानपैकी मारहाण झाली. नाही का?'' आणि ते माझ्याकडे बघून हसू लागले. मी खूपच घाबरून गेलो होतो. माझ्या संपूर्ण शरीराला कापरे भरले होते. त्याच वेळी मी विचार करत होतो की त्या पिसाट आणि हिंस्र बनलेल्या प्रौढांच्या गर्दीपासून मला वाचवण्यासाठी त्या वृद्ध स्त्रीला पाठवून देवाने मला मदत केली होती.

त्या पोलिसांनी मला तिथून उठायला लावले आणि पोलीस ठाण्यात घेऊन गेले. मी पोलीस ठाण्यात गेल्यावर त्यांनी मला आरामखुर्चीवर बसायला लावले आणि विचारले, ''ठीक आहे. आता तू कधीपासून पाकिट मारण्याचा धंदा करत आहेस ते आम्हाला सांग.'' ते प्रश्न विचारू लागल्यावर तर मला आणखी भीती वाटू लागली. 'अरे देवा! याचा अर्थ मी पुरताच संकटात सापडलो होतो.' मी विचार केला. एका पोलिसाने तोच प्रश्न पुन्हा एकदा विचारला, ''एऽऽ कीड्या, तुझ्याबरोबर डोकेफोड करायला माझ्याकडे फार वेळ नाही. त्यामुळे तू जर मला थेट सगळं काही सांगून टाकलंस तर ते तुझ्या दृष्टीनं चांगलं ठरेल. लोकांचे खिसे रिकामे करण्याचं हे काम तू किती दिवस करत आहेस?'' मी लगेच चाचरत, चाचरत या प्रश्नाचे उत्तर दिले, ''सर, सर गेल्या महिन्यापासून.''

एक पोलीस माझ्याजवळ आला आणि माझ्या हातावर दाब देत त्याने मला विचारले, ''दुखतंय का?'' मी किंचाळू लागलो. त्यावर दुसरा पोलीस अधिकारी दरडावत म्हणाला, ''हलकट पोरट्या, तू मला या रस्त्यावर यापुढे दिसता कामा नये. यापुढे कधीही तू मला पाकिटमारी करताना मुद्देमालासकट सापडलास तर तू मेलासच म्हणून समज.'' मी थरथरत होतो. मी झटपट उत्तर दिले, ''होय, सर. मी हे पुन्हा करणार नाही. मी शपथपूर्वक सांगतो.'' मी असे म्हटल्यावर त्याने मान डोलावली आणि म्हणाला, ''ठीक आहे. आता माझ्या नजरेसमोरून चालता हो, ताबडतोब, नाही तर गजाआड करेन. चल, पळ!'' त्याने मला पोलीस ठाण्यातून निघून जाण्याची परवानगी दिली होती.

मला खूपच वेदना होत होत्या हेही मी विसरून गेलो आणि तातडीने उठून उभा राहिलो आणि तडक दरवाजाकडे गेलो. मला जेवढ्या झटपट तिथून बाहेर पडणे शक्य होते, तेवढ्या लवकर मी तिथून बाहेर पडलो.

मी पुन्हा एकदा त्या परिचित पुलाकडे अडखळत पोहचलो. पुलाखाली मी पोत्यावर पडून राहिलो. माझा प्रत्येक स्नायू चुरगाळला गेला होता आणि मला प्रचंड वेदना होत होत्या. मी हळूच जमिनीला स्पर्श केला. माझे शरीर जणू काही आगीत होरपळत असल्यासारखे मला वाटत होते. मी वरच असलेल्या पुलाकडे पाहिले. माझ्या कानांवर पुलावरून एकापाठोपाठ एक जाणाऱ्या वाहनांचे आवाज पडत होते. मी खाली पडून वर पहात असताना मला पुलाची खालची बाजू दिसत होती. माझ्या डोळ्यांतून अश्रू ओघळले. माझ्या वडलांची मला आठवण झाली. माझ्या पॉपची मला खूपच आठवण झाली. मला एकटे असल्यासारखे वाटू लागले. माझ्याजवळ अगदी एकही मित्र नव्हता. मी एकाकी होतो आणि मला वाळीत टाकल्यासारखे वाटत होते. मी जोरजोरात रडलो आणि ओरडलो. मी आकाशाकडे पाहिले आणि माझ्या पॉपना विचारले, ''हाय पॉप, तुम्ही कुठे आहात? मला तुमची मदत हवी आहे. कृपा करून या आणि माझी काळजी घ्या. आज मला खूपच वेदना होत आहेत. आज मला तुमची खूप, खूप गरज आहे पॉप!'' परंतु माझे वडील कधीच येणार नव्हते. मी त्यांच्याशी बोलतच राहिलो होतो, ''पापा, मला खूपच त्रास होत आहे. या पृथ्वीवर कोणीही माझ्यावर प्रेम करत नाही. प्रत्येक जणच मला मारतो आणि माझ्या संरक्षणासाठी मी काहीच करू शकत नाही. माझे संरक्षण करण्यास मी असमर्थ आहे. तुम्हाला माहिती आहे का पापा? तुम्ही खूप वाईट आहात. तुम्ही मला एकट्यालाच मागे ठेवून स्वतः नाहीसे झालात. तुम्ही एवढे दुष्ट कसे काय होऊ शकता पापा?'' परंतु तिथे माझ्या एकाही प्रश्नाचे कसलेही उत्तर देणारे कोणीही नव्हते. मी तसाच बोलत राहिलो होतो; परंतु मला एकही उत्तर मिळाले नव्हते. त्यानंतर माझे आयुष्य वाचवणाऱ्या त्या वृद्ध स्त्रीविषयी मी विचार करू लागलो. मी देवाविषयी नेहमीच ऐकत असे. म्हणून मी विचार केला, ''देवानेच माझे संरक्षण करण्यासाठी तिला पाठवून दिले असावे.''

मी अजूनही तिच्याविषयी विचार करतो.

ती कोण होती? माझ्यासाठी लाथाबुक्क्या आणि गुद्दे सहन करण्यासाठी ती तिथे का आली होती? ती माझ्यासाठी का रडली होती? काही वेळा मी स्वतःलाच एक प्रश्न विचारतो, 'ती देवदूत होती का?' कारण माझ्यासाठी तरी ती एखाद्या देवदूतासारखीच अवतरली होती. या पृथ्वीवर मला खूपच त्रास व्हावा, यातना भोगाव्या लागाव्यात ही देवाचीच योजना असावी. म्हणूनच तो मला मरू देत नव्हता.

रात्री काही मित्र माझ्याकडे आले आणि त्यांनी मला उचलण्याचा प्रयत्न केला. त्यांनी मला स्पर्श करताच मी जोराने किंचाळलो, कारण मला प्रचंड वेदना होत होत्या. ते बुचकळ्यात पडले. त्यांनी मला विचारले, ''काय झालं?'' मी त्यांना लोकांच्या संतापाची आणि लोकांनी मला कसे निर्दयीपणे मारले त्याची सारी कहाणी सांगितली. ती हिवाळ्यातील संध्याकाळ होती. त्यामुळे काही मुलांनी शेकोटी पेटवली आणि हवा उबदार बनवली. वयाने मोठा असलेला एक मुलगा म्हणाला, ''पुढच्या वेळी असं घडणार नाही. समजलं? तुझ्या संरक्षणासाठी मी तुला एक हत्यार देतो.'' दोन आठवड्यांनी मी बरा झालो. माझ्या मित्राने मला एक अत्यंत धारदार चाकू दिला. या घटनेमुळे मी अत्यंत खंबीर बनलो. मला आपण खूपच शूर असल्यासारखे वाटू लागले. आता मला कशाचीच भीती वाटेनाशी झाली होती. मी विचार केला, की आता लोकांनी माझ्यावर हल्ला केलाच, तर मी त्यांना माझ्या चाकूने ठार मारून टाकेन. माझ्या मनात आता 'मारू किंवा मरू' अशी टोकाची भावना निर्माण झाली होती. माझे वयाने मोठे असलेले मित्रही जे करू शकत नाहीत ते मी करू शकतो अशा प्रकारची भावना आणि आकलन माझ्या मनात निर्माण झाले होते. त्यानंतर मी इतका हिंसक बनलो होतो की माझा चाकू कोणावरही रोखण्यास मी बिचकत नव्हतो.

एके दिवशी शहरात जमावबंदीचा आदेश लागू करण्यात आला होता. तो दिवस आमच्यासाठी खूपच वाईट ठरला होता. एखादी बस किंवा वाहनही रस्त्यावरून जात नव्हते. रस्त्यावर कोणीही नव्हते. मी आणि माझे मित्र पुलाखाली राहिलो होतो. काही जण मादक पदार्थ ओढत होते. काही जण पत्ते खेळत होते. मी फक्त झोपलो होतो. रात्री आम्हाला खूपच भूक लागली. दिवसभर आम्ही उपाशीच होतो. रात्रीच्या वेळी माझ्या पोटात भुकेचा आगडोंब

उसळला होता. अखेरीस आम्ही पुलाखालून बाहेर पडून खाण्यासाठी काही मिळते का ते पहावे असे ठरवले. आमच्या खिशात दमडीही नव्हती. तरीही प्रत्येक जणच वेड्यासारखा पैशांची शोधाशोध करत होता आणि आपले खिसे बाहेर काढून दाखवत होता. प्रत्येक जणच म्हणत होता, ''आपल्याकडे दातावर मारायलाही एखादा पैसा नाही.'' मला अजूनही असे बोलावेसे वाटत नव्हते, कारण तोपर्यंत मी आपल्या पँटचे आणि स्वेटशर्टाचे आतले खिसे धुंडाळत होतो. माझ्या स्वेटशर्टाच्या खिशात मला शंभर रुपयांची नोट सापडली. प्रत्येकालाच एवढा अत्यानंद झाला होता की बोलायची सोय नाही. ते सगळे चित्कारू लागले आणि म्हणाले, ''होय. आपली खपाटीला गेलेली पोटे भरण्यासाठी या नोटेचा मोठाच उपयोग होईल. एवढी मोठी रात्र घालवण्यासाठी ही नोट महत्त्वाची आहे. बासु, आम्ही तुझे आभारी आहोत.''

माझ्याकडे पैसे होते. त्यामुळे आम्ही काहीतरी खायला बाहेर जाण्याचे ठरवले. अचानकच काही मादक द्रव्यांच्या व्यसनी लोकांनी आम्हाला पाहिले आणि पैसे देण्यासाठी ते आम्हाला धमकावू लागले. ते आमच्याहून वयानेही बरेच मोठे होते आणि दणकट शरीरयष्टीचे होते. त्यांचे शरीर चांगलेच भक्कम होते असे मी म्हटले पाहिजे. त्यांच्या मानाने आम्ही अगदीच किरकोळ शरीरयष्टीचे आणि लहान वयाचे होते. एकाने म्हटले, ''तुमच्या खिशातून तुम्ही पैसे बाहेर काढल्याशिवाय तुम्हा मुलांना इथून बाहेर पडता येणार नाही. चला, तुमच्याकडे जे काही आहे ते लवकर बाहेर काढा. लवकर! तुमच्याबरोबर वाद घालत बसायला आमच्याकडे वेळ नाही.'' अचानकच मी बोलू लागलो. मी म्हणालो, ''दादांनो, आज आमची उपासमार झालेय. त्यामुळे आम्हाला काहीतरी खायचं आहे. उद्या या. आम्ही तुम्हाला उद्या दोनशे रुपये देतो. चालेल?''

त्यांच्यापैकी एक जण म्हणाला, ''अरे छोट्या किड्या, उगीच हुशारी दाखवायला जाऊ नकोस. सांगून ठेवतोय. नाहीतर मी तुला इथल्या इथे ठार मारून टाकेन. आम्हाला पैसे देऊन टाका.'' त्यांनी अचानकच आम्हाला धक्काबुक्की करायला आणि लाथाबुक्क्या घालायला सुरुवात केली. मी खूपच संतप्त झालो होतो. मी जोरात ओरडलो, ''तुम्ही... नो, तुम्हाला आपण का जन्मलो याचा पश्चात्ताप वाटेल.'' मी चाकू बाहेर काढला आणि त्यांच्यापैकी

एकाच्या पोटात जोरात खुपसला. परंतु मी खूपच लहान होतो. तो किंचित बाजूला सरकला होता. त्यामुळे त्याच्या कमरेच्या बाजूला तो चाकू लागला. तो एवढ्या जोरजोरात ओरडू लागला की मादक पदार्थ सेवन केलेले त्याचे इतर सगळे मित्र मला ठार मारण्यासाठी माझ्या अंगावर धावून आले. त्यांनी माझ्यावर हल्ला केला. परंतु माझे मित्रही आजूबाजूला होतेच आणि त्यांच्यापैकी काही जणांकडेही चाकू होतेच. तिथे एकच धूमःश्चक्री सुरू झाली. प्रत्येकानेच आपल्याकडचे चाकू बाहेर काढले होते. ज्यांना जे जे सापडले, त्यांना त्यांनी चाकूने मारहाण केली. मादक द्रव्ये घेतलेले ते गर्दुल्ले वेदनेने विव्हळत होते. परंतु दरम्यानच्या काळात आम्ही त्यांच्या पाकिटांवर डल्ला मारला होता आणि जेवढे म्हणून पैसे सापडले होते ते सगळे काढून घेतले होते. अशा प्रकारे त्या दिवशी आम्ही भरपूर पैसा गोळा केला होता. अचानकच पाऊस सुरू झाला. मी तर अजूनही अत्यंत संतप्तपणे एखाद्या छोट्या हिंस्र जंगली प्राण्याप्रमाणे त्यांना लाथा मारत होतो. परंतु माझ्या काही मित्रांनी मला बाजूला ओढले आणि सांगितले की 'बासु, त्यांना सोडून दे. आपल्याला आता गेलंच पाहिजे. पुढच्या वेळी आपण या गर्दुल्ल्यांना आणखी धडा शिकवूया.' त्यानंतर आमच्या गोपनीय हॉटेलमध्ये आम्ही धावत पळत पोहचलो. तिथेच आम्ही रोज खायला जात होतो. आम्ही खुर्च्यांवर बसल्यावर दीर्घ श्वास घेतले.

माझ्या काही मित्रांचे श्वासोच्छवास जड झाले होते. मारामारी अचानकच उद्भवली होती आणि ती भयावह होती. ती तशीच अचानकच थांबलीही होती. आम्ही तिथून पळून आलो होतो. त्यानंतर अखेरीस आमच्या एका मित्राने म्हटले, ''अरेच्चा! हे काय? आपले सगळे कपडे ओले झाले आहेत. आता आपण काय करणार आहोत?'' लामाने हसत हसत उत्तर दिले, ''अंऽऽ तुमच्यावर देव खूश असेल असं मला वाटत नाही. बाहेर पाऊस पडत आहे आणि आपले कपडेही ओले आहेत.'' प्रत्येक जणच खिदळत होता. दरम्यानच्या काळात वेटर आमच्याकडे आला आणि त्याने खायला काय हवे ते विचारले. ''अरे, बासु, तुला लागलंय का?, तुझ्या अंगातून रक्त येतंय.'' बिग ब्रदरने विचारले. मी माझ्या शर्टाकडे पाहिले. माझ्या शर्टाच्या समोरच्या भागावर रक्ताचे डाग पडलेले होते. मला कुठे लागले होते का ते पाहण्यासाठी

मी लगेच शर्ट काढला. परंतु माझ्या शरीरावर एखादा ओरखडाही नव्हता. मी किंचितसा तुच्छतेने हसलो आणि म्हणालो, ''देवाचे आभारच मानले पाहिजेत. कोणीही मला भोसकलेलं नाही.'' माझे मित्र माझ्याकडे काळजीने पहात होते. लामा म्हणाला, ''ठीक आहे. बासु काळजी करू नकोस. तू ठीक आहेस. सुदैवाने ते तुझं रक्त नाही. त्या मूर्खांचं ते रक्त आहे.'' अचानकच कुमारने टेबलावर आवाज केला आणि तो म्हणाला, ''होय. याचा अर्थ आपण त्यांना चांगल्या प्रकारे हाकलून दिलं.'' बिग ब्रदरने उत्तर दिले, ''होय. मीही तेच म्हणतोय. आता आपण खाऊया. मला खूपच भूक लागलेय. आज आपल्याला पुरेसा पैसा मिळाला आहे. त्यामुळे तुम्हाला खायला काय हवंय ते सांगा.'' मी म्हणालो, ''दादा माझ्यासाठी चाऊ मेन आणि टोमॅटो सूप मागव.''

५

मीठाच्या पोत्यांवरची झोप

छानसे जेवण झाल्यावर आम्ही सर्व जण ढेकर देत बाहेर पडलो. आम्ही रेस्टॉरंटच्या बाहेर पडलो होतो त्यावेळी सगळेच जण पेंगुळलेले होतो. त्यामुळे आम्ही सरळ एका स्वच्छ आणि नीटनेटक्या पदपथाकडे वळलो. त्या रात्री तिथेच झोपावे असे आमच्या मनांत होते. परंतु त्यावेळीच जोरदार पावसाला सुरुवात झाली. त्यामुळे रात्री कोरडा निवारा मिळावा म्हणून पुन्हा एकदा आम्ही वेगवेगळ्या दिशांना पांगलो. मी चालत होतो त्या पदपथाला लागूनच रांगेने भरपूर दुकाने होती. अचानकच मला एक दुकान दिसले. तिथे मोठ्या प्लॅस्टिकच्या चादरीखाली झाकलेली मिठाची पोती दिसली. तो मोठा ढिगारा होता. जवळजवळ एक मजली इमारतीच्या उंचीएवढा तरी तो असावा. मी लहान होतो, त्यामुळेही कदाचित मला तो तेवढा मोठा वाटत असावा. मी त्यावर चढून बसलो आणि त्यापैकी एका प्लॅस्टिकच्या आवरणाखाली शिरलो. मी कुशीवर वळलो आणि झोपण्याचा प्रयत्न करू लागलो. मिठाच्या पोत्यांच्या ढिगाऱ्यावर झोपून मी अख्खी रात्र काढली.

ते एक भयावह दुःस्वप्न होते. सकाळपर्यंत मी मरून जाईन असे मला वाटत होते. मला खूपच थंडी वाजत होती आणि जवळजवळ मी गोठूनच गेलो होतो. पाऊस पडत होता. हिवाळ्यातील गारठा होताच. त्यामुळे हाडे गोठवणाऱ्या थंडीत मी झोपू शकलो नव्हतो. मी त्या प्लॅस्टिकच्या आवरणाखाली फक्त उकिडवा बसून राहिलो होतो. मी गुडघ्यांत डोके घालून झोपण्याचा प्रयत्न

करत होतो. परंतु मिठाच्या पिशव्या बर्फाच्या लाद्यांसारख्या गारेगार पडल्या होत्या. त्या मारामारीमुळे मी दमलो होतो आणि माझी सगळी शक्ती संपली होती. मी थंडीने काकडत होतो, तरीही कसाबसा माझा डोळा लागला होता.

सकाळ झाल्यावरच मी जागा झालो. मी पायही लांब करू शकत नव्हतो. माझा पाठीचा कणा वाकला होता आणि माझे संपूर्ण शरीर गोठून गेले होते. मी ताठ उभा राहिलो त्यावेळी शब्दशः माझी हाडे मोडताना मी ऐकू शकलो होतो. माझ्या खिशात हात घालून मी शोधाशोध केली, तेव्हा मला थोडे पैसे सापडले. थंडीमुळे माझे शरीर बधीर झाले होते हे अगदी स्पष्ट होते. तरीही मी जबरदस्तीने ताठ उभा राहण्याचा प्रयत्न केला. मोठ्या उत्साहाने मी चहाच्या ठेल्याकडे वळलो. अखेरीस हळूहळू मी खुर्चीवर बसलो आणि एक कप चहा मागितला, तेव्हा माझे शब्द एकमेकांत गुंतल्यासारखे अडखळत बाहेर पडत होते. तेही गोठून गेले होते. ''अगदी खूप खूप गरम चहा तुम्ही मला द्याल का?'' मी त्याला विचारले. ग्लासभर चहा प्यायल्यावर मला थोडेसे बरे वाटले आणि माझ्या शरीरालाही ऊब मिळाली. परंतु मी विचार करत होतो की 'मला घर का नाही?'

मी लवकरच त्या खुर्चीवरून उठलो आणि हळूहळू चालत पुढे निघालो. मी चालत निघालो होतो, त्यावेळी पूर्ण वेळ माझ्या मनात एकच विचार पुनःपुन्हा येत राहिला होता की 'हे जग एवढ्या पूर्वग्रहांनी आणि भेदाभेदाने का बरे भरलेले आहे? अगदी देवसुद्धा माणसा-माणसांत भेद निर्माण करतो. काही लोकांकडे सगळ्या गोष्टी भरपूर असतात आणि काही जण सारखे रडत का राहतात? काही जणांच्या वाट्याला भरपूर प्रेम येते आणि काही जणांच्या वाट्याला अश्रूंचे प्रवाहच का येतात? मी तसाच हळूहळू निरुद्देशपणे चालत होतो आणि माझ्या मनात भावनांचा महापूर उसळला होता. अचानकच मला घंटानाद ऐकू आला.

मी मान वळवून पाहिले. मला एक मंदिर दिसले आणि वाजणाऱ्या घंटाही दिसल्या. जणू काही त्या घंटा मलाच हाका मारत असाव्यात. मी रस्ता बदलला आणि हळूहळू मंदिराच्या दिशेने गेलो. मी मंदिरात पोहचलो आणि तिथे देवाशी बोलू लागलो. 'देव' हा शब्द प्रथम मी कोणाकडून आणि कुठे

ऐकला ते मला आठवत नाही किंवा देव ही कल्पना मला कशी समजली तेही मला आठवत नाही. परंतु तिथे वर कोणीतरी बसलेला आहे आणि तो देव आहे हे मला माहिती होते. देवाला स्वतःचे घर आहे. त्याची कित्येक घरे आहेत. त्यामुळे नेहमीच मी देवाशी बोलताना म्हणत असे की ''हे देवा, माझी म्हणून जी जी गोष्ट होती ती ती तू माझ्याकडून हिरावून घेतलीस. प्रेम आणि आनंद देण्याऐवजी तू मला खूप यातना दिल्यास. आता निदान स्वतःचे संरक्षण करण्यासाठी मला घर तरी दे. परंतु देवाने माझे कधीच ऐकले नाही. कारण या जगात देवसुद्धा ज्यांच्याकडे भरपूर स्रोत असतात आणि जे सतत देवाची स्तुती करत राहतात त्यांचेच म्हणणे ऐकत असतो. मी तर सततच देवाशी भांडत राहिलो होतो. त्याच्या नावाचा सर्वत्र जयघोष करण्यासाठी आणि त्याची स्तुती गाण्यासाठी माझ्याकडे पैसा नव्हता. मी नेहमीच त्याच्यावर टीका करत होतो आणि त्याच्याकडे कशाची ना कशाची मागणी करत राहिलो होतो. देवाकडेच मी देवाची तक्रार करत राहिलो होतो. या सर्वच गोष्टी अत्यंत सुसंगत, तर्कसंगत होत्या. एक प्रौढ व्यक्ती म्हणून माझ्या तेव्हाच्या विचारांची मी अभिव्यक्ती करण्याचा प्रयत्न करत आहे. माझ्याकडे आता शब्द आहेत. त्यामुळे ते विचार मी आता शब्दांत मांडू शकतो. सहा वर्षांच्या मुलाकडे एवढे शब्द नसतात. देव हा वर बसलेला कोणीतरी होता. परंतु तरीही माझ्या मनात एक प्रकारची न्याय्य भावना होती. सद्सद्विवेकबुद्धी होती. ती कशी आली होती आणि तिचा नेमका काय अर्थ होता ते मला माहिती नव्हते. परंतु मला बरोबर आणि चूक गोष्टींची जाणीव होती. त्यामुळे यावेळी मी असा विचार केला की मी काहीतरी करेन. मी जमेल ते सारे करेन. परंतु आता यापुढे मी पाकिट मारण्याचा धंदा करणार नाही.

मी देवाकडे पाहिले. त्यानंतर मी मंदिरातून बाहेर पडलो. संपूर्ण दिवसभर मी तसाच निरुद्देशपणे भटकत राहिलो. त्या दिवशी मी कोणाचेही पाकिट मारण्याचा प्रयत्नही केला नाही. मी फक्त तसाच दिवसभर भटकत राहिलो. माझ्याजवळचे सर्व पैसे मी संपवले, परंतु मी काहीही केले नाही. हळूहळू अंधार पडला आणि आम्ही सगळे जण भेटत असू त्या पुलाकडे मी वळलो. तो पूल आमच्या घरासारखा होता, कारण रोज संध्याकाळी आम्ही तिथे त्या पुलाच्या खाली जमत असू. आम्ही शेकोटीभोवती बसत असू. शेकोटी

पेटवण्यासाठी लागणारे टायर्स आम्ही गोळा करत असू आणि स्वतःची शरीरे उबदार ठेवण्याचे प्रयत्न करत असू. आमची भरकटलेली आयुष्ये संध्याकाळच्या अंधारात पुलाखालच्या त्या प्रकाशात उजळून निघत असत. आम्ही मित्र आमच्या त्या 'घरी' जमलो होतो. आमची गँग. त्या दिवशी मीच प्रथम परतलो होतो. बाकीचे सगळे येण्याची वाट पहात मी बसलो होतो. मी त्यांच्यापेक्षाही आधी आल्यामुळे माझ्या सगळ्या मित्रांना आश्चर्य वाटले होते. त्यांच्यापैकी एकाने मला विचारलेसुद्धा की 'अरे बासु, तू तर आमच्यापेक्षाही खूपच आधी आलास. आज तुला भरपूर पैसे मिळाले असतील. हो ना? चल रे, आता आपण त्याचा हिशेब करूया.' माझे मित्र माझ्याकडे पहात होते. त्यांच्या ओठांवर हसू होते आणि चेहऱ्यांवर आनंद होता. त्यांच्या चेहऱ्यांवर त्यांच्या मनातील अपेक्षा दिसत होत्या. आता आपल्याला याच्याकडून खूप पैसे मिळतील असे त्यांना वाटत होते. मी आजूबाजूला पाहिले आणि नंतर मान वर करून मी म्हणालो, ''मी पाकिटमारी सोडली आहे आणि आयुष्यात मी आता काहीतरी वेगळे करणार आहे.''

प्रत्येक जणच धक्का बसल्यासारखा थक्क झाला होता. अखेरीस लामा म्हणाला, ''तू वेडा बिडा आहेस काय? या कामात तू आता चांगलाच तरबेज झाला आहेस. तुला आता इतर कोणतेही काम करणे शक्य होणार नाही. आता हेच काम कर.'' मी म्हणालो, ''नाही, नाही....मी काहीतरी दुसरे काम करेन. आता यापुढे मी आणखी चोरी करणार नाही.''

कुमार म्हणाला, ''ठीक आहे. मग तू तुझे काम आता बदलू शकतोस. परंतु ते याहूनही अधिक अवघड आणि कठीण असेल. तुला खूप मोठा संघर्ष करावा लागेल. काही पैसे मिळवण्यासाठी तुला संध्याकाळपर्यंत काम करत रहावे लागेल. ते काही प्रतिष्ठेचे आणि आनंदाचे काम असणार नाही. अगदी घाणेरडी भटकी कुत्रीही कदाचित तुझ्या मागे लागतील. तुझ्या अंगावर भुंकतील आणि कदाचित तुला चावतीलही. तुझी या सगळ्याची तयारी आहे का?'' मी आनंदाने उत्तरलो, ''अगदी नक्की. परंतु असे कोणते काम मला करावे लागेल ते तरी सांग.'' प्रत्येक जण माझ्याकडे पाहून खिदळत होता. माझा दुसरा एक मित्र म्हणाला, ''तुला माहिती आहे का? या जगातला तू सर्वाधिक

अविवेकी, मूर्ख मुलगा आहेस.'' त्यानंतर बोका नावाचा माझा आणखी एक मित्र म्हणाला, ''ठीक आहे. मग तुला हवं ते तू कर. ठीक आहे? उद्यापासून तू माझ्याबरोबर ये आणि आपण दोघे मिळून तेच काम करूया.''

अचानकच विमानतळावरची घोषणा माझ्या कानांवर पडली. माझ्या भूतकाळाची सफर करून मी परतलो होतो. माझ्या आजूबाजूला मला मोठीच घाई गडबड दिसत होती. माझे प्रवर्तक (फॅसिलिटेटर) माझ्यासमोर आले होते आणि ते मला म्हणाले, ''अरे, चल. तयार रहा. आपल्याला आता विमानात चढायचं आहे.''

६

भरारी मारताना

माझे पाय उत्साहाने थरथरत होते. पावसाच्या नाचणाऱ्या थेंबांप्रमाणे माझे हृदय थुई थुई नाचत होते. मी सारखा, सारखा एकच विचार करत होतो, 'हे विमान कसे उडेल? जर ते कोसळले तर मी मरण पावेन.'

माझे मन विचित्र विचारांनी भरून गेले होते. मी प्रथमच विमानात बसणार होतो.

अखेरीस मी विमानात बसलो आणि आत कित्येक लोक असल्याचे मला दिसले. लोक आपापल्या सीट्स शोधत होते. काही जण आधीच बसलेले होते. काही लोक काळ्या रंगाचे आणि काही गोरे होते. काही उंच आणि काही बुटके होते. विमानात मला कित्येक प्रकारचे लोक दिसत होते, परंतु हवाई सुंदरींना पाहिल्यावर मला शांतता लाभल्यासारखे वाटले. त्या खूप सुंदर होत्या. देवदूतांसारख्या, पऱ्यांसारख्या त्या दिसत होत्या. मलाही एकदम आपण नवीनच झाल्यासारखे वाटले. मी एखाद्या पक्ष्याचे एक छोटेसे पिल्लू आहे, हे पिल्लू आता घरट्याबाहेर पडले आहे आणि ते आकाशात भरारी मारत आहे, असे मला वाटत होते. ते पहिले विमानोड्डाण हे एक आश्चर्य होते. मी जे पाहिलेले नव्हते ते पाहण्यासाठी केलेले ते उड्डाण होते. माझ्या लक्षात आले की मी जगत असलेल्या छोट्याशा डबक्यासारखे जग हे लहान नव्हते. त्यात खूप, खूप गोष्टी भरलेल्या होत्या आणि त्या सर्वांपासून मी खूप खूप लांब होतो.

माझी नजर अचानकच एका कुटुंबावर पडली. त्या कुटुंबातील मुले, पती आणि पत्नी अत्यंत आनंदात होते. ते आपापसात बोलत होते. आईने तिच्या मुलाचा मुका घेतल्याचे आणि 'माझं बाळ' असे म्हटल्याचे मी ऐकले. त्यानंतर ती त्या मुलाबरोबर गात होती. त्यानंतर माझ्या मनात तीव्र, सखोल इच्छा निर्माण झाली आणि माझे मन म्हणाले, 'आज माझ्याबरोबर मॉम आणि डॅड असते, तर मीही खूप आनंदात राहिलो असतो.' माझ्या विमान प्रवासात मला भेटलेल्या त्या कुटुंबात प्रेमाचे संबंध होते. मी ते पाहिले होते, मला ते जाणवले होते आणि मी त्यांच्याशी संलग्न होऊ पहात होतो. आपल्यावरही कोणीतरी प्रेम करत आहे, आपणही कोणाला तरी पाहिजे आहोत अशी ती भावना होती. मग मी स्मित केले आणि खाली बसलो आणि माझा सीट बेल्ट बांधून टाकला. त्यानंतर मी डोळे मिटले. माझ्या पॉपविषयी मला विचार करायचा होता. माझ्या आईची कल्पना मला करायची होती. माझ्या आईविषयी माझ्या वडलांनी सांगितलेल्या गोष्टी मी पुनःपुन्हा आठवत राहिलो होतो. ते जणू काही माझे अंगाईगीतच होते. ते ऐकतच मी मोठा झालो होतो. माझ्या आई-वडलांची ती प्रेमकहाणी होती. मी तीच कथा ऐकली होती. जोपर्यंत मी पॉपबरोबर रहात होतो, तोपर्यंतच्या माझ्या आयुष्यात अगदी रोजच्या रोज मी तीच कथा ऐकत आलो होतो.

७

नवीन चंद्राचा उदय

या जगातील बहुतांश मुलांना आई-वडील असतात. मी असे ऐकले होते की पालक हे देवासारखे असातत, कारण ते आपल्याला आयुष्य किंवा जन्म देतात. मला ते माहिती होते की इतर सर्व मुलांप्रमाणेच मलाही आई-वडील होते. मला हेही माहिती होते की माझे वडील भारतीय होते आणि त्यांच्या कुटुंबीयांचे आडनाव राय होते. परंतु कदाचित मी हे आडनाव सांगण्यात चूकही करत असेन. ते भारताच्या कोणत्या भागाचे रहिवासी होते ते मला माहिती नाही. माझी आई ढाक्याची होती हे मला माहिती आहे. ढाका ही बांगला देशाची राजधानी आहे. तिचे आडनाव बासु होते. हे आडनावही माझ्या मनात पक्के आहे. मला ही कथा कशी काय माहिती आहे?

ते मला नीटसे आठवत नाही. मी तर अनाथ आहे. मी रस्त्यावर वाढलेले मूल आहे. परंतु ही कथा मला कशी कोण जाणे परंतु माहिती आहे. मला समज आली त्या क्षणापासूनच ही कथा माझ्या मनात आहे. एक पुरुष एका स्त्रीला भेटतो ही शाश्वत प्रेमाची कथा माझ्या मनात आहे आणि त्या प्रेमातूनच माझा जन्म झाला. मी बासु राय आहे.

माझ्या लक्षात राहिलेली गोष्ट अशी आहे. ती मला जशी सांगितली गेली, तशीच मी तुम्हाला पुन्हा सांगणार आहे.

माझे पॉप खूपच रुबाबदार आणि देखणे होते. ते सहा फूट उंच होते आणि समाजप्रिय होते. त्यांच्या चेहऱ्यावर सतत एक निरागस स्मित होते. ते शिकलेले होते आणि सभ्य, प्रतिष्ठित गृहस्थ होते. ते श्रीमंत होते आणि त्यांना भरपूर पार्ट्यांमध्ये जायला आवडत होते. ते एक आनंदी, उत्साही स्वभावाचे व्यक्ती होते. सगळे जगच त्यांचे मित्र होते आणि ते ज्याला भेटत असत, तो त्यांचा मित्रच होऊन जात असे. त्यांनी परकी लोकांचाही आपुलकीने स्वीकार केला होता. मला हे सगळे कसे काय माहिती आहे? मला जेवढे म्हणून काही आठवते आहे, त्यावरून ते उंच आणि देखणे होते. माझ्या मनात त्यांची जी प्रतिमा आहे त्यावरून आपण त्यांचे छायाचित्र छापून तयार करावे असे मला वाटते. त्यांचे आयुष्य आनंदाने भरलेले होते. जे असेल ते सर्वांना देणे, वाटणे आणि सर्वांची काळजी घेणे हे त्यांच्या स्वभावातच होते. ते सतत आपल्या मित्रांच्या गराड्यात असत. तुम्ही मला विचाराल, तर कदाचित ते खरोखरचे असे नव्हतेही असतील. परंतु माझे नसलेले वडील कसे असावेत, असे मला वाटते ती माझ्या मनातील त्यांची प्रतिमा अशी आहे. माझ्या मनात त्यांची अशी सकारात्मक प्रतिमा आहे. माझ्या मनात इतर कोणत्याही प्रकारची त्यांची प्रतिमा नाही.

माझे वडील हे पार्ट्यांचा आत्माच असत. माझे वडील पार्ट्या करतच मोठे झाले होते आणि त्यावरच ते जोमाने पुढे गेले होते. त्यांना इतर लोकांचे आवाज आवडत असत. त्यांना विविध लोकांना भेटायला आवडत असे. त्यांच्या कथा ऐकायलाही त्यांना आवडत असे. विशेषतः त्यांनी जेव्हा काही पेग रिचवलेले असत आणि आपापली मने उघड केलेली असत, त्यावेळी त्यांना त्यांचे बोलणे ऐकायला आवडत असे. प्यायलेले लोक हसत असत. रडत असत आणि कित्येक सत्ये बरळत असत. प्रत्येक गोष्ट ते काळजीपूर्वक ऐकत असत. याशिवाय आणखीही एक गोष्ट होती. माझ्या वडलांबरोबर जी कोणी मुलगी असे, तिच्यावर ते निःस्वार्थीपणे प्रेम करत असत. तरीही प्रेमात पडणे ही गोष्ट त्यांच्यासाठी महत्त्वाची होती. ते आपल्या आदर्श स्त्रीच्या शोधात होते. एके रात्री त्यांना ती सापडली. ते दोघेही ज्या पार्टीला गेले होते, तिथे ती फ्लोअरवर नृत्य करत होती. ही गोष्ट तुमच्याही बाबतीत घडलेली असेल किंवा तुमच्या बाबतीत ती घडू शकेलही.

माझे वडील त्यावेळी पार्टीतून फिरत होते. त्याच वेळी त्यांची नजर या स्त्रीवर पडली. त्यावेळी ती एका नर्तकाच्या हातातून दुसऱ्याच्या हातात अशा प्रकारे झुलत होती. भारतातील कोणत्या तरी शहरातील तो एक बार होता. पहिल्या नजरभेटीतच पॉपना आपल्या हृदयाचे धडधडणे थांबवता आले नव्हते. लगेच आपल्या स्वप्नातील त्या स्त्रीची भेट घेण्यासाठी त्यांनी आपल्या मनाची तयारी केली. माझे वडील प्रत्यक्षात खूपच निरागस आणि लाजाळू होते. स्त्रियांची ओळख काढणे किंवा त्यांच्याशी बोलणे त्यांना अवघड वाटत असे. त्यामुळे आपल्या स्वप्नपरीकडे जाणे हे त्यांच्यासाठी एखादा बोजड खडक हलवण्यासारखे होते. मी ही भावना समजू शकतो. ती काळजी, चिंता, ते बिचकणे मला समजू शकते. ती हो म्हणेल का? की नाही म्हणेल? आमच्यापैकी कित्येक जणांच्या बाबतीत ते घडते. ते माझ्याही बाबतीत घडते. त्यामुळे मी त्याचे व्यवस्थितपणे स्पष्टीकरण करू शकत नसलो तरी मला ते व्यवस्थित समजू मात्र शकते.

पापांनी तिच्या जवळ जाण्याचे, तिची ओळख काढण्याचे आणि तिच्याशी बोलण्याचे खूप प्रयत्न केले. कित्येक प्रयत्नांनंतर त्यांना तिच्याशी बोलता आले. परंतु त्यांचे हृदय धडधडत होते. त्यांचा आवाज क्षीण झाला होता आणि हात थरथरत होते. जणू काही नुकतेच ते एखाद्या हिमवादळातून आले होते. परंतु प्रेम हे प्रेमच असते. तुम्हाला ते माहिती आहे! जर तुमच्या मनात प्रचंड प्रेम असेल आणि ठाम निश्चय असेल तर कोणीही तुम्हाला थांबवू शकणार नाही. शिवाय तुम्हाला प्रेम व्यक्तही करण्याची गरज असते. माझ्या वडलांनी फक्त तिचा चेहरा पाहिला होता. त्यांच्या दृष्टीने तो चंद्रासारखा चमकत होता. पूर्ण चंद्र, पूर्ण प्रकाशाने भरलेला. तिच्या चेहऱ्यावर चमकते स्मितहास्य होते. ती खरोखरच खूपच सुंदर होती. ती नृत्य करत होती आणि तिचे रेशमी केस वाऱ्यावर उडत होते. इकडेतिकडे झुलत होते. त्यामुळे माझे वडील अत्यंत अस्वस्थ आणि तिच्यासाठी वेडेपिसे झाले. ते तिच्या अधिक जवळ गेल्यावर ते तिच्याकडे पहातच राहिले. ती त्यांची स्वप्नसुंदरी होती. तिचे केस उडत होते आणि तिच्या शरीराचा सुगंध माझ्या वडलांवर जादू करत होता. तिच्या दाट, लांबसडक केसांत आपण आपला चेहरा लपवावा अशी इच्छा त्यांना होत होती. त्यांनी तिला 'हाय' म्हणण्याचा प्रयत्न केला.

परंतु माझ्या पॉपचा आवाज घशातच अडकला होता. तो बाहेर पडला नव्हता ही खरोखरच गंमतीची गोष्ट होती.

पॉप प्रेमात पडले होते. एखादा शब्दही न बोलता ते तिथून निघून जाणे शक्यच नव्हते. त्यांचे हृदय प्रेमाने ओतप्रोत भरलेले होते आणि तिच्याकडून उत्तर मिळवण्याचा दृढनिश्चय त्यांनी केला होता. या सर्वांतून माझ्या आईशी पुन्हा एकदा बोलणे त्यांना भाग पडले. ती नृत्य करत होती आणि गिरक्या घेत होती. ते तिच्याजवळ गेले आणि म्हणाले, ''एक्सक्यूज मी'' ती नृत्य करताना थांबली. तिच्या चेहऱ्यावर मोठेच आश्चर्य पसरले. ती माझ्या वडलांकडे वळली आणि म्हणाली, ''बोला. मी तुम्हाला काय मदत करू शकते?'' पॉप तिच्याकडे पाहून स्मित करत राहिले. एखाद्या वेड्यासारखे ते तिच्याकडे एकटक पहात राहिले होते. तिने त्यांच्याकडे थेट रोखून पाहिल्यावर ते चाचरत म्हणाले, ''खरे तर....मिस...अं...तुम्ही ठीक आहात ना?''

माझी आई बुचकळ्यात पडली होती. त्यानंतर त्यांच्या आवाजातील चिंता तिच्या लक्षात आली आणि ती म्हणाली, ''तुम्हाला काय झालंय? मी ठीक आहे.'' ती हसली आणि नंतर तिने स्मित केले. त्यानंतर ती वळली आणि पुन्हा एकदा नृत्याच्या मंचावर पोहचली. माझ्या पॉपनी पुन्हा एकदा तिचे स्मित पाहिल्यावर ते पूर्णपणेच वेडावून गेले. ते तिच्याबरोबरच वर खाली उड्या मारत राहिले. त्यानंतर एका हळुवार क्षणी ते मोठ्याने ओरडले, ''होय. मला ती सापडली आहे. मी तिला आवडतो.'' ते एवढ्या जोरात ओरडले की तिथे असलेला प्रत्येक जण त्यांच्याकडे पाहू लागला. माझी आईही त्यांच्याकडे पाहू लागली.

परंतु तिने स्मित केले आणि त्याना विचारले, ''हे काय होते?'' पॉपनी उत्तर दिले, ''खरे तर मिस....मी..अं...मी तुमच्या नृत्याचा चाहता आहे...म्हणजे मला म्हणायचं आहे की मला तुमच्या नृत्याच्या हालचाली आवडतात....नाही... नाही...सॉरी. ..मला तसं म्हणायचं नव्हतं. मला तुम्हीच खूप आवडता.'' माझ्या आईने हे शब्द ऐकले आणि ती एकदम लज्जित झाली. ती म्हणाली, ''ठीक आहे. तुम्हाला माझ्या नृत्याच्या हालचाली आवडतात. बरोबर?'' माझे पॉप आपल्या स्वतःच्याच बुजरेपणामुळे आणि संकोचामुळे खूपच लज्जित

झाले होते. त्यांनी आपले डोळे मिटून घेतले आणि ते म्हणाले, ''आय लव्ह यू. बस्स. मला एवढंच सांगायचं होतं आणि तुम्हाला वाईट वाटलं असेल, तर सॉरी. मला माफ करा.'' माझ्या वडलांनी आपले डोळे घट्ट मिटून घेतले होते. ते तिच्या अगदी समोर जाऊन उभे राहिले होते. तिने स्मित केले आणि ती म्हणाली, ''सो स्वीट! तुम्ही ज्या प्रकारे मला विचारलंत ती पद्धत मला आवडली.'' त्यानंतर तिने माझ्या वडलांचा हात पकडला. पॉपनी डोळे उघडले. त्यांना ती देखणी मुलगी आपल्यासमोरच उभी असल्याचे दिसले. त्यांना पहिल्या नजरभेटीतच ती आवडली होती आणि ते तिला आपले हृदय देऊन बसले होते. त्यातला सर्वात उत्तम भाग असा होता की तिने त्यांचा हात धरला होता. पॉपनी फक्त स्मित केले, परंतु ते काहीच बोलू शकले नाहीत. ते एखाद्या मुलीसारखेच लाजाळू होते. त्यांनी आपले डोके झुकवले आणि म्हणाले, ''आपण बाहेर जाऊ शकतो का? आपण खासगीपणे बोलू शकतो का? ठीक आहे...म्हणजे तुमची हरकत नसेल तरच!'' माझ्या मॉमने माझ्या पॉपकडे पाहून स्मित केले आणि म्हणाली, ''तुम्ही ज्या प्रकारे लाजता, ते मला आवडतं. तुमच्या मनात खूपच गोडवा भरलेला आहे. तुम्हाला संकोच बाळगण्याचं काहीच कारण नाही. मी आधीच तुमचा हात हातात घेतला आहे. त्यामुळे चला, आपण बाहेर जाऊया.'' माझ्या पॉपनी आपले मस्तक उंचावले आणि ते म्हणाले, ''थँक यू व्हेरी मच. खरे तर माझ्या आयुष्यात प्रथमच मी एखाद्या मुलीला अशा प्रकारे विचारलं आणि मी यशस्वीही झालो. त्यामुळे आता या गर्दीतून बाहेर पडूया...'' माझे वडील बाहेर पडण्यासाठी त्या गर्दीतून वाट काढत होते. त्यांनी माझ्या आईचा हात धरला होता. त्यावेळी त्यांचे मित्र तिथेच आजूबाजूला होते. माझे वडील असे एखाद्या मुलीबरोबर प्रथमच बाहेर चालले होते. त्यामुळे त्यांच्यापैकी किंचित दारू चढलेला आणि हातात बिअरचा ग्लास असलेला त्यांचा एक मित्र जवळ आला आणि त्याने विचारले, ''एऽऽ मित्रा, तुला सुंदर मुलगी मिळाली हे फारच छान झालं. आणि तुम्ही मॅऽम! तुम्ही त्याला कधीही सोडू नका. तो एक अतिशय चांगला मुलगा आहे आणि मला माहिती आहे तो तुम्हाला खूप प्रेम देईल.''

माझे वडील संकोचून गेले होते. त्यांनी त्याला बाजूला केले आणि स्मित करत ते म्हणाले, ''त्याचं काहीही ऐकू नका. तो थोडा प्यायलेला आहे.''

माझ्या आईने स्मित केले आणि ती म्हणाली, ''मग आपण बाहेर जाऊया.'' माझे पॉप तिच्या म्हणण्याला दुजोरा देत म्हणाले, ''होय. आपण बाहेर जाऊया.'' ती एक आश्चर्यजनक गोष्ट होती. पार्टी सुरूच होती. लोक येत होते आणि जातही होते. माझे वडील आणि मॉम यांना तिथे बसायला जागा नव्हती. त्यामुळे त्यांनी बारच्या पायऱ्यांवर बसायचे ठरवले आणि नंतर ते एकमेकांशी बोलू लागले. पॉपना हे सारेच नवीन होते. त्यामुळे त्यांनी तिला विचारले, ''तुम्हाला माझ्याविषयी जाणून घ्यायला आवडेल का? की तुम्ही स्वतःविषयी मला काही सांगाल?'' माझ्या मॉमच्या चेहऱ्यावर भरपूर स्मित होते. तिने त्यांना सांगितले, ''तुम्ही प्रथम सांगा.'' माझे पॉप आता अडकले होते. त्यांनी स्मित केले आणि ते म्हणाले, ''काय बोलावं तेच मला समजेनासं झालंय. परंतु तुम्हाला न आवडणारं मी काही बोललो तर त्याविषयी कृपा करून वाईट वाटून घेऊ नका.''

माझ्या वडलांच्या बोलण्याची पद्धत, ते ज्याप्रमाणे प्रेम व्यक्त करत होते, ती पद्धत माझ्या आईला आवडली होती. ती त्यांना म्हणाली, ''तुम्ही काहीही बोललात तरी मला त्याचं काहीही वाटणार नाही. ठीक आहे?'' तिने तसे म्हटल्यावर माझ्या वडलांना मोठेच बळ आल्यासारखे वाटले. आता त्यांनी तोंड उघडले आणि ते थेट माझ्या मॉमशी बोलू लागले. त्यांनी तिला सांगितले, ''खरे तर मला प्रथम हे सांगायचे आहे की मला प्रथमदर्शनीच तुम्ही खूप खूप आवडलात. पहिल्या नजरभेटीतच मी तुम्हाला माझे हृदय देऊन बसलो होतो, असंही मी तुम्हाला सांगतो.''

त्यानंतर मध्ये अजिबात न थबकता ते म्हणाले, ''जर तुमची हरकत नसेल, तर मी तुम्हाला लग्नाची मागणी घालू इच्छितो.'' माझ्या आईला मोठाच धक्का बसला होता. ती वयाने लहान होती. तोपर्यंत तिला कोणीही लग्नाची मागणी घातलेली नव्हती की माझ्या वडलांनी तिला ज्याप्रमाणे मागणी घातली होती त्याप्रमाणे तोपर्यंत कोणीही आपण तिच्यावर प्रेम करत असल्याचे सांगितले नव्हते. माझे वडील तिला नुकतेच भेटले होते. ती त्यांच्याबरोबर त्या रात्रीपुरती गप्पागोष्टी करण्यास तयार होती. परंतु माझे पॉप तिला जीवनसाथी बनवू पहात होते. ती सुन्न झाली. जे काही घडत होते त्यावर तिचा विश्वासच बसत नव्हता.

''ठीक आहे....सध्या तरी मी सुपर मॉडेल होण्याचा विचार करत आहे. त्यासाठी मी मोठाच संघर्ष करत आहे. मी लग्नाचा कधीही विचारच केला नव्हता आणि हे सगळे एवढ्या लवकर घडू शकेल असेही मला वाटले नव्हते.'' माझे वडील म्हणाले, ''खरे तर मला एक प्रतिष्ठित व्यावसायिक बनायचं आहे आणि तुम्हाला सुपर मॉडेल बनायचं आहे. त्यामुळे आपली जीवने संघर्षांनी भरलेली आहेत. मग आपण कायमचेच एकत्र राहून एकमेकांना मदत का करू नये?

माझ्या आईने माझ्या वडलांमध्ये काय पाहिले ते मला माहिती नाही; परंतु तिने त्यांच्या प्रस्तावाला होकार दिला. ती म्हणाली, ''मी इथे भारतात कित्येक दिवसांपासून संघर्ष करत आहे. परंतु आतापर्यंत मला चांगला मित्र मिळालेला नव्हता. आज मात्र मला प्रेमाने हृदय भरलेला आयुष्याचा जोडीदार मिळाला आहे. हे खरोखरच अविश्वसनीय आहे.'' माझ्या वडलांनी तिचा होकार ऐकला आणि एखाद्या लहान मुलाप्रमाणे त्यांनी उडी मारली आणि ते म्हणाले, ''होय! मला माझं प्रेम सापडलं.'' ते एवढ्या जोरात ओरडले की आजूबाजूचे लोक दचकले आणि नंतर त्यांच्याकडे पहात त्यांच्या या वेडेपणाला हसू लागले. माझ्या आईने फक्त त्यांच्याकडे एकदा पाहिले आणि त्यांच्या प्रेमाच्या तीव्रतेने ती चकित झाली. याच व्यक्तीबरोबर ती लग्न करणार होती.

माझ्या वडलांनी एकदम माझ्या आईचा हात धरला आणि म्हणाले, ''चल, आपण दोघं एकत्र नृत्य करूया.'' माझी मॉम हसतच होती आणि आपला चेहरा ओंजळीत लपवत होती. माझे पॉप आकाशात उंच उडत होते. ते प्रेमात पडले होते. त्यांनी तिला लगेच मिश्किलपणे हसत विचारले, ''माय लव्ह, आपल्या आनंदी जीवनाची सुरुवात करण्यासाठी आज रात्री तू माझ्याबरोबर नृत्य करशील का?''

८

जन्मापासूनची क्रूर थट्टा

आधीच्या जन्मापासूनच आपण तिला ओळखत असल्याप्रमाणे माझे वडील वागत होते. त्यांचा उत्साह आणि अवखळपणा याला माझी आई रोखू शकली नाही. ती पायऱ्यांवर बसली होती आणि त्यांच्याबरोबर मोठ्याने हसत होती. ती आनंदात होती. माझी आई उठल्यावर माझ्या वडलांनी तिचा हात धरून तिला ओढले आणि ते नृत्याच्या मंचाकडे धावत निघाले. त्यानंतर वेड्यासारखे ते दोघे एकत्र नाचले. गोल गोल फिरत, गिरक्या घेत एकमेकांच्या बाहुपाशात स्वतःला झोकून देत ते नाचत होते. माझे वडील एवढ्या आनंदात होते की ते आपल्या आनंदावर नियंत्रण राखू शकत नव्हते आणि ते तसेच अत्यानंदाने नृत्य करत राहिले. त्यांचे मित्र त्यांच्याकडे तसेच पहात राहिले होते आणि ते आश्चर्यचकित झाले होते. खरे तर माझे वडील उत्तम नर्तक होते. ती संपूर्ण रात्र माझे आई-वडील एकमेकांसोबत नृत्य करत राहिले. त्या जादुई रात्रीने त्यांना माझे आई-वडील बनवले होते. त्यांच्या मित्रांनी त्यांना प्रोत्साहन दिले. त्या पहिल्या वेड्या रात्रीनंतर माझे आई आणि वडील रोजच एकमेकांना भेटत राहिले. ती बांगला देशी होती आणि अत्यंत देखणी स्त्री होती. एक लहानशी मॉडेलही होती. ते तिच्यासाठी वेडे झाले होते. ती अत्यंत देखणी होती. त्यांना तिच्याशी लगेच लग्न करायचे होते.

मात्र दोघांनाही भारतातील जात आणि वंश संस्थांची भीती वाटत होती. माझे वडील राय वंशातील होते आणि आई बासु वंशातील होती. शिवाय

ती भारतीयही नव्हती. कदाचित ती भारतात अधिकृत कागदपत्रांशिवायच आली होती. त्यामुळे दोन अपरिपक्व लव्ह बर्डसप्रमाणे माझे आई- वडील काठमांडूला पळून गेले. नेपाळ या शेजारी देशाची ती राजधानी होती. त्यांनी तिथे लग्न केले आणि त्यानंतर वर्षभराने एक चमत्कार घडला. माझा जन्म झाला.

माझ्या आईला मूल नको होते, कारण तिला सुपर मॉडेल व्हायचे होते. ती गर्भवती राहता क्षणीच तिच्या स्वप्नांचा चक्काचूर झाला. खरे तर सर्वसाधारणपणे प्रत्येक आई आपल्या मुलाला स्तनपान देते. परंतु माझ्या आईने तसे केले नाही. ती मला स्तनपान देऊ इच्छित नव्हती. मुलाचा जन्म हीच आपले सुडौल शरीर बेडौल करणारी प्रक्रिया असते असे तिला वाटत होते. स्तनपानाने आपल्या सुंदर स्तनांचा आकार बिघडेल अशी भीती तिला वाटत होती. तिला संताप आला. कदाचित ती माझ्या वडलांवरच संतापली असावी. कारण त्यांच्याशी केलेल्या लग्नातून हे सारे घडले होते. कदाचित ती संपूर्ण जगावरच चिडली होती. अशा प्रकारे सारे तिच्या बाबतीत घडले होते आणि हा तिच्या स्वप्नांचा मार्ग नव्हता. मी काहीच केले नव्हते. मी तर या पृथ्वीवर जन्मलेले एक छोटेसे शरीर होतो. अचानकच योगायोगाने माझा इथे जन्म झाला होता. तरीही माझ्या हृदयावर एका गोष्टीचा सातत्याने आघात होत राहिला. माझ्या मनात सारखी अशी भावना येत राहते की 'माझ्या आईने आपल्या उदरात माझा नऊ महिने सांभाळ केला. मग ती माझा एवढा तिरस्कार कसा काय करू शकत होती? त्या क्षणी माझे हृदय मला फक्त एकच उत्तर देते. ते म्हणते, 'असे म्हटले जाते की या जगात नशीब किंवा नियती असते. ते सत्य असू शकेल.' मी नशीब या शब्दाचा विचार करतो त्यावेळी मात्र मला लेखकाची किंवा निर्मात्याची आठवण होते. हे नशीब कोण तयार करते किंवा निर्माण करते? देव खरोखरच आहे का? तोच हे करतो का? जर खरोखरच तोच मानवी नशीबे तयार करत असेल तर माझ्या बाबतीत त्याने हा भेदभाव का केला? मी एक लहान मूल होतो. माझ्याही शरीरात एक छोटेसे हृदय धडधडत होते. मी स्वतःलाच काय सांगावे? मी स्वतःला असे सांगावे का की नाही, नाही; खरे तर देव महान आहे. तो जे काही करतो ते आपल्या भल्यासाठीच करतो. किंवा खरे पाहता मी देवाच्या यादीत नव्हतोच अशी मी माझी समजूत घालून घ्यावी?

ठीक आहे...खरे तर माझा नशीबावर विश्वास नाही. आतापर्यंत तरी माझ्या बाबतीत जे जे घडले होते तो माझ्या दैनंदिन वर्तनाचा आणि प्रयत्नांचा परिणाम होता. मी कष्टाने हळूहळू चालण्यास शिकत होतो आणि स्वतःला आयुष्यात पुढे जाण्यास शिकवत होतो. अचानकच मोठ्या कष्टाने कसेबसे माझे पोट भरण्यास मी शिकलो. या जगातील दुष्ट प्रवृत्तींचा मला शोध लागला आणि मी लाथा–बुक्क्यांपासून स्वतःचा बचाव करू शकलो नाही.

तरीही मला एक गोष्ट माहिती आहे. माझा असा ठाम विश्वास आहे की एखाद्याचे नशीब लिहिणारे खरेखुरे लेखक हे त्याचे पालकच असतात. ते काय करतात आणि ते त्याचे नशीब कशा प्रकारे लिहितात त्यावरच ते सारे काही अवलंबून असते. मी एक अपवादात्मक प्रकरण आहे. अगदी पहिल्या दिवसापासूनच मी नको असलेले मूल होतो. माझ्या आईला मी नको होतो. अगदी जन्मापासूनच माझ्या नशिबी लिहिले गेलेले शब्द होते; वंचित, दुःखी जीव. मी प्रत्येक गोष्टीपासून वंचित होतो. प्रत्येक गोष्टीचे दुःख मी करत होतो. सतत दुःख करत, गाऱ्हाणे मांडत रहात होतो. प्रेम, माया, आई या सगळ्यांसाठी मी तळमळत होतो. आईच्या वात्सल्यासाठी, तिच्याकडून घेतल्या जाणाऱ्या काळजीसाठी मी तळमळत होतो. माझा हात पकडायला डॅडी नाहीत आणि त्यांनी मला आपला आपण मार्गक्रमण करायला सोडून दिले म्हणून मी दुःख करत होतो.

आणखी एका बाबतीत माझे प्रकरण वेगळे होते. माझी आई माझा तिरस्कार करत होती. तिने मला कधीही स्तनपान दिले नव्हते. परंतु माझे वडील माझ्यावर प्रेम करत होते. त्यांनी आईची भूमिकाही पार पाडली होती. त्यांनी मला बाटलीने दूध पाजून वाढवले होते. त्यांनी माझे लंगोट बदलले होते. ते माझ्याशी खेळत होते आणि मला अंगाई म्हणून झोपवत होते आणि मला गोष्टीही सांगत होते. त्यांनी या पृथ्वीवरची सर्वाधिक महान कथा मला सांगितली होती. ते माझ्या आईवर कसे प्रेम करत होते ते त्यांनी मला सांगितले होते. माझी आई ज्यावेळी त्यांच्यावर रागवत असे त्यावेळी ते स्मित करत आणि तिची क्षमा मागत. पॉप तिच्यावर खूप खूप प्रेम करत राहिले होते. मी आज असे म्हणू शकतो की त्यांनी तिच्यावर विनातक्रार, निर्विवाद प्रेम केले. तिच्यासाठी ते कशाचाही त्याग करायला तयार होते. तिला प्रत्येक

गोष्ट द्यायला ते तयार होते. तिच्यासाठी त्यांनी आपल्या कुटुंबीयांचे संबंधही तोडून टाकले होते. माझ्यावर ते जेवढे प्रेम करत होते, त्याहूनही तिच्यावर ते अधिक प्रेम करत होते. मी अभिमानाने म्हणू शकतो की माझे वडील हे प्रेम करण्यासाठीच जन्मलेली व्यक्ती होते. सुरुवातीपासून आपल्या आयुष्याच्या अखेरीपर्यंत त्यांनी माझ्या आईवर निस्सीम प्रेम केले.

परंतु तिचे हेतू भयानक होते. माझ्या आईला त्यांचा सगळा पैसा बरोबर घेऊन जायचे होते आणि मला कायमचे सोडून द्यायचे होते. याबाबतीत तिला जबरदस्त आत्मविश्वास होता आणि ती त्यासाठी कोणत्याही टोकाला जाऊ शकत होती. बँकांमधील सगळी खाती तिने स्वतःच्या नावावर करून घेतली होती. माझ्या पॉपच्या नकळत तिने एक फॉरीन खातेही उघडलेले होते. एके दिवशी माझे वडील आठवडाअखेरीच्या व्यावसायिक सहलीवर बाहेर गेले होते. त्या दिवशी संधी साधून माझ्या आईने सगळा पैसा घेतला आणि ती पळून गेली. तिने मला बस स्टॉपवर सोडून दिले. एकट्यालाच. मी रांगू शकत होतो. मी त्यावेळी सुमारे एक वर्षाचा होतो.

मी रडू लागलो. मला आईचा किंवा कोणाही परिचिताचा चेहरा दिसत नव्हता. मिनिटभरानंतर मी रांगत रांगत बसच्या भल्या मोठ्या चाकाखाली गेलो. ती स्टॉपवर थांबलेली बस होती. मी फक्त लपण्यासाठी एखादे ठिकाण शोधत होतो. बस किंवा ते चाक हलू शकेल याची मला जाणीवच नव्हती. पण माझे नशीब पहा! अचानकच एका वाहतूक हवालदाराने मला पाहिले आणि बसखालून ओढून बाहेर काढले. त्याने जलद हालचाली केल्या. अन्यथा, बसचे चाक माझ्या अंगावरून गेले असते. त्यानंतर मी पोलिसांच्या ताब्यात होतो. त्याच वेळी पोलिसांना असे वाटले की टी.व्ही. वर हरवलेल्या मुलांच्या जाहिरातीत मुलाचा फोटो देणे हा त्याच्या कुटुंबीयांशी संपर्क साधण्याचा सर्वात उत्तम मार्ग आहे. टी.व्ही. वरची ती जाहिरात नेमकी माझ्या वडलांनी पाहिली. त्यांनी त्या बाळाचे छायाचित्र ओळखले आणि धावत पळत पोलीस ठाण्यात पोहचले. ते पूर्णपणे सुन्न झाले होते. मी तिथे कसा काय पोहचलो होतो ते त्यांना माहिती नव्हते. तसेच माझी आई कुठे होती तेही त्यांना समजले नव्हते.

ते मला घरी घेऊन आल्यावर नेमके काय घडले असावे ते त्यांना समजले. लवकरच त्यांच्या हेही लक्षात आले की ते पूर्णपणे मोडून पडले होते. त्यांना खरोखरच काय करायचे होते तेच त्यांच्या लक्षात येत नव्हते. काही दिवस ते फक्त झुलत्या खुर्चीवर बसून खिडकीतून बाहेर पहात रहात होते. त्यांची नजर थिजून गेली होती आणि त्यांचे शरीर पूर्णपणे थंडगार पडले होते. हिवाळ्यातील रात्री होणाऱ्या वादळात जणू काही ते हरवून गेले होते! ते तीव्र दुःखात बुडून गेले होते. ते एकाकी झाले होते आणि बधीर बनले होते. एखाद्या पुतळ्याने माझ्याकडे पहावे तसे ते माझ्याकडे एकटक पहात बसत. त्यांच्या पापण्यांची उघडझाप होत नसे. त्यांची नजर गोठलेली होती. मी शांतपणे रडत असलो काय; किंवा टाहो फोडून रडू लागलो काय; त्यांच्या काहीही लक्षात येत नव्हते.

१

अखेरीची सुरुवात

माझ्या पॉपच्या आणि माझ्याही आयुष्याला त्यावेळी कलाटणी मिळाली होती. त्याच वेळी ते भरपूर दारू पिऊ लागले.

त्यांनी रोज दारू पिण्यास सुरुवात केली होती. त्यांनी काम करणे थांबवले होते. आपल्या हरवलेल्या प्रेमासाठी ते भरपूर अश्रू ढाळत असत. त्यावेळी नेमके काय घडले होते, कसे घडले होते हे सारे लक्षात ठेवण्याच्या दृष्टीनेही मी खूपच लहान होतो. त्यानंतर मी चार वर्षांचा होईपर्यंत माझे वडील मला नेहमीच दूषणे देत. मात्र त्याच वेळी ते माझी काळजी घेत होते आणि माझ्यावर प्रेमही करत होते. ते माझ्याबरोबर रडत होते आणि ते माझ्यासमोर हसतही होते. त्यांच्या आणि माझ्या आईच्या प्रेमप्रकरणाची सगळी कहाणी ते मला नेहमीच सांगत रहात होते. आम्ही जितका काळ एकत्र होतो, तेवढा काळ ते सतत, अगदी रोजच मला ती गोष्ट सांगत राहिले होते. मी चार वर्षांचा होईपर्यंत असे चालले होते. माझ्या वयाची इतर बहुतेक मुले अंगाईगीत ऐकून झोपी जात होती. परंतु मी वेगळा होतो. माझी अंगाईगीते म्हणजे माझ्या कुटुंबाच्या कहाण्या होत्या. माझ्या संपूर्ण कुटुंबाची कहाणी माझ्या पॉपकडून मला समजली होती. मी बोलायला लागण्याआधीपासूनच त्यांनी ती मला सांगितली होती. मी रोजच ती ऐकली होती आणि आता इतक्या वर्षांनंतरही त्याची आठवण पुसट झाली असली तरीही वडील आणि मुलाच्या

त्या कहाणीची प्रतिमा माझ्या डोक्यात आहे. वडील रडत असत आणि गोष्ट सांगत असत. ती गोष्ट त्यांच्या सर्वाधिक निस्सीम, अफाट प्रेमाची होती.

कदाचित मी मोठा झाल्यावर मी कोण आहे असा प्रश्न माझ्या मनात येईल असेही त्यांना नक्कीच वाटले असावे. मी माझ्या ओळखीचा शोध घेईन असेही त्यांना वाटले असावे. फक्त आपले स्वतःचे आणि माझ्या आईचे नाव सांगायला ते विसरले होते. एक वर्षाच्या मुलाला कोणीही त्याच्या आईचे नाव मीना, रिना, किंवा शांता किंवा कांता आहे असे सांगत नाही हे खरे आहे. तुझ्या वडलांचे नाव राजू किंवा राम किंवा रोहित किंवा रोशन आहे असेही कोणी एक वर्षाच्या मुलाला सांगत नाही. माझे वडील खूपच बुद्धिमान होते. परंतु आपले नाव सांगायला ते विसरले होते. माझ्या आईचे नाव सांगायला ते विसरले होते. त्याऐवजी त्यांनी माझ्या मनात त्यांची प्रेमकहाणी भरवली. ते कसे भेटले होते. त्यांनी कसे नृत्य केले होते हे त्यांनी मला सांगितले होते. ते मरण पावले आणि चार वर्षांचा असताना ते मला एकाकी सोडून गेले. त्यांनी माझ्या डोक्यात त्यावेळी ती परिकथा मात्र भरून ठेवली होती. परंतु ती ढोबळ होती. मला फक्त त्यांचे आणि आईचे आडनाव माहिती होते. कारण माझ्या पॉपना त्यांच्या आडनावांच्या साहाय्याने मी माझे नाव तयार करावे असे वाटत होते. त्यामुळे मला नाव मिळाले बासु राय. बसु हे माझ्या आईचे आणि राय हे वडलांचे आडनाव होते. माझ्या संपूर्ण आयुष्याचा विचार त्यांनी केला नव्हता. निनावी, अनामिक पालकांचा मुलगा म्हणून मला जगावे लागेल असा विचार त्यांच्या मनात आला नव्हता.

माझे पॉप मरण पावले त्यावेळी मी रडलोसुद्धा नव्हतो. का ते मला अद्यापही समजत नाही. त्यावेळी मी एवढा भावनाशील नव्हतो. मी एवढेच म्हणू शकतो की त्यावेळी माणूस मरतो म्हणजे काय होते आणि तो जिवंत असतो म्हणजे काय असते याची मला जाणीव नव्हती. मी फक्त त्यांचे डोळेच पाहू शकलो होतो. ते दगडासारखे अचेत दिसत होते आणि ते माझ्याकडेच पहात होते. त्यांच्या थिजलेल्या डोळ्यांत मीसुद्धा एकटक पहात राहिलो होतो. त्यांच्या अंतिम समयी माझ्या वडलांना मला नेमके काय सांगायचे होते ते मला माहिती नाही, परंतु ते निष्क्रिय, थिजलेले डोळे मला काहीतरी सांगू पहात होते. जणू

काही ते माझी क्षमायाचना करू पहात होते. माझ्यासाठी त्यांनी जे नशीब आणि नियती सोडली होती त्याचा बहुधा त्यांना पश्चात्ताप होत असावा.

तिथे बाहेर काय घडले होते ते मला समजू शकले नव्हते. मी फक्त ते सारे पहात होतो. जिज्ञासेपोटी, उत्सुकतेपोटी असाहाय्यतेने त्याचे निरीक्षण करत होतो. लोक येत – जात होते, परंतु मी पॉपच्या डोळ्यांत पाहणे सोडले नव्हते. त्यांच्या गालांवर ओघळलेले अश्रू मी आधीच पाहिले होते. अश्रूंची अगदी पुसटशी रेष दिसत होती आणि आता तीही सुकली होती. परंतु त्यांचे ओठ मात्र मी कधीच विसरू शकलेला नाही. त्यांनी ते किंचितसे मुडपून घेतले होते. जणू काही ते त्यांच्या आणि माझ्या नशीबाला हसत होते. लोक असे म्हणतात की लोक मरतात त्यावेळी ते बोलत नाहीत, कारण त्यांचा आत्मा शरीर सोडून जातो. परंतु मी पॉपच्या डोळ्यांत पाहिले होते त्यावेळी ते माझ्याशी बोलत होते असे मला वाटले होते. मला असे जाणवले होते की त्यांची नजर मला म्हणत होती, ''सॉरी बाळा. तुला आता स्वतःच्याच जीवावर जगावं लागणार आहे आणि आयुष्याचा संघर्ष करावा लागणार आहे. तुझा हात धरून तुला मार्ग दाखवण्यासाठी आता मी नसेन. त्यामुळे तुला स्वतःलाच तुझा मार्ग शोधून काढावा लागणार आहे. स्वर्गातून कुठून तरी मी सतत तुझ्याकडे पहात असेन. त्यामुळे बाळा गडगडत जाणारा दगड बनू नकोस. तू प्रवाहाबरोबर तसाच वहात पुढे गेलास तर तुझे अस्तित्त्व आणि ओळख तू गमावून बसशील. त्यामुळे नेहमीच तू जसा आहेस तसा रहा. प्रेमळ हृदयाची मानवतापूर्ण व्यक्ती बन. त्यासाठी..तुझ्या आयुष्यासाठी तुला माझ्याकडून सर्व प्रकारच्या शुभेच्छा बाळा!''

त्यानंतर माझ्या भोवतालच्या लोकांनी मला सांगितले की 'ते मरण पावले आहेत.' परंतु ते तसे का म्हणत होते ते मला समजले नव्हते, कारण त्यांची नजर आणि डोळे मला खूप काही सांगत होते असे मला वाटत होते. त्यांपैकी काही गोष्टी मला समजल्या होत्या आणि काही समजल्या नव्हत्या. एकही शब्द न उच्चारता आपल्या डोळ्यांनीच लोक बोलू शकतात, ही एक आश्चर्यजनक बाब आहे. परंतु त्यांचे डोळे बोलतात. असे न बोललेले आणि ऐकूही न येणारे शब्द हृदयाला समजतात. खरे पाहता, तुम्ही लोकांना अंतःकरणाने

समजून घेण्याचा प्रयत्न करता, त्यावेळी पहिल्यांदा तुम्हाला आपले स्वतःचे अंतःकरणच समजले नसेल तर ते खूप अवघड असते. मला असे आठवते की माझे वडील मरण पावले त्यावेळी तिथे काही लोक होते. ते स्मित करत होते आणि बोलत होते. माझी काळजी वाटत असलेल्या काहींच्या डोळ्यांतून अश्रू ओघळत होते. परंतु खरे तर त्यांना किंवा त्यांच्या मुलाला काय झाले होते, त्यांच्या बाबतीत काय घडले होते याची कोणालाही फिकीर नव्हती. मी घरातून चालत बाहेर पडलो होतो त्यावेळी कोणालाही माझी आठवण झाली नव्हती. लोक फक्त स्वतःचीच काळजी करतात.

इतरांना आपण कसे समजून घेतो ते व्यक्तीवर अवलंबून असते. आपण हृदयाची भाषा समजून घेणे आवश्यक असते; अन्यथा दूरवरच्या हृदयांच्या भावनांचे आकलन होणे कठीण असते. कारण फक्त हृदयालाच प्रेम कसे द्यावे ते माहिती असते. त्यालाच दुःख कसे दूर करावे ते माहिती असते. त्यालाच फक्त कोणता मार्ग चोखाळणे योग्य आहे ते समजते. म्हणूनच खरे विद्वान आपल्याला नेहमीच असे सांगतात की हृदयाचे ऐका आणि त्याने कौल दिलेला मार्गच चोखाळा. हृदयाचे म्हणणे ऐका. तुम्ही कधीच चुकणार नाही. कारण तुमचे अस्तित्वच तुम्हाला ते करायला सांगत असते. त्यामुळे हृदयाचे म्हणणे ऐकून तुम्ही काही केले आणि काही गमावले तरीही, तुम्ही चूक केलेली नसते. त्याचा अर्थ असा असतो की तुम्ही मानवतेची कास धरलेली असते. काही लोकांना संपत्ती जमा करायला आवडते. परंतु आपल्या स्वतःच्याच कृतींनी तुम्ही समाधानी नसाल तर त्या संपत्तीचा तरी काय उपयोग असतो? म्हणूनच बायबलमध्ये असे सांगितले गेले आहे की तुम्ही इतरांचे ज्या प्रकारे मूल्यमापन करता, त्याच प्रकारे तुमचेही मूल्यमापन केले जाईल. प्रत्येक कृतीला निनाद असतो. तुम्हाला आपल्या कृतीपासून काय मिळवायचे आहे ते तुमच्यावर अवलंबून असते.

असंख्य लोक या पृथ्वीतलावर येतात आणि जातात. परंतु काही लोकांनाच खऱ्या अर्थाने या पृथ्वीतलावर येणे आणि जाणे म्हणजे काय त्याचा अर्थ समजलेला असतो. त्यामुळे आगमन या शब्दाचा खरा अर्थ ज्याला समजलेला असतो तेच लोक या आगमनाचा उपयोग करून घेतात आणि जगाला काहीतरी देऊन जातात. त्या बदल्यात जगही त्याना विसरून जात नाही. ते त्यांना

जिवंत ठेवते किंवा त्यांना कायमच प्रकाशमान राखते. परंतु ज्यांना येणे आणि जाणे याचा अर्थच समजलेला नसतो ते फक्त येतात आणि अदृश्य होतात. त्यांची कोणालाही आठवण रहात नाही. त्यामुळे एकदा तुम्ही जन्मलात की तुम्हाला मरण पत्करावेच लागते. ती एक अपरिहार्य बाब असते.

परंतु जे खरे मानव असतात ते स्वतःला शाश्वत बनवण्यासाठी पराकाष्ठेचे प्रयत्न करतात. त्यांनी या पृथ्वीला प्रेमाने भरून टाकले तर त्यांच्यावर हे जगही चिरंतन प्रेम करत राहते. तुम्ही जन्मता, त्यावेळी तुमच्याभोवतीचा प्रत्येक जण हसत असतो. परंतु तुम्ही एकटेच मात्र रडत असता. तुम्ही मरण पावता त्यावेळी प्रत्येक जण रडत असतो. परंतु तुम्ही एकटेच स्मित करत असता आणि निघून जाता.

प्रकाश – तो माझ्यातच आहे आणि माझ्याभोवतीची वादळेही माझ्यातच आहेत. या पृथ्वीतलावर येण्यासाठी मी कित्येक विश्वे पार केली आहेत. हे पाहणारे डोळे नसले तरीही मी या पृथ्वीवर मेटाकुटीला येऊन चढतो आहे. म्हणूनच पुरात होडी वल्हवणाऱ्या नावाड्याप्रमाणे मीही नजरेआड अदृश्य होईन. परंतु माझ्या अंतर्यामी आशेचा प्रकाश पसरलेला आहे आणि एक विचारही आहे, की 'एके दिवशी मी समुद्र किनाऱ्यावर पोहचेन आणि माझ्यातील प्रकाश दिसेल. त्यानंतर हे विश्व मला प्रेमाने भरलेले हृदय देईल.'

अचानकच माझ्या बरोबरच्या प्रवर्तकाने मला हलवून जागे केले, कारण आता विमान उतरण्याची वेळ झाली होती. ध्वनिवर्धकावरचा आवाज मलाही ऐकू येत होता. 'कृपया, इकडे लक्ष द्या. लवकरच विमान धावपट्टीवर उतरेल. प्लीज आपले सीट बेल्ट्स घट्ट बांधून टाका.' माझा सीट बेल्ट बांधण्यासाठी मी खाली पाहिले त्यावेळी माझ्या लक्षात आले की तो तर आधीच बांधलेला होता. मी खिडकीतून बाहेर पाहिले, त्यावेळी मला नटून सजून सज्ज असलेले सुंदर हाँगकाँग दिसत होते.

१०

माझ्या मोहिमेचा प्रारंभ

तो विमानतळ पाण्याच्या मध्यभागी वसवल्यासारखा दिसत होता आणि त्याचे दिवे अगदी सुंदरपणे चमचमत होते. त्यानंतर आम्ही खाली उतरलो. आम्ही विमानतळावरच्या बसमध्ये चढलो. बस दोन्ही दिशांनी चालवली जाऊ शकत होती हे पाहिल्यावर माझा त्यावर विश्वासच बसत नव्हता. मला मागच्या आणि पुढच्या बाजूलाही बसचे स्टिअरिंग दिसले. त्यावेळी प्रथमच कुठेही न वळवता दोन्ही बाजूंनी चालवता येणारी बस मी पहात होतो. मी आश्चर्याने अगदी थक्क होऊन गेलो होतो. माझे पहिले विमान. माझा पहिला विमानतळ. कित्येक अनोळखी दिसणाऱ्या लोकांची गर्दी. हाँगकाँगहून आम्ही फिलिपाईन्सला जाण्यासाठी दुसऱ्या विमानात बसलो. मी फक्त बस, विमानतळ आणि लोक यांच्याकडे पहात होतो. दुसरे विमान आधीच्या विमानाहूनही मोठे होते. तो आणखी मजा देणारा अनुभव होता. हे विमान अधिक ऐसपैस होते. माझ्या सीटजवळ मी पोहचलो आणि बसलो. मी आश्चर्यचकित झालो होतो, कारण माझ्या सीटसमोरच टेलीव्हिजन होता. मी विचार केला की 'मी सुदैवी होतो. माझ्या सीटसमोरच टेलीव्हिजन होता.' देवाचे मी मनातल्या मनात आभार मानले. त्यानंतर मी आजूबाजूला पाहिले आणि माझ्या लक्षात आले की मला दिसत असलेल्या प्रत्येक सीटसमोरच अशा प्रकारचा टेलीव्हिजनचा पडदा होता. मी पुन्हा एकदा विचार केला की 'ठीक आहे. आपल्या सीटसमोरच टीव्हीचा पडदा असलेली सुदैवी व्यक्ती फक्त मी एकटाच नव्हतो.' त्यानंतर

मी खिडकीतून बाहेर पहात राहिलो आणि मला काही डबल डेकर विमाने दिसली. माझ्या आयुष्यातील काही अत्यंत आश्चर्यजनक अनुभवांपैकी तो एक अनुभव होता.

विमान थोडे खालून डडू लागल्यावर मला सभोवताली वाऱ्याबरोबर वाहत चाललेल्या ढगांची गर्दी दिसली. माझे विचारही आजूबाजूला भटकू लागले. माझे आयुष्य जलद गतीने बदलत चालले होते. त्यानंतर यापुढे माझ्या आयुष्यात माझ्या पूर्वायुष्यातील गोष्टीच्या बरोबर विरुद्ध प्रकारचीच प्रत्येक गोष्ट घडणार होती, हे मला माहिती होते. आता तुम्हाला काय घडले होते ते जाणून घ्यायचे असेल. मी त्या विमानात का होतो? नेपाळमधील काठमंडूतून बाहेर पडून मी फिलिपाईन्सला कसा काय विमानाने चाललो होतो? मी रस्त्यावरचे एक निराधार मूल होतो. त्यानंतर माझे काय झाले होते? मी शब्दशः ढगांमध्ये तरंगत होतो. 'ग्लोबल मार्च अगेन्स्ट चाईल्ड लेबर' या ऐतिहासित चळवळीत सहभागी होण्यासाठी मी विमानाने चाललो होतो. ही एक आशेची चळवळ होती. जगभराच्या कोनाकोपऱ्यातील सरकारे, त्यांचे नेते, उद्योजक आणि सर्वसामान्य लोक यांच्यामध्ये बालकामगारीच्या संदर्भात जागृती करण्यासाठी ही चळवळ हाती घेण्यात आली होती.

बालकामगारी विरोधातील हा जागतिक पातळीवरचा मोर्चा होता. जगभरच्या कामगार संघटना, शिक्षक आणि नागरी समाज संघटनांच्या समूहाने ही चळवळ हाती घेतली होती. हा गट एकत्रितपणे सहभागी विकासाच्या उद्दिष्टाच्या दिशेने सर्व प्रकारची बालकामगारीची प्रथा नष्ट करण्यासाठी आणि रोखण्यासाठी कार्य करत होता. सर्व मुलांना मुक्त, अर्थपूर्ण आणि चांगल्या दर्जाचे सार्वजनिक शिक्षण उपलब्ध करून देण्याची हमीही या चळवळीमार्फत देण्यात येत होती. मुलांच्या हक्कांचे संरक्षण करणे आणि त्याला उत्तेजन देणे याच्याशी संबंधित साधनांना ही चळवळ मोठाच पाठिंबा देत होती आणि तिने आपल्या सहभागी संघटनांना स्थानिक, राष्ट्रीय, विभागीय आणि जागतिक पातळीवर योगदान देण्यास उद्युक्त केले होते आणि त्यांना पाठबळ दिले होते. संयुक्त राष्ट्रसंघ, आंतरराष्ट्रीय आणि आंतर सरकारी संस्था यांच्याशीही ही चळवळ संलग्न होती.

या संदर्भात काढण्यात आलेला पहिला जागतिक मोर्चा एकमेवाद्वितीय होता, कारण तो फक्त सक्रिय कार्यकर्त्यांचा मोर्चा नव्हता; तर तो तग धरून राहिलेल्या, जगण्याचा संघर्ष करत असलेल्या बालकामगारांचा मोर्चा होता. जी मुले स्वतः बालकामगार होती आणि सामाजिक भेदभावाची बळी ठरली होती, तीच या मोर्चाची खरी हिरो होती. ती सर्वसमावेशक चळवळ होती. या चळवळीद्वारे अशिक्षित, वंचित मुले जगभरातील शिक्षित, प्रतिष्ठित लोकांना आणि सरकारांना गरीब, श्रीमंत, बेघर, टाकून दिलेल्या, गर्भश्रीमंत आणि वंचित अशा सर्व मुलांना शिक्षण देण्याचे महत्त्व शिकवणार होती. त्यांना त्याविषयीचे ज्ञान देणार होती. ज्या मुलांना यातना सहन कराव्या लागल्या होत्या, त्याच मुलांच्या दृष्टिकोनातून मुलांचे शोषण आणि छळ याचे खरेखुरे चित्र जगाला दाखवण्याचा आणि या मुलांना सहन कराव्या लागणाऱ्या यातना, वेदना आणि दुःख यांची जाणीव त्यांना करून देण्याचा असा या प्रकारचा हा पहिलाच प्रयत्न होता.

मोर्चातील मुले एक साधा परंतु प्रभावी संदेश देत होती. जर या जगातील लाखो मुलांचे भवितव्य एवढे अंधःकारमय असेल तर मानवतेच्या तेजस्वी भवितव्याची अपेक्षा आपण कशी काय करू शकू? जागतिक मोर्चा असे म्हटले गेलेल्या या चळवळीत सर्व खंडातील मुले सहभागी झाली होती. त्यांच्या मनात नवीन प्रकारची क्रांती घडवण्याची आशा होती. मी त्या मुलांपैकीच एक होतो आणि आता मनिला येथील आमच्या मुक्कामाच्या मार्गावर होतो. जागतिक मोर्चाच्या पहिल्या टप्प्याची सुरुवात तिथूनच होणार होती. या अमूल्य संधीमुळे मी भारावून गेलो होतो.

माझ्या स्वयंसेवकाने माझ्या खांद्यावर थोपटले आणि तो म्हणाला, ''आता रात्रीच्या जेवणाची वेळ झाली आहे.'' मी मान वळवून पाहिले. त्यावेळी देखण्या हवाईसुंदरी मला दिसल्या आणि त्यांच्याबरोबरच स्मार्ट कर्मचारीही होते. ते सगळे जेवण वाढत होते. ते माझ्याकडे जेवण वाढायला आले होते. आपल्या जेवणाच्या ट्रॉली ते पुढे ढकलत एकेकाजवळ जात होते. हे सगळे माझ्या बाबतीत घडत होते यावर मी विश्वास ठेवू शकत नव्हतो. जेवण खूपच चविष्ट होते. मी अशा प्रकारचे अन्न त्याआधी कधीच खाल्ले नव्हते. मला ती

जादू आहे असे वाटत होते. त्या देखण्या देवदूतांनी ते अन्न शिजवले असावे असा विचार मनात येऊन मला आश्चर्य वाटत होते. माझ्या आयुष्यात मी तोपर्यंत खाल्लेल्या अन्नापैकी ते सर्वोत्तम अन्न होते. रात्रीच्या जेवणानंतर मी डोळे मिटले आणि जागतिक मोर्चाविषयी विचार करू लागलो, कारण इतर लाखो मुलांचे प्रतिनिधीत्व करणाऱ्या केंद्रस्थानी असलेल्या मुलांमध्ये माझी निवड झाली होती. ती लाखो मुले त्या विमानात नव्हती. माझ्या आयुष्यातील तो एक महत्त्वपूर्ण क्षण होता.

अशाच प्रकारच्या कित्येक मुलांच्या आयुष्यात नवीन प्रकाश आणण्याच्या आशेने जागतिक मोर्चा जगाला त्यांच्या यातना, वेदना सांगणार होता. या जगातील सर्वाधिक बळी ठरलेल्या मुलांच्या दुःखाला वाचा फोडण्यासाठी केंद्रस्थानी निवडण्यात आलेल्या गटात माझा समावेश झाल्याबद्दल मला खूप आनंद झाला होता. निराधार मुलांना संधी दिल्या जाव्यात हे गाऱ्हाणे मांडण्यासाठी मला जागतिक व्यासपीठ लाभले होते त्यामुळे मला माझ्यावर कृपा झाल्यासारखे वाटत होते. शिक्षणात समान हक्क आणि उपलब्धी ही गोष्ट प्रत्यक्षात उतरू शकत होती, कारण मीही त्याच यातनांमधून आणि संघर्षातून गेलो होतो. होय. पेंगुळलेल्या अवस्थेत मी विमानाची सीट खाली केली आणि झोपू लागलो त्यावेळी विमानातून जगभरच्या दूरवरच्या विविध ठिकाणी प्रवास करणाऱ्या माझ्या या आयुष्याहून फक्त थोड्याच वर्षांपूर्वी माझे आयुष्य पूर्णपणे वेगळे होते हा विचार मला आश्चर्यकारक वाटत होता. एखाद्या चित्राच्या कार्डाप्रमाणे माझ्या डोळ्यांसमोर पुन्हा एकदा माझा भूतकाळ तरळू लागला.

११

चक्क कारमध्ये बसलो

सूर्योदय झाला की रोजच मी कचरा, घाण, कुजलेले आणि खराब झालेले अन्न यांनी भरलेल्या कचराकुंड्यांकडे जात असे. तिथे मोठीच दुर्गंधी पसरलेली असे. तरीही मी त्याभोवती फिरत असे आणि माझ्या आयुष्यासाठी त्यात शोधाशोध करत असे. तास न् तास मी त्या टाकलेल्या वस्तूंमध्ये काही हाताला लागते का ते धुंडाळत बसत असे. परंतु त्या कचऱ्याच्या पेट्यांत आणि कुजलेल्या अन्नात मला कधीच माझे आयुष्य सापडले नव्हते. माझे पोट भरून मी जिवंत राहिलो होतो.

माझे आयुष्य किती व्यापक अर्थाने वेगळे होते. प्रत्येक सर्वसामान्य मूल पाठीवर दफ्तर टाकून शाळेत जात होते. काहीतरी शिकून आयुष्यात कोणीतरी बनावे या इच्छेने ती शिकत होती. परंतु माझे वेळापत्रक त्यांच्याहून वेगळे होते. माझ्या पाठीवर दफ्तर किंवा बॅग नव्हती. त्याऐवजी माझ्या पाठीवर पत्र्याचे कॅन, प्लास्टिक, पाकिटे आणि टाकलेला माल, फेकून दिलेल्या वस्तू, दुर्गंधी येणाऱ्या टाकाऊ वस्तू यांनी भरलेले पोते असे. शाळेत जाणाऱ्या मुलांच्या पाठीवरच्या बॅगांमधून पुस्तकांचा वास आणि ज्ञानाचा प्रकाश येत असे. माझ्या पोत्यातून कचऱ्याची दुर्गंधी येत असे. आमची पोती वेगळी असल्यामुळे आमच्या नियती आणि राहण्याची ठिकाणेही वेगळी होती. परंतु कचऱ्यांच्या डब्यांतून मी गोळा केलेला कागदाचा कपटा न् कपटा मला

या जगात जगण्याचे ज्ञान देत होता आणि दुसऱ्या दिवशीच्या सकाळीसाठी माझ्या मनात उमेद निर्माण करत होता.

मादक पदार्थांचे सेवन करणाऱ्या लोकांशी झालेल्या त्या मारामारीनंतर मी ठरवले होते की आता यापुढे पाकिट मारायचे नाही. माझ्या मित्रांपैकी एकाने अगदी पहाटेच मला एक पोते दिले. मला खूपच आश्चर्य वाटले. माझ्या उंचीपेक्षाही ते पोते खूपच मोठे होते. मी त्याला म्हणालो, ''ए बाबा, रात्री आपण यात झोपूसुद्धा शकू. ते खूपच चांगले आणि मोठे आहे. होय ना?'' तो हसला आणि त्याने उत्तर दिले, ''होय. चल एकेक कप चहा मारूया. मग आपण कामाला निघूया.'' आम्ही दोघेही चहाच्या ठेल्यावर गेलो आणि एकेक ग्लास चहा आणि बन घेतला. त्यानंतर संपूर्ण दिवस आम्ही चिंध्या, कागदाचे कपटे, टाकून दिलेल्या वस्तू, विशिष्ट प्रकारचे प्लास्टिक, लोखंड, पत्रे, ॲल्युमिनियमची भांडी यांच्यासाठी शोधाशोध करत होतो. संपूर्ण दिवसभर आम्ही शोधाशोध केली आणि काही प्रमाणात वस्तूंचे तुकडे आणि काही वस्तू गोळा केल्या. आम्ही ते सगळे आमच्याकडच्या पोत्यात भरले. संध्याकाळी अशा प्रकारचा कचरा विकत घेणाऱ्या लोकांच्या भागात आम्ही गेलो. आम्ही जे नेले होते त्यानुसार त्यांनी आम्हाला पैसे दिले. ते एक नियमित काम होते. आम्ही प्रामाणिकपणे पैसे कमवले होते. कचऱ्यावर प्रक्रिया करणाऱ्या प्रकल्पात तो कचरा ते पाठवत होते. विविध प्रकारच्या वस्तूंसाठी आम्हाला वेगवेगळे पैसे दिले जात होते. प्लास्टिकच्या वस्तूंसाठी आम्हाला प्रति किलो १६ रुपये दिले जात होते. तांब्यासाठी प्रति किलो ६० आणि लोखंडासाठी प्रति किलो ६; तर ॲल्युमिनियमसाठी प्रति किलो २० रुपये आम्हाला मिळत होते. मी रोज ते काम करत होतो आणि ते काम खूपच कष्टप्रद होते. त्या मानाने खूपच कमी पैसे मिळत होते. रोज मला वेगवेगळ्या घाणेरड्या आणि कचरा टाकलेल्या उकिरड्यांवर जावे लागत होते आणि तिथून विक्रीयोग्य वस्तूंचा शोध घ्यावा लागत होता. ते अत्यंत घाणेरडे आणि गलिच्छ काम होते. म्हणून लवकरच मला या कामाचा पूर्णपणे कंटाळा आला. त्यानंतर मी वेगवेगळ्या घरांमधून तांब्याची आणि ॲल्युमिनियमची भांडी चोरण्यास सुरुवात केली. मी त्यांचे थोडेफार तुकडे करत असे किंवा त्यांना पोचे वगैरे पाडत असे आणि कचरा प्रकल्पात नेऊन ते विकत असे.

रोजच आपल्या दिवसाची सुरुवात मला त्या घाणेरड्या कचऱ्याच्या भागातून करावी लागत असल्यामुळे मला खूपच वाईट वाटत असे. त्या भागात कमालीची दुर्गंधी पसरलेली असे आणि ती सहन करणे अत्यंत अवघड होते. परंतु मी काय करू शकत होतो? मला कचरा आणि चिंध्या उचलण्याचे काम करावेच लागणार होते, कारण रस्त्यावर जगण्यासाठी माझ्याकडे याखेरीज बऱ्यापैकी प्रामाणिकपणे काम करण्याचा दुसरा पर्यायच नव्हता. मला हे काम करताना आपण एकाकी असल्यासारखे वाटत असे. माझे मित्र आणि मी वेगवेगळ्या ठिकाणी वेगवेगळ्या गोष्टी करत असू. आम्ही फक्त रात्रीच भेटत असू आणि मोठ्या प्रमाणात नासधूस करत फिरत असू.

ती अशीच एक हिवाळ्याची रात्र होती. आमची गँग रस्त्याच्या मध्यभागी जमली होती आणि आमचे काही मित्र गाणी गुणगुणत होते. रस्ता पूर्णपणे निर्मनुष्य होता. आमचे स्वतःचे आवाज आणि माझे मित्र म्हणत असलेल्या गाण्याचे शब्द याखेरीज आम्हाला दुसरे काहीही ऐकू येत नव्हते. त्या एकाकी रस्त्यांवरचे चमकणारे लाईट फक्त आम्ही पाहू शकत होतो. रस्त्यावरून एकही वाहन जात नव्हते. मी आजूबाजूला पाहिले त्यावेळी परिसरातील घरांमधील दिवे केव्हाच मालवल्याचे मला दिसले. काही वेळा आम्हाला कुत्र्यांच्या भुंकण्याचे आवाज ऐकू येत होते, परंतु शहर मृतवत दिसत होते. तिथे फक्त आम्ही गँगमधील लोकच जिवंत आहोत असे वाटत होते. त्या थडग्यात पुरल्या गेलेल्या शहराच्या साम्राज्यातून आम्ही भटकत होतो. आता त्या रस्त्यांचे आम्हीच राजे होतो. रस्ते आमचेच होते. आम्ही काहीही केले असते तरी आम्हाला रोखणारे तिथे कोणीही नव्हते. आम्हाला हवे तिकडे आम्ही जाऊ शकत होतो आणि आम्हाला जे हवे ते आम्ही करू शकत होतो. अशाच एका क्षणी लामा म्हणाला, ''आज काहीतरी धमाल करूया. तुम्हाला काय वाटतं?''

दरम्यानच्या काळात मला एक टिनचा कॅन सापडला होता आणि मी त्याला लाथा मारायला सुरुवात केली होती. मला शक्य होते तेवढे मी त्याला उडवण्याचा प्रयत्न करत होतो. अचानकच कुमार म्हणाला, ''चला, आपण सगळेच खेळूया. या आणि हे पकडा.'' प्रत्येक जणच आमच्याभोवती गोळा झाला आणि तो कॅन एकमेकांकडून झडप घालून घेण्याचा प्रयत्न आम्ही

करू लागलो. हळूहळू आम्ही दमलो आणि धापा टाकू लागलो. थोडा वेळ आम्ही बसलो. त्यानंतर आम्ही रमतगमत इकडे तिकडे फिरत राहिलो. आम्ही रस्त्यावरून फिरत असताना मला एक कार दिसली. ती एका मोठ्या इमारतीजवळ उभी करण्यात आली होती. मी लामाला म्हणालो, ''ए लामा, मला कार चालवायची आहे.''

लामा चक्रावला आणि म्हणाला, ''तू... बासु, तू तर पूर्णपणे तरंगायलाच लागलायस असं दिसतंय. तू ठीक आहेस ना? आपल्याकडे चालवायला कार नाही. मग तू कसा काय कार चालवणार आहेस?'' मी खिदळलो आणि म्हणालो, ''अरे बुद्धू, आपल्यासमोरच असलेली ही कार तुला दिसत नाही का? त्या इमारतीसमोर पार्क करून ठेवलेली ती कार तुला दिसत नाही?'' अचानकच कुमार बोलू लागला, ''अरे, असं बोलू नका. आपण कदाचित पकडले जाऊ आणि मला आत्महत्याही करायची नाही.''मी त्यांना उचकावत राहिलो आणि प्रवृत्त करत राहिलो. मी म्हणालो, ''तुम्ही भित्रे आहात लेकांनो! तुम्ही तर अगदीच भेकड आणि आधीच हरलेले आहात. तुमच्यात काही गट्सच नाहीत. जा. तिकडे लांब जा. माझ्या नजरेसमोरून अगदी चालते व्हा!'' मी एखाद्या मोठ्या डॅडसारखा किंवा गँगच्या लीडरसारखा बोलत होतो. खरे तर मी त्यांच्या सर्वांमध्ये लहान होतो.

लामा संतप्त झाला आणि कठोर आवाजात म्हणाला, ''ठीक आहे. तू उद्धट पोरटा आहेस. तू कोणाचंही कधीच ऐकणार नाहीस. नेहमीच आपण अगदी आडदांड असल्यासारखं तू दाखवत राहतोस. आमच्यापैकी कोणाहीपेक्षा तुझ्यात जास्त धाडस आहे असं तुला सारखं वाटत असतं. होय ना? चला जाऊया आणि ती कार चालवूया. मी काही भित्रा, भेकड नाही आणि हे बघ, मला पुन्हा असं काही म्हणायच्या भानगडीत पडू नकोस. समजलं?'' प्रत्येक जणच त्याच्याकडे पाहून खिदळू लागला. मी स्मित करत म्हणालो, ''ठीक आहे. मी तू कोण नाहीस ते ऐकलंय. तू हरणारा नाहीस. मग तू कशाची वाट पाहतोयस? चल, जाऊया.''

आम्ही कारजवळ पोहचल्यावर कुमार म्हणाला, ''ही नालायक कार आपण कशी काय उघडणार आहोत? ती लॉक केलेली आहे.'' मी ते ऐकल्यावर

एक दगड उचलला आणि कारच्या खिडकीवर मारला. लामा म्हणाला,'' तू हा काय मूर्खपणा चालवलायस?आपण खरोखरच पकडले जाऊ.'' मी गडबडीत म्हणालो, ''तोंड बंद कर आणि ती कार शक्य तेवढ्या लवकर ढकल. नाहीतर आपण खरोखरच पकडले जाऊ.'' कुमार आणि मी कारम ध्ये बसलो आणि ती चालवण्याचा प्रयत्न करू लागलो. बाकीच्या सगळ्या गँगने कार ढकलण्यास सुरुवात केली. आता आम्ही त्या मोठ्या गाडीचे स्टिअरिंग हवे तसे वळवत होतो आणि बाकीचे सगळे कार ढकलत होते. अचानकच एक पोलीस आमच्या मागे आला आणि ओरडला, ''*XXX,*! मी तुम्हाला आता सोडणार नाही. थांबा तुम्हाला चांगलाच हिसका दाखवतो.'' तो पोलीस आमच्याच दिशेने धावत येत असल्याचे दिसल्यावर आम्ही पटापट कारमधून खाली उड्या टाकल्या आणि आपल्या चवड्यांवर शक्य तेवढ्या गतीने सुसाट धावत सुटलो. त्या रात्री आमचे नशीब जोरावर होते. त्यामुळे पोलीस आम्हाला पकडू शकला नाही. नाही तर आमच्यावर तुरुंगात जाण्याची गंभीर वेळ आली असती.

काही मैल पळाल्यावर मी थांबलो आणि एक दीर्घ श्वास घेतला आणि लगेच जोरजोरात धापा टाकू लागलो. इतर सगळे जणही थांबले आणि कुत्र्यांसारखे धापा टाकू लागले. लामा म्हणाला, ''देवाचे आभार मानले पाहिजेत. आपण पकडले गेलो नाही.'' मी खिदळत म्हणालो, ''पण काहीही झाले तरी खरोखरच ती एक गंमत होती.'' कुमारने माझ्या म्हणण्याला दुजोरा देत म्हटले, ''होय बाबा. ती खरोखरच एक गंमत होती आणि तो गलिच्छ पोलीस आपल्याला पकडू शकला नाही.'' त्यानंतर तो खिदळू लागला. मी लामाला म्हणालो, ''हे बघ लामा, आपण हे वरचेवर करावं असं मला वाटतं.'' लामाने माझ्याकडे पाहिले आणि तो म्हणाला, ''अर्थातच! मला हे पुन्हा करायला नक्कीच आवडेल. फक्त त्या पोलिसाकडून तुझ्या ढुंगणावर लाथा खायची तयारी ठेव म्हणजे झालं.'' मी त्याला हसलो आणि म्हणालो, ''नक्कीच. तू फक्त माझा पाहुणा म्हणून ये. हे बघ, काळजी करू नकोस. तो दिवस लवकर येणार नाही.'' मी त्याच्याकडे पाहून त्याला गोळी घातल्याची खूण केली आणि त्याला वेडावून दाखवले. त्यामुळे त्यानंतर काही दिवस पार्क केलेल्या कार्स चालवणे हा आमचा एक करमणुकीचा कार्यक्रमच बनून गेला होता.

दुसऱ्या दिवशी सकाळी माझ्या मित्रांनी चित्रपटाला जायचे ठरवले. ते सगळेच चांगले नटून थटून चित्रपटाला जायला तयार झाले. त्यांच्यापैकी कोणीही मला त्यांच्या मनात नेमके काय होते आणि त्यांनी काय ठरवले होते ते सांगितले नाही. मी त्यांना पाहिल्यावर विचारले की ''अरेच्चा! तुम्ही एवढे नटून थटून कुठे निघाला आहात? काही का असेना; परंतु तुम्ही सगळेच जण चोरांच्या टोळक्यासारखे दिसत आहात.'' त्यानंतर मी खिदळलो. लामा चिडला. तो म्हणाला, ''तू तर बुद्धू आहेस. आम्ही तुला चोरांसारखे दिसतो आहोत? अं?'' मी स्मित केले आणि म्हणालो, ''त्याविषयी काहीही संशय नाही.'' कुमार नंतर म्हणाला, ''अरे बासु, आम्ही सगळे सिनेमाला चाललोय. लामाने सांगितलं की तू आमच्यासोबत येऊ शकत नाहीस, कारण तुझ्या अंगाला दुर्गंधी येतेय. शिवाय तुझ्याकडे स्वच्छ कपडेही नाहीत.'' मी संतप्त झालो आणि प्रत्येक शब्दावर भर देत त्याला विचारले, ''मी कसा आहे?'' लामाने उत्तर दिले, ''तू गलिच्छ दिसतोयस आणि सिनेमाला जाण्यासाठी तुझ्याकडे चांगले कपडे असण्याची गरज आहे आणि शिवाय जरा अंगाला बरा वास आला पाहिजे.'' मी वेडापिसा झालो आणि म्हणालो, ''तुम्ही! मला सोडून सिनेमाला जायला बघताय?! मी चोरलेल्या पैशांवर तुम्ही खुशाल मजा मारायला तयार होतात. त्यावेळी तुम्ही माझ्याबरोबर एकत्रित गंमत करायला येत होतात. परंतु आता आज माझ्याकडे पैसे नाहीत हे तुम्हाला माहिती आहे आणि चांगले कपडे नाहीत. म्हणून तुम्ही मला सोडून निघालात?''

कुमारला वाईट वाटले होते. त्याने माझ्या उजव्या खांद्यावर हात ठेवला आणि म्हणाला, ''जाऊ दे ना बासु. हे सगळं गंभीरपणे घेऊ नकोस.'' मी चिडलो होतो. मी कोरडेपणाने उत्तर दिले, ''तू नालायका, तू मला काहीतरी सबबी सांगत आणि कारणे देत बसू नकोस. त्यापेक्षा तुम्ही इथून चालते झालेलंच चांगलं आहे.'' मी असे बोललो आणि गर्रकन वळलो आणि चालू लागलो. कदाचित त्यांनी माझ्या बाबतीत चुकीची गोष्ट केल्याची जाणीव त्यांना झाली असावी आणि आपली चूक कळून आली असावी. ते घाई गडबडीने माझ्याकडे आले आणि म्हणाले, ''अरे बासु, चल. आपण मित्र आहोत. आम्ही तुझी चेष्टा करत होतो. आम्ही तुला बोलवायलाच आलो होतो.'' मी त्यांच्याकडे वळलो आणि म्हणालो, ''तुम्ही मूर्खासारखं खोटं बोलण्याचा प्रयत्नसुद्धा आता करू

नका.'' लामा म्हणाला, ''मला आता माफ कर. मी माफी मागतो. चल जाऊया आणि तुझ्यासाठी चांगले कपडे घेऊया. चल प्लीज!'' अखेरीस मी त्यांच्याबरोबर जाण्यास तयार झालो. परंतु त्यांच्याकडे थोडेसेच पैसे होते. ते माझ्या नवीन कपड्यांसाठी पुरणार नव्हते. कुमार म्हणाला, ''आपल्याकडे कपडे घ्यायला पैसे नाहीत.'' मी म्हणालो, ''कुमार, पैशांची चिंता करू नकोस.'' त्यावर लामा म्हणाला, ''म्हणजे तुझ्याकडे थोडे पैसे आहेत. बरोबर?'' मी फक्त स्मित केले.

''नाही. परंतु माझ्याकडे एक कल्पना आहे,'' मी म्हणालो. कुमार घाबरला आणि म्हणाला, ''नाही. पुन्हा कोणतीही विचित्र गोष्ट करायची नाही. तू नेहमीच आयुष्याशी भयानकपणे खेळतोस आणि एके दिवशी तुझ्या योजना आणि धाडसे आपल्या अंगाशी येतील.''

लामा म्हणाला, ''या ढेकणाचे कपडे अतिशय घाणेरडे आहेत आणि तुला कदाचित माहितीही असेल, की त्यात उवाही असतील. नव्या कपड्यांसाठी आता आपल्याकडे एक नवा पैसाही नाही. तेव्हा अतिशहाण्या, मला आधी तुझ्या मनात काय कल्पना आहे ते सांग.'' मी स्मित केले आणि जवळच्या दुमजली घराच्या टेरेसकडे बोट दाखवले. तिथे एका दोरीवर ओले, छान कपडे वाळत घातलेले होते. लामा उद्गारला, ''अरे बापरे!'' मी खिदळलो आणि त्यांना पुन्हा एकदा माझी कल्पना अंमलात आणण्यासाठी प्रवृत्त करू लागलो. ''तुमच्याकडे धाडस आहे ना?'' मी त्यांना खिजवत विचारले. त्यावर कुमारने विचारले. ''तुमचा नेमका काय करायचा विचार आहे?'' मी लामाला विचारले, ''दादा, तू तयार आहेस ना?'' त्याने माझ्याकडे विचित्रपणे पाहिले आणि तो म्हणाला, ''चल, करूया.'' कुमारने पुन्हा एकदा विचारले, ''आपण खरोखरच काय करणार आहोत ते कोणीतरी मला सांगेल का?''मी पुन्हा एकदा खिदळलो आणि म्हणालो, ''त्या टेरेसवरचे ते कपडे चोरण्याचा माझा विचार आहे.'' कुमार घाबरला आणि ओरडला, ''अजिबात नाही. नाही. तसे करू नकोस.'' मी हसलो आणि म्हणालो, ''तू किती रे भित्रट आहेस!'' नंतर मी घराकडे पळत गेलो. मला मागून कुमारचा आवाज ऐकू येत होता. ''आता आपण मेलोच म्हणून समजा!''

मी अंगठा वर करून लामाला इशारा केला आणि नंतर पावसाच्या पाण्यासाठी टाकलेल्या पाईपांमधून कौलांवर चढलो आणि त्या दोरीवरून भराभरा कपडे खाली फेकले. परंतु गडबडीत जाकीट खाली ओढून काढत असताना मी टीव्हीचा अँटेना मोडला. अचानकच एक वृद्ध माणूस छपरावर आला. तो टी. व्ही. बघत होता आणि मी अँटेना तोडल्यावर आपल्या टीव्हीचे कनेक्शन अचानकच का गेले ते शोधण्यासाठी तो टेरेसवर आला होता. त्याने मला कपडे चोरताना पाहिले. काय चालले होते ते पाहिल्यावर प्रथम त्याला खूपच धक्का बसला होता. तो माझ्याकडे तसाच पहात राहिला. त्याचे डोळे खोबणीतून बाहेर यायचेच काय ते बाकी राहिले होते. क्षणभरासाठी जाकिट ओढत असताना मीही अगदी तिथेच खिळल्यासारखा झालो होतो. अचानक त्याच्या अंगात जीव आला आणि तो ओरडू लागला, ''चोर! चोर! ए ऽऽ थांब. अरे बदमाशा, कुठे पळून चाललास? थांब, मी तुला ठारच मारतो. बघच आता!'' त्याने एक मोठा लोखंडी बार उचलला आणि मला मारण्यासाठी माझ्याकडे आला. ''मूर्ख कार्ट्या, तुला काय वाटलं? घरात कोणीच नाही? आता तुला पळता येत असेल तर पळ. आता कुठेही जायला मार्ग नाही. हीहीही'' तो जोरात हसला. ''तू कुठे जाशील पळून? आता कुठेही जायला तुला वाटच नाही...तू इथून खाली उडी मारणार आहेस का?''

मी घाबरून गेलो होतो. मला वाटले की मी आता मरणार. त्या क्षणी मला काहीही सुचले नाही. मी घाबरून छपरावरून उडी मारली. सुदैवाने जमिनीवर वाळूचा ढिगारा होता. त्यामुळे माझा पाय फक्त जरासा मुरगाळला. मी झटकन उठून कपडे झटकले आणि उभा राहिलो. मी तरीही जिवंत होतो यावर माझा विश्वासच बसत नव्हता. मी पूर्णपणे बधीर झालो होतो. माझे मित्र माझ्याकडे धावतच आले आणि त्यांनी मला उचलून घेतले. त्यानंतर आम्ही तिथून पळून गेलो. नंतर आम्ही सार्वजनिक अंघोळीच्या ठिकाणी गेलो आणि अंघोळ केली. मग कपडे बदलले आणि डॉक्टरकडे गेलो. माझ्या एका मित्राने डॉक्टरची फी भरली. त्यानंतर तो म्हणाला, ''चला, आता आपण रेस्टॉरंटमध्ये जाऊया आणि काहीतरी खाऊया. मला आता खूपच भूक लागलेय.'' लामा म्हणाला, ''याचा अर्थ आता आपण सिनेमाला जाऊ शकणार नाही. कारण आताच आपण डॉक्टरची फी भरली. आता पैसे कमी आहेत.''

मी वेदनेमुळे लंगडत होतो. माझा एक मित्र अचानकच बोलू लागला. त्याने माझी तारीफ केली. ''काय रे चँपियन? तू तर खरोखरच महानच आहेस बुवा आणि नशीबवानही आहेस. तू त्या दुमजली घराच्या छपरावरून उडी मारलीस? मला वाटलं होतं की तू मेलाच असशील. फारच छान बासु. तुझ्याकडे खरोखरच धाडस आहे. खरे तर या जगात फक्त थोडेच लोक नशीबवान असतात आणि सध्या तरी नशीब तुझ्या बाजूला आहे. त्यामुळे असाच पुढे जात रहा.'' त्याने माझ्या पाठीवर थाप मारली. मी खरोखरच शांत होतो. काही क्षणांपूर्वीच माझा मृत्यूशी सामना झाला होता. मला आता आपण खूपच आडदांड असल्याचे दाखवून द्यायचे होते. मी म्हणालो, ''तुम्हाला माहिती आहे का? माझं आयुष्य एवढ्या तेवढ्याशाने संपुष्टात येणार नाही. खरे तर आयुष्यात मला खूप काही करायचं आहे. मी तुम्हाला सांगून ठेवतो की एके दिवशी तुम्हाला माझा अभिमान वाटेल. कदाचित आपण त्यावेळी भेटणार नाही किंवा एकत्र नसू. परंतु माझ्या महत्त्वाकांक्षा खूप मोठ्या आहेत. राजू, हा भयानक रस्ता माझ्यासाठी नाही. या नीच रस्त्यांहूनही माझं उद्दिष्ट खूपच वेगळं आहे.''

राम कुमार हा माझा आणखी एक मित्र होता. तो हसला आणि उपहासाने म्हणाला, ''ओय, तू नक्कीच आयुष्यात काहीतरी करशील. कदाचित तू मोठा होशील आणि स्वतःचं आणि इतरांचंही ढुंगण चांगल्या प्रकारे धूत राहशील. नक्कीच..तू आयुष्यात नक्कीच असं काहीतरी करशील. ठीक आहे. इतर लोकांचं ढुंगण धुण्याची महत्त्वाकांक्षा असणं ही काही वाईट गोष्ट नाही.'' तो तसाच हसत राहिला आणि हळूहळू सगळेच जण त्याच्या हसण्यात सामील झाले. काही जण खिदळत होते, काही जण चिडवत होते. परंतु माझा एक मित्र खूपच परिपक्व स्वभावाचा होता. त्याचे नाव होते अजय. तो दुसऱ्या मित्राकडे बोट दाखवत म्हणाला, ''तुला माहिती आहे का? आपला हा मित्र समलिंगी आहे आणि तो आपल्या सगळ्यांहून अधिक श्रीमंत आहे. परंतु त्याचं ढुंगण मोठं मोठं होत चाललंय. तू जर त्याचं अनुकरण केलंस तर तूही खूप श्रीमंत बनशील असं मला वाटतं.''

ज्या मुलाचे नाव घेतले गेले होते तोही इतर सगळ्या मित्रांबरोबर खिदळला. त्यानंतर तो म्हणाला, ''तुम्ही वाईट वाटून घेऊ नका. माझ्याकडे पहा. हे खरं

आयुष्य आहे. आपण त्याचा उपभोग घेतला पाहिजे. मी श्रीमंत असू शकणार नाही, कारण रस्त्यावरचा मुलगा म्हणून जगणं हेच माझं नशीब आहे. अगदी देवालाही तसंच वाटतं. आपण कुठे जन्मलो होतो ते आपल्याला माहिती नाही. आपले आई-वडील कुठे आहेत ते आपल्याला माहिती नाही. हे आयुष्य जगण्यासाठी त्यांनी आपल्याला असं रस्त्यावर फेकून दिलं. तुमच्या लक्षात येतंय का? परंतु तुम्ही किड्यांनो, तुम्ही वेगळे आहात. तुम्ही आयुष्यातल्या असामान्य गोष्टींविषयी बोलत आहात. तुम्ही जिथे रहात आहात ती दुनिया एखाद्या स्वप्नासारखी आहे माझ्या मित्रांनो. चला. आपण खऱ्या आयुष्यात जाऊया. या स्वप्नातल्या दुनियेतून बाहेर पडूया आणि रस्त्यावरच्या सच्चाईचा सामना करूया. चला जाऊया. गंमत करूया. उद्या आपण जिवंत असू की नाही ते कोणाला माहिती आहे?'' मी त्याच्या खांद्यावर हात ठेवला आणि म्हणालो, ''माझं आयुष्य मी बदलून टाकणार आहे. सगळ्या निराशावाद्यांनो मी तुम्हाला हे वचन देतो आणि माझ्या नियतीला आणि नशीबाला माझं हे आव्हान आहे.'' ते सगळेच एकदमच म्हणाले, ''ठीक आहे, ठीक आहे.'' राजूने माझ्याकडे पाहून स्मित केले आणि तो म्हणाला, ''श्रीमंतीची स्वप्नं पाहणे हे ठीक आहे. पण आजच्या जेवणाचं काय? मला भूक लागलेय.'' सगळेच जण जोरजोरात हसले.

घरगडी

ज्यावेळी जोरदार वादळ घोंघावू लागते, हिमवादळाचा तडाखा बसतो आणि पाऊस झोडपून काढतो, त्यावेळी तुम्ही एखाद्या आसऱ्याच्या दिशेने धाव घेणे स्वाभाविक असते. बाहेरील वातावरण बिघडले की लोक आपापल्या घरांमध्ये आसरा घेतात. मात्र माझ्यासारखे कित्येक जण अशा प्रकारे कोणत्या तरी निवाऱ्याकडे धाव घेण्याएवढे सुदैवी नसतात. ते बेघर असतात. ते रस्त्यांवर रहात असतात आणि रस्त्यांवरच त्यांनी आसरा घेतलेला असतो. मला निदान आसरा घेण्यासाठी इतर लोकांची घरे तरी सापडली. त्या काळापुरती तरी त्या आयुष्याची निवड मी केली होती. मी इतरांहून किंचितसा वेगळा होता. लोक झोपत असत, त्यावेळी मी जागा होत असे. त्यावेळी मी घराच्या फरशा पुसत असे. त्या पॉलिश केलेल्या चकचकीत फरशांमध्ये मी आपल्या स्वतःच्या भविष्याचे प्रतिबिंब पाहण्याचे निकराचे प्रयत्न करत असे.

लोक न्याहारी करत असत, त्यावेळी मी रिकाम्या पोटी भांडी घासत असे. लोक कार्यालयांत जात, त्यावेळी माझ्या मालकिणीच्या मुलांची दफ्तरे आणि डबे व पाण्याच्या बाटल्या माझ्या खांद्यावर अडकवून मी त्यांच्या शाळेच्या बसपर्यंत त्यांना सोडायला जात असे. ज्यावेळी इतर मुलांना घरात प्रेम मिळत असे, त्यावेळी माझी मालकीण मला बदडून काढत असे. त्यामुळे ज्यावेळी लोक सर्वसामान्यपणे जगत असत, त्यावेळी मी वेगळे आयुष्य जगत असे. अशा प्रकारचे भिन्न आयुष्य हेच माझे सर्वसामान्य आयुष्य आहे, ही

वस्तुस्थिती त्यानंतर हळूहळू मी स्वीकारली. त्याच वेळी माझ्या लक्षात आले होते की घर असणे ही एक सुंदर गोष्ट होती, कारण त्यावेळी तुम्हाला राजा असल्यासारखे वाटते. तुम्ही जन्मजात गुलाम असल्यासारखे तुम्हाला वाटत नाही. गुलामासारखे राबणे ही काही सोपी गोष्ट नाही, या गोष्टीचा इतिहास साक्षीदार आहे.

मी घरगडी होतो. ते सगळे कसे घडले होते ते मी आता तुम्हाला सांगतो. एके दिवशी असाच रस्त्यांच्या चक्रव्यूहात रिकाम्या खिशांनी मी मजेत भटकत फिरत राहिलो होतो. किती तरी वेळ मी असाच फिरलो होतो. तो एक प्रकारचा वेडेपणा होता. मी चालणे थांबवले नव्हते. मी फक्त एका पावलापुढे दुसरे टाकत होतो. जणू काही आपली चालती पावले कशी थांबवावीत हे मला माहितीच नव्हते! सुमारे पाच तास अशा प्रकारे वेड्यासारखे रस्ते तुडवत राहिल्यावर अचानकच मी एका व्यक्तीच्या अंगावर आदळलो. मी खाली पडलो, त्यावेळी मला गंमतच वाटली होती. माझ्यावर आदळलेल्या व्यक्तीने लगेच माझी क्षमा मागितली आणि मला उठून उभे रहायला मदत केली. ''सॉरी बाळा, तू ठीक आहेस ना?'' त्याने विचारले. मी काहीच उत्तर दिले नाही. माझ्या दृष्टीने ती विचित्र गोष्ट होती. मी कुठेतरी हरवलो होतो. मी जणू काही बेशुद्धीतच चाललो होतो. रस्त्यावरची घाई गडबड मी ऐकत होतो आणि मधमाशांसारखे लोक व्यस्त असल्याचेही मी पहात होतो. कोणीतरी माझ्या जवळपासच काहीतरी विकत घ्यायला आले होते. दुकाने नुकतीच उघडली होती आणि दुकानदार ओरडत होते. आपापला माल विकण्यासाठी जोरदार धडपड करत होते. मी काहीच कळत नसल्यासारखा स्वप्नात चालत असल्यासारखा चालत होतो.

अचानक मला एक फळांचे दुकान दिसले आणि आपल्याला भूक लागल्याचे माझ्या लक्षात आले. मी दुकानाजवळ गेलो. तिथे मोठी गर्दी उसळली होती. मी खिशात हात घातला त्यावेळी माझ्या लक्षात आले की खिशात एकही पैसा शिल्लक नव्हता. परंतु मला तर जोरदार भूक लागली होती आणि मला काहीतरी खायला हवेच होते. माझी आतडी जणू काही किंचाळत होती, 'माझ्या पोटात भडकलेली भुकेची आग विझवण्यासाठी सफरचंद कसे मिळवायचे?' त्याच वेळी माझे मनही किंचाळत मला सांगू लागले की 'जर मी दुकानदाराकडे सफरचंद मागितले तर तो काही मला देणार नाही. त्यापेक्षा

ते चोरणे हेच अधिक चांगले आहे.' कित्येक लोक फळे विकत घेत होते. ते ताजेतवाने आणि छान दिसत होते. मी कल्पनेनेच मिटक्या मारत होतो; परंतु ते कसे उचलायचे हीच खरी समस्या होती. मी गर्दीत मिसळून गेलो. लोक एकमेकांना धक्काबुक्की करत होते. त्यामुळे मीही तसाच इतरांना धक्के मारत पुढे शिरलो. मीही फळे विकत घेण्यासाठी आल्याचे नाटक मी केले. तो संपूर्ण वेळ माझी नजर दुकानदारावर होती. त्याचे लक्ष माझ्याकडे जाऊ नये याची काळजी मी घेतली होती. मी सफरचंद उचलण्यासाठी हात पुढे केला आणि झटक्यात मागे घेतला, कारण दुकानदार आपल्याकडे पाहत आहे असे मला वाटले. परंतु तसे नव्हते. त्याचे माझ्याकडे लक्षच नव्हते. त्याचे लक्ष दुसरीकडेच कुठेतरी होते. थोड्या वेळाने एका महिलेने माझ्याकडे पाहिले. परंतु लवकरच ती फळे निवडू लागली. त्यानंतर मी एक सफरचंद पळवण्यात यशस्वी झालो आणि तिथून पळालो. मग मात्र मी मागे वळून पाहिले नाही.

एका चहाच्या ठेल्याजवळच मला एक पदपथ दिसला. पदपथ ही आमच्या नित्याच्या परिचयाची गोष्ट होती. मी खाली बसलो आणि सफरचंद खाण्यास सुरुवात केली. तेवढ्यात तिथे एक माणूस आला आणि त्याने मला विचारले, ''काय रे, तू एकटाच आहेस का?''

मी दचकलो. तो मला तसा प्रश्न का विचारत होता ते मला समजले नव्हते. तो चांगला दिसत होता आणि त्याच्या हातात एक ब्रीफकेस होती. तो एखाद्या बड्या असामीसारखा दिसत होता. हा माणूस उदार असावा असे मला वाटले. मी त्याला दुःखाने उत्तर दिले, ''सर, मी एक अनाथ मुलगा आहे. मी रस्त्यावरच माझा वेळ घालवतो. आता मी हे सफरचंद खात आहे, तेही मी चोरलेले आहे. माझ्याकडे एक पैसाही नाही आणि कामही नाही.'' माझे उत्तर निरर्थक होते, कारण त्याने मला फक्त मी कसा आहे एवढेच विचारले होते. मी हुशारी दाखवण्याचा प्रयत्न केला होता. मला त्याच्याकडून काहीतरी मदत मिळेल असे मला वाटत होते. खरे बोलल्याबद्दल त्याने माझे कौतुक केले आणि मला एक काम देऊ केले. ''तू एक हुशार आणि धीट मुलगा आहेस. मला ते आवडले. तुला घरकाम करायला आवडेल का?'' त्याने विचारले. त्याने मला काम देऊ केले होते. त्याने ज्या पद्धतीने ते देऊ केले होते ते पाहून मला आश्चर्य वाटले. मला हे काम हातचे जाऊ द्यायचे नव्हते. म्हणून

मी झटकन त्याला म्हणालो, ''होय, सर. मला खरोखरच काम करायचं आहे. ते तुमच्याच घरी असेल, बरोबर आहे ना?''

त्याने उत्तर दिले, ''नाही...माझ्या घरात नाही. परंतु माझ्या घराहूनही ते घर अधिक मोठे आहे. माझ्या एका मित्राला आणि त्याच्या पत्नीला घरकामात मदत करण्यासाठी एक मुलगा हवा आहे.'' मी उत्तरलो, ''ठीक आहे. मी तयार आहे. परंतु ते मला किती मासिक वेतन देतील?'' त्याने स्मित केले आणि म्हणाला, ''तू छोटासा आहेस, परंतु खूपच तल्लख बुद्धीचा आहेस. एके दिवशी तू या जगावर राज्य करशील.'' त्यानंतर तो पुढे म्हणाला, ''मासिक तीनशे ते चारशे रुपये. शिवाय तुला रोज जेवण मिळेल. कपडे मिळतील आणि रहायला जागा मिळेल. तुला हे पुरेसं वाटतंय का?'' माझा आनंद गगनात मावत नव्हता. मी स्वतःलाच सांगू लागलो की हा दिवस माझ्या दृष्टीने खूपच सुदैवी आहे. देवाचे आभार मानले पाहिजेत. त्यानंतर त्या माणसाने मला अचानकच विचारले, ''अरे काय झालं? तू कसला विचार करत आहेस?'' मी म्हणालो, ''कसलाही नाही, सर.''

त्या अनोळखी व्यक्तीबरोबर मी चालायला सुरुवात केली. पण आम्ही कुठे चाललो होतो? आम्ही एका टेलीफोन बूथजवळ पोहचलो होतो आणि तिथून त्याने एक कॉल केला होता. त्यानंतर तो मला म्हणाला, ''ठीक आहे. चल, जाऊया.'' मी त्यानंतर त्याला खायला काहीतरी देण्यास सांगितले. तो हसला आणि म्हणाला, ''अरे काहीही काळजी करू नकोस. हॉटेलमध्ये जाऊया आणि काहीतरी खाऊया. मलासुद्धा भूक लागली आहे.'' त्या माणसाबरोबर जाताना मलाही खूपच आनंद झाला होता. तो एक चांगला, आनंदी स्वभावाचा माणूस दिसत होता. आम्ही एका छानशा हॉटेलमध्ये गेलो आणि त्याने मला विचारले, ''तुला काय खायचं आहे?'' पोटातील भुकेची आग विझवण्यासाठी मी त्याच्याकडे माझे स्वस्तातले खाणे मागितले. परंतु त्याने मला विचारले, ''तू चिकन खातोस का?'' मी ते ऐकल्याबरोबर म्हणालो, ''अर्थातच सर. मला खरं तर ते खूपच आवडतं. मी तुम्हाला तसं सांगितलं नाही, कारण मला वाटलं की तुम्हाला ते खूपच महागडं वाटेल. शिवाय तुम्ही खूपच चांगले आहात आणि मला तुम्हाला अधिक खर्चात टाकायचं नव्हतं.''

त्याने पुन्हा एकदा माझ्याकडे आश्चर्याचा धक्का बसल्याप्रमाणे पाहिले आणि तो म्हणाला, ''तू खरोखरच एक चांगला मुलगा आहेस. एवढ्याशा लहान वयातही तुझ्याकडे चांगलं मन आहे. ही एक चांगली गोष्ट आहे.'' त्याने माझ्यासाठी चिकनची आणि स्वतःसाठी नूडल्स आणि चिकनची ऑर्डर दिली. जेवण झाल्यावर वेटर आला आणि त्याने त्याला बिल दिले. त्या माणसाने आपल्या पाकिटातून पैसे बाहेर काढले आणि बिल देऊन टाकले. त्यानंतर वेटर शिल्लक पैसे घेऊन परत आला. ते सुमारे पन्नास रुपये होते. तो माणूस उठून उभा राहिला आणि त्याला म्हणाला, ''चिल्लर तुलाच ठेव.'' वेटरने स्मित केले आणि तो म्हणाला, ''थँक यू सर.'' अचानकच मी त्या वेटरच्या हातातून पैसे हिसकावून घेतले आणि म्हणालो, ''तू नालायका, तुला काय वाटलं? मी तुला पैसे देईन? यापुढे कोणालाही फसवण्याचा प्रयत्न करू नकोस. समजलं?'' वेटरने माझ्याकडे रागाने पाहिले. नंतर आम्ही हॉटेलमधून बाहेर पडलो.

माझ्या उपकारकर्त्याने मला कार पार्किंगकडे नेले. ''कारमध्ये बस.'' तो म्हणाला. मला आश्चर्य वाटले. पहिल्यांदाच कोणीतरी मला 'कारमध्ये बस' असे सांगितले होते. ते काही वाईट नव्हते. मी मनातल्या मनात देवाचे आभार मानले. मी कारमध्ये बसल्यावर इकडे तिकडे पाहिले आणि अचानकच माझ्या वडलांची मला आठवण झाली. कारण मी प्रथम कारमध्ये बसलो होतो ती त्यांची कार होती हे मला माहिती होते. माझ्या पॉपना वेळ असे, त्यावेळी ते मला कारमधून दूरवर फिरायला नेत. ते माझ्या मॉमविषयी काही ना काही बोलत असत आणि रडत असत. या माणसाची कार काळी होती आणि योगायोगाने माझ्या पॉपची कारही काळीच होती. मला या गोष्टीचे आश्चर्य वाटले. मी खूपच गंभीर झालो आणि कार नीट निरखून पाहू लागलो. त्या माणसाने मला काय झाले ते विचारले. मी शांत बसलो आणि त्यावेळी त्याला काहीही सांगितले नाही. त्यानंतर अचानकच मी त्याला म्हणालो, ''माझ्या पॉपची मला आठवण येतेय.'' त्याला काहीच समजले नाही. त्याने मला विचारले, ''पॉप म्हणजे काय?'' मी उत्तर दिले, ''मी बोलायला लागल्यापासून माझ्या वडलांना पॉप म्हणत होतो. मी बोललेला पहिला शब्द हा पॉप होता असेही त्यांनी मला सांगितले होते.'' तो उपहासाने हसला

आणि म्हणाला, ''ही तर वेगळीच गोष्ट आहे. कारण मूल बोलू लागले की मॉम हा पहिला शब्द उच्चारते असे मी ऐकले होते. परंतु तुझी गोष्ट थोडी वेगळीच आहे.''

त्याने मला विचारले, ''तुझे पॉप कुठे आहेत?'' मी उत्तर दिले, ''ते मरण पावले आहेत. मी चार वर्षांचा असतानाच ते मरण पावले.'' त्या माणसाने होकारार्थी मान हलवली आणि विचारले, ''मग आता तू किती वर्षांचा आहेस?'' मी थोडा विचार केला आणि अंदाज बांधून म्हणालो, ''सात वर्षांचा.'' आता प्रश्न विचारण्याची माझी पाळी होती. मी त्याला विचारले, ''तुम्ही ही कार कधी घेतली? तुम्ही ती सेकंड हँड घेतली आहे का?'' तो म्हणाला, '' नाही...नाही. मी ही कार घेतली त्याला एक वर्षच झालंय आणि ती सेकंड हँड नाही. अगदी नवी कोरी आहे.'' मी म्हणालो, ''मी हे विचारलं, कारण मला वाटलं की ही कार माझ्याहूनही मोठी असेल.'' त्याने मला पुन्हा एकदा विचारले, ''तुझे डॅड आणि तू कुठे रहात होतास ते तुला आठवतं का?'' ''होय तर. काठमांडूमध्ये.'' मी उत्तरलो. तो जोरात हसला आणि म्हणाला, ''नाही. नेमकं ठिकाण आठवतं का? हेसुद्धा काठमांडूच आहे आणि आता तू जिथे कामाला जाणार आहेस तेही काठमांडूच आहे. हे एक लहान शहर आहे, पण तुझं घर सहज शोधून काढता येण्याएवढं लहानही नाही.'' माझे घर असलेल्या भागाचे नाव मी विसरलो होतो हे मला माहिती होते. त्यामुळे मी तसाच शांत बसलो. मी त्याला आणखी एक प्रश्न विचारला. ''तुम्हाला मुलं आहेत का?'' मुलांच्या आठवणीने तो सुखावल्यासारखा दिसला. तो म्हणाला, ''ती अजून लहान आहेत. तुझ्याच वयाची.'' मी त्याला पुन्हा एकदा विचारले, ''तुमचं त्यांच्यावर प्रेम आहे का?'' तो गंभीरपणे म्हणाला, ''तर! माझ्या आयुष्यापेक्षाही अधिक!''

आमचे संभाषण सुरू असतानाच आम्ही मुक्कामाच्या ठिकाणी पोहचलो. त्याच्या मित्राचे घर आले होते. कार गेटजवळ आल्यावर त्याने हॉर्न वाजवला. मला कारच्या खिडकीतून एक भले मोठे घर दिसले. वॉचमनने गेट उघडले आणि म्हणाला, ''गुड आफ्टरनून, सर.'' मला पुन्हा एकदा आश्चर्य वाटले. त्याने पार्किंगमध्ये गाडी लावली आणि मला म्हणाला, ''मग? छोट्या मुला, हेच ते ठिकाण आहे. तू भेटलास त्याचा मला आनंद वाटतोय. चल, आता

घरात जाऊया. मी तिथे तुझी सर्वांशी ओळख करून देतो.' ती जागा पाहून मी आश्चर्यचकित झालो होतो. आम्ही समोरचा जिना चढून वर गेलो होतो, त्यावेळी ते भले मोठे घर पाहून मी खरोखरच अत्यंत आश्चर्यचकित झालो होतो. तिथल्या प्रशस्त खोल्या आणि माणसे पाहूनही मला आश्चर्य वाटले होते. त्या घराच्या मालकिणीशी आणि मालकाशी त्याने माझी ओळख करून दिली. त्या सगळ्यांनी माझ्याकडे पाहिले आणि ते म्हणाले, ''ठीक आहे... हा मुलगा बराच चलाख दिसतोय. पण काय रे, तू कुठून आलायस?'' मी निरागसपणे उत्तर दिले, ''मी कुठूनही आलो नाही. कारण माझे घर असलेली जागा मी साफ विसरून गेलोय मॅडम आणि दुर्दैवाने, मी रस्त्यावर राहणारा मुलगा आहे.'' थोडा वेळ ती निःशब्द झाली. नंतर म्हणाली, ''ठीक आहे.'' त्यानंतर ती स्वयंपाकघरात गेली आणि तिने चहा केला. त्यानंतर चमकत्या कपांत चहा ओतून ती तो घेऊन आली आणि तिने कप टेबलावर ठेवले. तिने मला विचारले, ''तुलाही थोडा चहा हवा का?'' मी म्हणालो, ''होय.'' तिने चहाचा एक कप माझ्या हातात दिला आणि मला घेऊन आलेल्या त्या माणसाच्या हातात दुसरा कप दिला. त्यानंतर तिसऱ्या कपातील चहा ती पिऊ लागली.

चहा पिऊन झाल्यावर तो माणूस म्हणाला, ''ठीक आहे तर मग! आता मला गेलंच पाहिजे, कारण मला थोडासा उशीरच झालाय. मला मुलांना शाळेतून आणायचं आहे. माझ्या पत्नीला खरेदीसाठी बाहेर जायचंच होतं आणि तिने मुलांना शाळेतून आणण्याचे तिचे काम आज माझ्यावर सोपवलं आहे. त्यामुळे मला गेलंच पाहिजे.'' त्यानंतर घराच्या मालकिणीने उत्तर दिले, ''ठीक आहे. असेच घरी येत रहा.'' त्या माणसाने स्मित केले आणि तो म्हणाला, ''होय. नक्कीच!'' त्यानंतर त्याने माझ्याकडे पाहिले आणि म्हणाला, ''मग, छोट्या मुला तुझ्याबरोबर बोलल्यावर मला बरं वाटलं. नंतर तुला भेटेन. ओके. बाय.'' मला अस्वस्थ वाटू लागले, कारण आता मी त्याला ओळखत होतो आणि त्याच्याबरोबर माझे सूर चांगले जुळले होते. एखाद्या मित्रासारख्या आम्ही गप्पा मारल्या होत्या. तो गेल्यावर मी सोफ्यावर बसत होतो; तेवढ्यात माझ्या मालकिणीचा आवाज माझ्या कानांवर पडला. तिने मला तिच्याबरोबर यायला सांगितले

आणि ती म्हणाली, ''हे बघ, तुला काय करायचं आहे, कोणतं काम करायचं आहे, ती प्रत्येक गोष्ट मी तुला अगदी स्पष्टपणे सांगते. हे घर खूप मोठं आहे आणि तुला ते स्वच्छ झाडावं लागेल. घराचा प्रत्येक कोपरा न् कोपरा तुला स्वच्छ करावा लागेल. घर अगदी घासूनपुसून स्वच्छ असलं पाहिजे. ठीक आहे?'' मी थक्क झालो होतो. ते घर प्रचंड मोठे होते. मी तर अगदी लहान मुलगा होतो. ते घर स्वच्छ करायला मला कित्येक तास लागले असते. अचानकच तिने विचारले, ''काय झालं?''

मी म्हणालो, ''काही नाही.'' तिला घरातील सर्व कामांविषयी मला सांगण्याची कोण घाई झाली होती. त्याच वेळी ती म्हणाली, ''तू एक गोष्ट पक्की लक्षात ठेव. ज्यावेळी इथे पाहुणे येतील, त्यावेळी तू मला 'मॅडम' असंच म्हण. तर आजपासूनच तसं बोलायला सुरुवात कर.'' हे ऐकल्यावर माझ्या मनात एक विचार आला. 'ही माझ्याशी एवढ्या अनास्थेने का वागत आहे?', तिने मला विचारले, ''तू कसला विचार करत आहेस?'' मी झटकन उत्तर दिले, ''मला या घराची साफसफाई करण्याची काळजी वाटत आहे. कारण हे घर खरंच खूपच मोठं आहे आणि त्याची साफसफाई करायला मला बरेच तास लागतील.'' ती अस्वस्थ झाली. मी किती लहान होतो याच्याशी तिला काहीच देणे-घेणे नव्हते. ती म्हणाली, ''होय. पहाटे एक बाई येते. परंतु तिला खूप पैसे द्यावे लागतात आणि शिवाय तिला सगळ्या घराची साफसफाई करायला सांगणे ही बरीच जोखमीची आणि असुरक्षित गोष्ट आहे, कारण इथे चोरीच्या घटना घडलेल्या आहेत. म्हणून यापुढे उद्यापासून मी तिला काम सोडून जायला सांगणार आहे. तिने जेवढा काळ आमच्या घरात काम केलंय त्याचा पगार मी तिला देऊन कामावरून काढून टाकणार आहे. त्यामुळे आता यापुढे या सगळ्या घराची साफसफाई तुलाच करावी लागणार आहे.'' मी नाराज झालो. मला अस्वस्थही वाटत होते. त्यानंतर माझ्या जबाबदाऱ्यांच्या यादीत आणखी भर टाकत ती म्हणाली, ''तू झाडण्याचे आणि फरशा पुसण्याचे काम सकाळी सहाच्या आत संपवण्याची काळजी घे. कारण त्यानंतर तुला सामाबरोबर शाळेच्या बसपर्यंत तिला सोडायला जावं लागेल.''

सामा ही तिची लाडकी मुलगी होती. त्या दिवशी सगळे जण घरी आल्यावर मी चकित झालो. कारण त्या घरात सहा जण रहात होते. मालक, मालकीण,

त्यांची दोन मुले आणि त्या मुलांचे आजी–आजोबा. या दोन मुलांपैकी एक मुलगा आणि एक मुलगी होती. ते सगळे जण जेवणाच्या टेबलाजवळ बसले. मी स्वयंपाकघरातून जेवण घेऊन आलो आणि त्यांना जेवायला वाढले. आपल्याला छोटा घरगडी मिळाल्याचे पाहून सर्वांना खूपच आनंद झाला होता. मी त्यांना वाढत असताना त्यांनी मला माझे नाव विचारले.

ते जेवत होते आणि माझ्या मालकिणीच्या आदेशाप्रमाणे मी फक्त जेवणाच्या टेबलाच्या कडेला थांबून ते पहात होतो. शिवाय माझी मालकीण जे जे सांगेल ते ते मी करत होतो. काही वेळा माझा मालक मला हाक मारत होता आणि त्याला वरण वाढायला सांगत होता. त्यांनी हाक मारली रे मारली की मी लगेच धावत त्यांच्याकडे जात होतो. जेवण संपवून प्रत्येक जण खुर्चीवरून उठला. मी सगळी खरकटी भांडी गोळा केली आणि स्वयंपाकघरात नेऊन ठेवली. त्यानंतर वॉश बेसिनजवळ थांबून मी सर्व ताटांतील खरकटे गोळा केले. अचानकच माझ्या कानांवर माझ्या मालकिणीचा आवाज पडला, ''अरे, भांडी घासायला विसरू नकोस आणि हो, हे बघ, काहीही फोडू नकोस. समजलं का?'' मी म्हणालो, ''काहीही काळजी करू नका, मॅडम. मी तुम्ही सांगितलेलं सगळं लक्षात ठेवेन.''

रात्री नऊ वाजेपर्यंत मी सगळी भांडी घासून टाकली. घरातील सगळे सदस्य टी.व्ही. पहात होते. भांडी घासून झाल्यावर मीही ड्रॉईंग रूममध्ये गेलो आणि तिथे फरशीवर बसलो. त्यानंतर अखेरीस माझ्या मालकिणीने मला विचारले, ''तू काही खाल्लंस का?'' मी उत्तर दिले, ''नाही.''

तिने मला स्वयंपाकघरात बोलावले आणि एका ताटात जेवण वाढले आणि मला जेवायला सांगितले. मी उपाशी होतो. मी जमिनीवर बसलो आणि भराभरा खाऊ लागलो. त्यावेळी ती म्हणाली, ''हे बघ, उद्यापासून आमचं जेवण संपल्यावर मी येऊन तुला वाढणार नाही. तू शिल्लक राहिलेलं अन्न खात जा. ठीक आहे?'' मी खालच्या आवाजात म्हणालो, ''नक्कीच मॅडम.'' ती स्वयंपाकघरातून बाहेर पडली आणि लगेच परत आली आणि म्हणाली, ''आणि आणखी एक गोष्ट. सगळी भांडी घासल्यावर तू ड्रॉईंग रूममध्ये झोपू शकतोस. ठीक आहे?'' मी आज्ञाधारकपणे उत्तर दिले, ''ठीक आहे.''

ड्रॉईंग रुममधून सगळे जण झोपायला गेले तोपर्यंत रात्रीचे सुमारे दहा वाजले होते. त्यानंतर मी लाईट काढले आणि ड्रॉईंग रूममध्ये झोपलो.

दुसऱ्या दिवशी सकाळी खूपच लवकर मालकीण ड्रॉइंग रूममध्ये आली आणि तिने मला हलवून हलवून जागे केले. मी खूपच पेंगुळलो होतो आणि झोपेतच मी तिला विचारले, ''काय झालं?'' ती संतापली. ''काय झालं? तू आताच्या आता उठलंच पाहिजे आणि घरकामाला सुरुवात केली पाहिजे. चल. आता लगेच उठ.'' मी उठलो आणि डोळे चोळू लागलो. त्यानंतर ती म्हणाली, ''उद्यापासून तुझं तुलाच उठावं लागेल. तुला उठवायला कोणीही येणार नाही. समजलं? दुसरी गोष्ट म्हणजे हे अलार्मचे घड्याळ आहे. त्यावर आधीच वेळ लावून ठेवलेली आहे. झोपण्यापूर्वी तू हे बटण दाब म्हणजे योग्य वेळी अलार्म वाजेल आणि अलार्म वाजला की पुन्हा हे बटण दाब, म्हणजे अलार्म बंद होईल.'' मी थोड्याशा उद्धटपणे म्हणालो, ''ठीक आहे, मॅडम.'' मी बाथरूमकडे गेलो. तिथून बादली आणून नळाखाली ठेवली आणि ती भरू लागलो. पाणी भरत असताना मी फरशी पुसायचे फडके शोधले आणि नंतर पाण्यात फडके बुडवून फरशी स्वच्छ करू लागलो. वरच्या मजल्यावरच्या खोल्यांपासून सुरुवात करून खालच्या मजल्यावरच्या खोल्यांपर्यंत मी सर्व खोल्यांची साफसफाई केली. हे सगळे करायला मला सुमारे दोन तास लागले. त्यानंतर मालकिणीची सुंदर राजकुमारी उठली आणि शाळेसाठी तयारी होऊ लागली. तेवढ्यात दूधवाला आला आणि मालकिणीने मला दूध आत आणायला सांगितले. मी खाली उतरून गेटजवळ गेलो. दूधवाल्याने मला विचारले, ''या घरातील तू नवीन घरगडी आहेस का?'' मी स्मित करत म्हणालो, ''होय, बाबा.'' मी त्याच्याकडे दुधाचे भांडे दिले. तो त्यात दूध ओतत होता. तो म्हणाला, ''तू घरगड्यासारखा दिसत नाहीस.'' मी त्याला विचारले, ''का?'' त्याने स्मित केले आणि तो म्हणाला, ''तू गोरा आणि स्वच्छ आहेस. तू या घरातील माणसांसारखाच वाटतोस.'' मी स्मित केले आणि म्हणालो, ''मी तेवढा भाग्यवान नाही, बाबा.''

तेवढ्यात वॉचमन म्हणाला, ''अरे, मालकीण तुला बोलावतेय.'' ''मालकीण मला बोलावतेय हे तुम्हाला कसं काय समजलं? तुम्ही काय मला वेडा

समजलात का?'' त्यावर वॉचमन रागाने म्हणाला, ''अरे मूर्खा, त्यांनी मला फोन केला होता आणि तुला आत पाठवायला सांगितलं. समजलं?'' मी चकित झालो होतो. परंतु मी त्याला विचारले, ''ठीक आहे...होय... परंतु माझ्या एक लक्षात येत नाही. त्या तुमच्याशी गेटजवळ कसं काय बोलू शकतात?'' वॉचमनने कोरडेपणाने सांगितले, की घरात सगळीकडे आणि गेटवरसुद्धा फोनचे जाळे पसरलेले होते. ''अरे मूर्खा, आता तरी तुझ्या डोक्यात काही प्रकाश पडला का?'' त्याने विचारले. मी फक्त हुंकार दिला. त्याहून अधिक काहीही बोललो नाही. त्यानंतर तो म्हणाला, ''हे चांगलं झालं. आता वर जा आणि मालकीण सांगेल, तसं काम कर. जा.'' मी दुधाचे भांडे उचलले आणि पायऱ्या चढू लागलो. मी वरच्या मजल्यावर पोहचल्यावर स्वयंपाकघरात गेलो आणि संगमरवरी टेबलावर दुधाचे भांडे ठेवले. मालकीण इकडे तिकडे धावपळ करत कामे करत होती. ती अतिशय व्यस्त होती. मुलांसाठी ती नाष्टा तयार करत होती. तिने मुलांचे जेवणाचे डबे भरले आणि त्यांच्या दफ्तरांत ठेवले. त्यानंतर तिने मला दोन्ही दफ्तरे उचलायला सांगितली आणि खाली जाऊन गेटजवळ थांबायला सांगितले. मी दोन्ही दफ्तरे माझ्या पाठीवर अडकवली आणि जिन्याच्या पायऱ्यांवरून पाय ओढत ओढत निघालो. मी गेटजवळ पोहचलो आणि भिंतीजवळ थांबून वाट पाहू लागलो. इतर सगळ्या मुलांप्रमाणेच मलाही शाळेत जाण्याची केवढी तरी इच्छा होती.

मालकिणीबरोबर नीटनेटके कपडे घातलेली ती दोन स्वच्छ, छान मुले गेटजवळ येताना मला दिसली. ते गेटजवळ आल्यावर मालकिणीने मला त्या मुलांबरोबर बस स्टँडवर जायला सांगितले. ती मला म्हणाली, ''तिथेच रेंगाळत राहू नकोस. लगेच घरी परत ये.'' मी मान डोलावली आणि गेटमधून बाहेर पडलो. मी त्यांच्याबरोबर पाय ओढत ओढत निघालो होतो. ती मुलेही माझ्याच वयाची होती. त्या मुलीचे नाव सामा होते. तिने मला पुन्हा एकदा माझे नाव विचारले. ''तुझं नाव काय आहे?'' मी तिला माझे नाव सांगितले, परंतु तिला ते आवडले नाही. मी स्मित केले आणि तिला म्हणालो, ''काही हरकत नाही. तुम्हाला मला ज्या नावाने हाक मारायची असेल त्या नावाने हाक मारा.'' ती खिदळली आणि तिने आपला हात माझ्यापुढे केला. ''तू

खूपच गोड आहेस. तू आमचा मित्र होशील का?'' तिने विचारले. मीही स्मित करत म्हणालो, ''नक्कीच!'' त्या बहीण – भावांसमोर मीही माझा हात पुढे केला. परंतु अचानकच शाळेचे दफ्तर खाली पडले. मी लगेच क्षमा मागत म्हणालो, ''माझी चूक झाली. मला माफ करा.'' परंतु सामा झटकन पुढे झाली आणि आपले दफ्तर स्वतः घेऊन मला म्हणाली, ''तू फक्त एकच दफ्तर घे. ते माझ्या भावाचं आहे.'' तिने आपले दफ्तर घ्यावे असे मला वाटत नव्हते. परंतु ती म्हणाली, ''आपण मित्र आहोत. बरोबर? त्यामुळे याने काहीही फरक पडत नाही. शिवाय दोन दोन दफ्तरे उचलणे तुला खूपच जड जाईल आणि आपल्या मालकिणीची काहीही काळजी करू नकोस. आम्ही मॉमला काहीही सांगणार नाही. ठीक आहे?''

मला आनंद झाला होता. मला कोणीतरी मित्र मिळाले होते आणि ते खूपच चांगले होते. आम्ही सतत चालत राहिलो होतो. तिने मला माझ्या कुटुंबीयांविषयी विचारले. ''तुझे आई-वडील कुठे आहेत?'' तिला काय सांगावे ते मला कळत नव्हते. परंतु माझे हृदय म्हणाले, 'मी कोणाशीही खोटे बोलता कामा नये.' म्हणून मी म्हणालो, ''माझे आई वडील माझ्यापासून खूपच लांब आहेत आणि त्यातही विशेषतः माझे डॅड! ते माझ्यापासून खूप म्हणजे अगदी खूपच लांब आहेत. ते देवाकडे गेले आहेत.'' तिला आश्चर्य वाटले आणि तिने विचारले, ''म्हणजे तुझे डॅड मरण पावले आहेत असं तुला म्हणायचं आहे का?'' मी म्हणालो, ''अगदी बरोबर. परंतु मी जिकडे जातो तिकडे सगळीकडे, ते मला सतत पाहू शकतात. तुम्हाला माझ्या वडलांना पहायचं आहे का?'' ''होय. पण कसं काय?''

''रात्री मी नेहमीच आकाशाकडे पाहतो. मला ते आवडतं आणि मी असं ऐकलंय की कोणी मरण पावलं तर ते तारे बनतात. म्हणून माझे डॅडही आकाशात आहेत.''

ती म्हणाली, ''आपण आज सगळेच रात्री त्यांना बघूया. ठीक आहे?'' मला तिथे इतकी चांगली मैत्रीण मिळाल्याबद्दल मला खूपच आनंद झाला होता. दिवसाची सुरुवात तर माझ्या दृष्टीने चांगली झाली होती. दरम्यानच्या काळात, आम्ही बस स्टँडजवळ पोहचलो होतो. तिथे इतर मुलेही होती. मी

फक्त त्या प्रत्येकाकडे पहात होतो. अचानकच सामा म्हणाली, ''तू कधी शाळेत गेला आहेस का?'' तो माझ्या दृष्टीने एक विचित्र प्रश्न होता. मी थोडा वेळ गप्प राहिलो आणि नंतर उत्तरलो, ''मी कधीच शाळेत गेलो नाही.'' ती म्हणाली, ''ठीक आहे....'' त्यानंतर तिच्या मैत्रिणी आल्या आणि त्या तिच्याशी बोलू लागल्या. ''गुड मॉर्निंग...तू कशी आहेस?'' सामा म्हणाली, ''छान.'' त्यानंतर तिच्या मैत्रिणींनी माझ्याकडे पाहिले आणि तिला विचारले, ''हा कोण आहे?'' सामा म्हणाली, ''माझा नवीन मित्र!'' मग त्या मैत्रिणींनी मलाही 'गुड मॉर्निंग' म्हटले. नंतर इंग्लीशमधून त्यांनी मला विचारले, ''हाऊ आर यू?'' मी उत्तर दिले, ''आय ॲम गूड अँड यू?'' ''आय ॲम ओके,' ती म्हणाली. सामा माझ्याकडे आश्चर्याने पहात होती. ''तुला इंग्लीश कसं काय येतं?'' तिने विचारले. मी तिला म्हणालो, ''मला माहिती नाही. परंतु मी चांगल्या प्रकारे इंग्लीश बोलू शकत नसलो तरी मला ते व्यवस्थित समजतं.'' त्यावर सामा म्हणाली, ''तुला माहिती आहे का? इंग्लीश शिकण्यासाठी आम्हाला खूप अभ्यास करावा लागतो. परंतु तू तर काहीही न शिकताच बोलू शकतोस. आश्चर्य आहे.''

शाळेची बस आली आणि ड्रायव्हरने हॉर्न वाजवला. मी सामाच्या भावाला त्याचे दफ्तर दिले आणि नंतर इतर मुलेही बसमध्ये चढली. बस निघाली, तसे मुलांनी मला हात हलवून निरोप दिला. मी तिथेच उभा राहिलो होतो. 'बाऽय' मीही त्यांना तसाच हात हलवून निरोप दिला. त्यानंतर हळूहळू मी त्या बंगल्याकडे निघालो. मालकिणीने मला हाक मारली आणि तिने विचारले, ''तुला उशीर का झाला?'' माझ्याकडे कोणतेही उत्तर नव्हते. परंतु मी शक्य तेवढ्या प्रकारे तिला स्पष्टीकरण देण्याचा प्रयत्न केला. ''मी थेट घरीच आलोय मॅडम,'' मी म्हणालो. तिने मला पुन्हा एकदा सूचना दिली की बस स्टँडवर मी रेंगाळत राहू नये. तिच्या बोलण्याच्या पद्धतीमुळे मी अतिशय भयभीत झालो. तिने मला स्वयंपाकघरात बोलावले आणि चहा बनवायला शिकवले. चहा कसा करायचा ते मी दुसऱ्यांदा शिकत होतो असेच म्हणावे लागेल, कारण चहा कसा करायचा ते मला माहिती होते. ''तुला स्वयंपाक करता येतो का?'' तिने विचारले. ''नाही मॅडम...मी ..मला खरोखरच स्वयंपाक कसा करायचा ते माहिती नाही. परंतु तुम्ही शिकवलं तर मी झटपट

शिकेन.'' ती म्हणाली, ''नाही, ते ठीक आहे,'' ती म्हणाली. परंतु तिच्या चेहऱ्यावरून माझ्या लक्षात आले होते की मला स्वयंपाक शिकवण्याची तिची फारशी इच्छा नव्हती. त्याऐवजी तिने पुन्हा एकदा मला हाक मारली आणि न्हाणीघरात पडलेले सगळे कपडे धुवायला सांगितले.

मी बाथरूममध्ये गेल्यावर मला तिथे कपड्यांचा मोठाच्या मोठा ढीग पडल्याचे दिसले. तो एखाद्या छोट्याशा पिरॅमिडसारखा दिसत होता. ते सगळे कपडे मला धुवायचे होते. काही कपडे मोठे आणि जड होते. काही कपडे हलके होते. परंतु काहीही झाले तरी मला ते सगळे कपडे धुवायचेच होते. मी एका पाठोपाठ एक कपडे धुवायला सुरुवात केली. लवकरच माझ्या पाठोपाठ मॅडमही बाथरूममध्ये आली. ती म्हणाली, ''साबण व्यवस्थित लाव. अकारणच साबण वाया घालवू नकोस. लक्षात आलं का?'' तोपर्यंत मी दमून गेलो होतो. माझी कंबर दुखू लागली होती. मॅडमने एक कपडा उचलला आणि साबण लावून कपडा कसा घासायचा ते मला दाखवले. त्यानंतर तिने तो उचलला आणि फरशीवर आपटून धोपटून पाण्याने स्वच्छ धुतला. ''कपडे कसे धुवायचे ते तुला समजलं का?'' तिने विचारले. ''मॅडम, मला समजलं. तुम्ही मला कपडे कसे धुवायचे दाखवले. तुम्ही खरंच खूपच चांगल्या आहात,'' मी म्हणालो. मी कपडे धूतच राहिलो होतो. किती वेळ गेला होता ते मला समजले नव्हते. त्यानंतर मालकीण बाथरूममध्ये आली आणि तिने मला विचारले, ''हे एवढेसे कपडे धुवायला तुला आणखी किती वेळ लागणार आहे? तू सकाळपासून इथेच बसला आहेस. परंतु अजूनही तुझं हे काम संपलेलं नाही.'' मला खूप भूक लागली होती आणि मालकिणीच्या या रागारागाने बोलण्याने मी त्रस्तही झालो होतो. माझी कंबर खूप दुखत होती.

अचानकच तिने मला विचारले, ''तुला भूक लागली आहे का?'' मी म्हणालो, ''होय मॅडम. मला खूप भूक लागली आहे.'' तिने मला स्वयंपाकघरात बोलावले आणि डाळ-भात खायला दिला. वॉश बेसिनजवळ जमिनीवर मी बसकण मारली आणि भराभरा खाऊ लागलो. मला खूपच बरे वाटले. जणू काही माझ्या पोटातील भुकेच्या वेड्यापिशा अग्नीवर मी थोडेसे पाणी ओतले होते. त्यानंतर माझ्या मालकिणीने मला पुन्हा एकदा ओरडून सांगितले, ''अरे, अगदी लक्ष देऊन ऐक हं! तुझं खाऊन झाल्यावर स्वयंपाकघरात पडलेली

सगळी खरकटी भांडी घासून टाक आणि स्वयंपाकघर अगदी चकचकीत स्वच्छ कर. त्यानंतर तुझी राहिलेली धुणी धू. कपडे धुवायला जास्त वेळ घेऊ नकोस, कारण तुला आणखीही कामं करायची आहेत. लक्षात आलं का?'' मी फक्त माझे डोके हलवले; परंतु एकही शब्द उच्चारला नाही. माझी क्रूर मालकीण दिवसभर झोपून राहिली होती आणि मी घरातील सगळी कामे करत राहिलो होतो. मला इतका राग आला होता की मी सहज तिचा गळा आवळून तिला ठार मारून टाकले असते. परंतु मी खूपच लहान होतो.

मात्र त्या दिवशी मला एक गोष्ट चांगलीच समजली होती. घरकाम करणे ही सोपी गोष्ट नव्हती. मला मिनिटभरही उसंत घेता आली नव्हती. भांडी घासून स्वयंपाकघर स्वच्छ करून मी बाथरूमकडे वळलो. त्यानंतर मी धुण्याचा ढीग धुऊ लागलो. माझ्याकडे कसलाच पर्याय नव्हता. ते कपडे खरोखरच घाण झालेले होते. त्यामुळे मी त्यांना आपटू लागलो आणि त्यांच्यावर उड्या मारू लागलो. त्यानंतर स्वच्छ पाण्याने मी ते धुऊन घेतले. कपडे खळबळवणे आणि पिळणे तर अतिशय अवघड काम होते, कारण त्यामुळे माझ्या शरीरातील प्रत्येक हाड न् हाड हलल्यासारखे मला वाटत होते. अखेरीस दोऱ्यांवर कपडे वाळत टाकण्यास मी बाहेर पडलो. दुर्दैवाने, तोपर्यंत संध्याकाळ झाली होती. सूर्यास्त होऊ लागला होता. मी कपड्यांची बादली उचलत होतो तेवढ्यात मालकीण तिथे आली आणि तिने विचारले, ''तू कुठे चालला आहेस?'' ''मी हे कपडे वाळत टाकायला चाललो आहे.'' ती खूप संतापली आणि मला दोष देत म्हणाली, ''तुझ्या चालढकलीमुळे चांगलं ऊन वाया गेलं. तू जर झटपट काम उरकलं असतंस तर आतापर्यंत कपडे वाळले असते.'' मी मान खाली घालून मुकाट्याने सारे ऐकून घेत उभा होतो. ''ठीक आहे. आता जा आणि ते कपडे वाळायला टाक. त्यांना क्लिपा लावायला विसरू नकोस. लक्षात राहील का?'' मी तत्परतेने म्हणालो, ''होय मॅडम.'' मी बादली उचलून जिने चढून वर छपरावर गेलो.

मी तिथे पोहचलो तेव्हा मला मालकिणीची दोन्ही मुले तिथे खेळत असल्याचे दिसले. त्यांनी मला बघितले आणि विचारले, ''अरे तू कसा आहेस?'' ''ठीक आहे....पण पूर्ण दमून गेलोय.'' त्यांना मी एवढा का दमलो होतो ते हवे होते. तेवढ्या सगळ्या प्रदीर्घ काळात दिवसभर मी काय काम केले होते

ते मी त्यांना सांगितले. ती मुले होती आणि आपल्या क्रूर आईपेक्षा ती मला अधिक चांगले समजून घेऊ शकत होती. त्यांनी मला मदत करण्याची तयारी दर्शवली. परंतु मी त्यांची मदत नाकारली, कारण मला मालकिणीची भीती वाटत होती. त्यानंतर मी दोरीवर कपडे वाळत घालू लागलो. मुलांनी माझे काहीच ऐकले नाही आणि ती मला कपडे वाळत घालण्यास मदत करू लागली. बादलीभर कपडे वाळत घालून झाल्यावर त्यांनी मला त्यांच्याबरोबर खेळायला बोलावले, परंतु मी त्याला नकार दिला. मला आणखी दोन बादल्यांतील कपडे वाळत घालायचे होते. मी खाली जाऊन त्या दोन बादल्या वर आणल्या. मी पुन्हा कपडे वाळत घालू लागल्यावर ती दोन्ही मुले त्या कपड्यांना क्लिप्स लावून मला मदत करू लागली. माझे नव्यानेच मित्र झालेली ती मुले मला मदत करू लागली.

कपडे वाळत घालण्याचे काम पूर्ण झाल्यावर सामाने मला विचारले, ''तू एवढं प्रचंड काम का करतोस?''मी झटकन तिच्या प्रश्नाचे उत्तर दिले. मी म्हणालो, ''खरे तर मी एक गरीब मुलगा आहे. माझ्याकडे जगण्यासाठी आवश्यक असलेला पैसा नाही. म्हणून मी हे काम करतो.'' तिने मला पुन्हा विचारले, ''एका महिन्यानंतर माझी आई तुला किती पैसे देणार आहे?'' ''महिन्याला सुमारे तीनशे रुपये.'' मी म्हणालो. तिला अत्यंत आश्चर्य वाटले. ती म्हणाली, ''तुला माहिती आहे का, मी शाळेत जाते तेव्हा माझी मॉम मला कँटीनसाठी रोज दोनशे रुपये देते. तू खूपच कष्टाचं काम करत आहेस. तुला तर भरपूर पैसे मिळाले पाहिजेत.'' मी तिला म्हणालो, ''हे नशीब आहे. या जगात समतोल आणण्यासाठी कित्येक असमतोलाच्या गोष्टी निर्माण केल्या गेल्या आहेत. उदाहरणार्थ, तू आणि मी.'' मी काय म्हणालो होतो ते तिला समजले नव्हते. ती पूर्णपणे बुचकळ्यात पडली होती. ''ठीक आहे. मला तू काय बोललास ते अजिबातच समजलं नाही. परंतु मी एक गोष्ट सांगू शकते की तू एखाद्या शिक्षकासारखा बोलतोस.'' ती म्हणाली. मी तिची चेष्टा केल्यासारखा हसलो. ती म्हणाली, ''चेष्टा करून नकोस. मला खरोखरच तसंच म्हणायचं आहे.'' अचानक मला माझ्या मालकिणीचा आवाज ऐकू आला. ती मला हाका मारत होती आणि रात्रीच्या जेवणासाठी मी तिला मदत करावी म्हणून ती मला स्वयंपाकघरात बोलावत होती.

मी आता खाली जाणारच होतो, तेवढ्यात सामाने मला विचारले, ''तुला सायकल चालवता येते का?'' मी म्हणालो, ''हो, तर!'' तिने मला विचारले, ''तू मला सायकल चालवायला शिकवशील का?'' मी तिला गंभीरपणाने सांगितले, ''सध्या तरी ते खूपच कठीण आहे, कारण तुझी मॉम मला बोलवतेय. कदाचित नंतर कधीतरी?'' तिने स्मित केले. माझा हात पकडला आणि म्हणाली, ''माझ्याबरोबर चल. ती मला घेऊन तिच्या मॉमकडे गेली आणि तिने तिला विचारले, ''मॉम, त्याला सायकल कशी चालवायची ते माहिती आहे आणि मला सायकल चालवायला शिकायचं आहे. त्याला मला शिकवायला सांग.'' मालकिणीने माझ्याकडे पाहिले आणि विचारले, ''तुला सायकल कशी चालवायची ते माहिती आहे?'' मी म्हणालो, ''होय मॅडम.'' मग ती म्हणाली, ''ठीक आहे. मग तू जा आणि तिला वीस मिनिटे सायकल चालवायला शिकव. त्यानंतर तू लगेच मला स्वयंपाकात मदत करायला इकडे ये. ठीक आहे? आणि लक्षात ठेव तिला पडू देऊ नकोस.'' मी लगेच म्हणालो, ''अजिबात नाही, मॅडम.'' त्यानंतर मी जिना उतरून धावतच खाली गेलो. सामाने सायकल घेतली आणि तिने मला शिकवायला सांगितले. मी तिला सायकलच्या सीटवर बसायला सांगितले आणि मी तिला पकडेन असे सांगितले. ती सायकलवर बसली आणि मी सायकल धरून ठेवली आणि ढकलू लागलो. मलाही खूपच आनंद झाला होता. कारण दिवसभराच्या भरपूर कामानंतर मला काहीतरी गंमत करता येत होती.

पुन्हा एकदा मला मालकिणीचा संतप्त आवाज ऐकू आला. ती मला वर स्वयंपाकघरात बोलावत होती. मी सामाला सांगितले, ''आता मला गेलं पाहिजे, कारण तुझी मॉम मला बोलावत आहे. आणखी एक गोष्ट. जर तुला सायकल शिकायची असेल, तर तुझ्या मॉमला दिवसातून काही वेळ मला मोकळा द्यायला सांग. तरच मी तुला सायकल चालवायला शिकवू शकेन आणि मलाही सायकल चालवायची संधी मिळेल.'' ती म्हणाली, ''ठीक आहे.'' नंतर मी वर पळत गेलो आणि स्वयंपाकघरात शिरलो. तिथे मालकीण स्वयंपाकाची तयारी करत होती. तिने मला भाज्या चिरून द्यायला सांगितले. मी बटाटे सोलायला सुरुवात केली. स्वयंपाक करायला मदत

केल्यानंतर मला प्रत्येकाला वाढावे लागणार होते आणि नंतर भांडी घासावी लागणार होती हे मला माहिती होते.

हे सगळे त्रासदायक, पाठ मोडणारे काम मी तीन महिने प्रामाणिकपणे केले. माझ्या मालकिणीने सांगितलेले कुठलेही काम करण्यास मी कधीच नकार दिला नाही. अत्यंत आज्ञाधारकपणे वागूनही एके दिवशी माझ्या आयुष्यातील सर्वाधिक वाईट दिवसाला मला तोंड द्यावे लागले ही एक आश्चर्यजनक गोष्टी होती. त्यावेळी मी जवळजवळ मरणाच्या दारातच पोहचलो होतो. आणि तेही कशासाठी? तो रविवार विसरणे मला कदापि शक्य नाही. अगदी आताही त्या रविवारची आठवण येते त्यावेळी मी अगदी विदीर्ण होऊन जातो.

माझी मालकीण आणि मालक आणि बहुतेक सर्वच कुटुंबीयांना खरेदीसाठी बाहेर जायचे होते, कारण माझ्या मालकिणीचा वाढदिवस होता. दोन्ही मुलांना घरात सोडले गेले होते. सगळे प्रौढ लोक घराबाहेर पडले होते. बाहेर जाण्याआधी माझ्या मालकिणीने मला ठरावीक वेळेपर्यंत सर्व काम संपवलेच पाहिजे असे बजावले होते. नेहमीप्रमाणे मी अत्यंत नम्रपणे मान डोलावली आणि होकार दिला. त्यानंतर तिने आपल्या दोन्ही मुलांना बाहेर बोलावले आणि ती नसताना कसल्याही खोड्या करू नयेत असे सांगितले. त्यानंतर माझ्या अंगावर गुरकावत ती म्हणाली, ''तू ऐकत काय उभा राहिला आहेस? जा आणि कॉफीचे मग आणि कढया धुवून ठेव.'' त्यामुळे नेहमीप्रमाणे मी प्रथम फरशा पुसायला गेलो. दोन तास ते काम केल्यानंतर मी लॉनचे गवत व्यवस्थित कापले, कारण मालकिणीने मला तसे सांगितले होते. भांडी घासण्याचे काम मी शेवटी करण्यासाठी ठेवले होते. तीन तास गवत कापल्यावर मी स्वयंपाकघरात गेलो आणि भांडी घासू लागलो. दुर्दैवाने, एक कॉफीचा मग माझ्या हातून फरशीवर खाली पडला आणि फुटला. त्याचा मोठा आवाज झाला. लगेच सामा स्वयंपाकघरात आली. ''तू काही फोडलंस का?'' तिने विचारले. मी खूपच घाबरून गेलो होतो. परंतु मी तिला ''चुकून माझ्या हातून कॉफीचा मग फुटला,'' असे सांगितले. तिने तो मग पाहिला आणि ती किंचाळली, ''नाही. नाही. अरे बापरे! हा मग तर आजच डॅडनी मॉमला भेट दिला होता.''

मी चुकीबद्दल क्षमा मागितली. ती म्हणाली, ''ठीक आहे. काळजी करू नकोस. तू सकाळपासून काम करत आहेस. आता इकडे ये. आमच्याबरोबर कॅरम खेळ.'' मी खरकटी भांडी तशीच टाकली आणि तिच्याबरोबर खेळायला गेलो. त्यावेळी किती वाजले होते ते मला माहिती नव्हते. मला खूपच आनंद झाला होता, कारण गेम मी जिंकला होता. तेवढ्यात अंधार पडला. माझी मालकीण घरी आली. तिच्या लगेच लक्षात आले की मी मुलांबरोबर खेळत होतो. ''तू त्यांच्याबरोबर खेळतोयस. मी बाहेर जाण्यापूर्वी सांगितलेल्या तुझ्या कामांचं काय? तू सगळी कामं संपवलीस का?'' तिने विचारले. मी खूपच घाबरलो होतो. मी भांडी घासली नव्हती. शिवाय मी कॉफीचा एक मगही फोडला होता. तरीही मी खात्रीपूर्वक उत्तर दिले, ''होय मॅडम. तुम्ही सांगितलेलं प्रत्येक काम मी केलं आहे.'' त्यानंतर मालकिणीने खरेदी केलेले तिच्या हातातील सामान सोफ्यावरच टाकले आणि आपल्या नवऱ्यासाठी कॉफी करायला ती स्वयंपाकघरात गेली. काही मिनिटांनी मला तिचा किंचाळलेला आवाज आला. ती मला जोरजोरात ओरडून हाका मारत होती. मी झटकन स्वयंपाकघरात गेलो आणि म्हणालो, ''बोला मॅडम.'' ती खूपच संतप्त झाली होती. ''तू माझा कॉफीचा मग फोडलास?'' तिने विचारले.

मी तिच्यासमोर थरथर कापत उभा होता. ''होय. मॅडम. मी तो घासत असताना चुकून माझ्या हातातून तो पडला.'' तिने लगेच मला सपकन् मारले. मला जोरदार तडाखा दिला. पुनःपुन्हा ती मला मारत राहिली. क्रोधाने आंधळी होऊन ती मला मारत होती. मी खूपच घाबरून गेलो होतो. मी रडू लागलो. मग तिथे मालक आला. त्याने काय झाले ते विचारले आणि त्यानेही मला मारायला सुरुवात केली. मी जोरजोरात रडत राहिलो आणि त्या दोघांनी मला अधिकाधिक मारहाण केली. माझ्या नाका-तोंडातून रक्त येऊ लागले. हे सगळे फक्त एका छोट्याशा कॉफीच्या मगासाठी घडले होते. माझ्या आयुष्यापेक्षा आणि रक्तापेक्षा एक छोटासा मग एवढा मूल्यवान कसा काय होता ते मला समजू शकले नव्हते. त्यानंतर दोन्ही मुलेही स्वयंपाकघरात आली. मला मारू नये, म्हणून ती दोघेही आपल्या आई-वडलांकडे याचना करत राहिली होती. परंतु ती दोन्ही प्रौढ माणसे पशु बनली होती. त्यांनी आपल्या मुलांचेही ऐकले नाही. माझे ओठ फाटले आणि त्यामधून बाहेर

पडणारे रक्त स्वयंपाकघराच्या फरशीवर सांडू लागले. काही मिनिटांनंतर त्या दोघांनी मला स्वयंपाकघरात तसेच सोडून दिले. मी जमिनीवर पडलो होतो. मी तरीही रडत होतो आणि माझ्या अंगातून रक्त वहात होते. थोड्याच वेळात मालक आणि मालकीण स्वयंपाकघरात आले आणि त्यांनी मला उठायला सांगितले. मी उठू शकत नव्हतो, कारण मला खूपच जखमा झाल्या होत्या. मालकाला पुन्हा राग आला, कारण मी त्याची आज्ञा मानली नव्हती. त्याच्या पायात लेदरचे बूट होते. त्याने माझ्या पोटात लाथ मारली. त्यामुळे मला खूपच वेदना झाल्या. मिनिटभरातच माझा आवाज बंद झाला. त्याने मला पुन्हा एकदा उठायला सांगितले. परंतु दुर्दैवाने, मी उठूच शकत नव्हतो. त्याने पुन्हा एकदा मला जोरात लाथ मारली. यावेळी त्याने माझ्या पाठीच्या कण्यावर लाथ मारली होती. एखाद्या चिरडून टाकलेल्या कीड्यासारखा मी त्या फरशीवर पडलो होतो. मी तसाच निश्चल पडून होतो. मी हलूच शकत नव्हतो. त्यानंतर मालकिणीला भीती वाटली. कारण मी पूर्णपणे निपचित पडलेला होतो. तिने आपल्या नवऱ्याला सांगितले, ''थांबा. तो मरेल. कारण आता त्याच्या तोंडातून शब्दही फुटत नाही.'' त्यानंतर त्यांनी मला तसेच स्वयंपाकघरात सोडून दिले.

तासाभरानंतर मालकीण मला पहायला पुन्हा एकदा आत आली. तिने मला हाक मारली आणि फरशीवर पडलेले रक्त पुसायला सांगितले. कारण तिला रात्रीचे जेवण बनवायचे होते. हळूहळू, अगदी हळूहळू मी कसाबसा उठून उभा राहिलो. मी लंगडत होतो. कसेबसे मी फडके घेतले आणि फरशीवर सांडलेले रक्त पुसायला सुरुवात केली. माझे पाय हलवणेही मला कठीण झाले होते. त्यानंतर मी टेरेसवर गेलो आणि शांतपणे बसून राहिलो. मी आकाशाकडे पाहिले आणि देवाला एकच साधासुधा प्रश्न विचारला, ''का देवा? फक्त मीच का? मी संपूर्ण दिवसभर इथे काम करतो, परंतु कोणीही माझ्या कामाचं कौतुक करत नाही.'' मी आकाशाकडे बघत होतो आणि माझ्यावर होणाऱ्या अन्यायाचा विचार करत होतो. माझे डोळे आता ग्लानीमुळे मिटले.

मी टेरेसवर झोपलो होतो. त्यावेळी हवामान थंड होते. माझ्या पोटात अन्नाचा कणही नव्हता. रात्री थंडीचा जोर आणखी वाढला. अचानकच माझ्या

कानांवर आवाज पडला, ''अरे बासु!'' मी हळूहळू मान वळवली. तिथे सामा आणि तिचा भाऊ होता. त्यांनी माझ्यासाठी सुका मेवा आणि ब्लँकेट आणले होते. ते खूपच चांगले होते. ते म्हणाले, ''हे बघ, आता रात्रीचे अकरा वाजत आले आहेत. खूपच रात्र झाली आहे. हा सुका मेवा खा आणि झोप. आम्हाला तुला जेवढी मदत करायची होती तेवढी करता आली नाही. सॉरी. परंतु तू आता स्वतःची काळजी घे. आम्ही आता जातो.'' ते निघत असताना मी तिला हाक मारली, ''सामा, इकडे ये.'' ते दोघेही आले आणि त्यांनी मला विचारले, ''काय झालं?'' त्यांना मी वाकायला सांगितले. मी त्या दोघांच्याही गालाचा मुका घेतला आणि म्हणालो, ''थँक यू व्हेरी मच. तुम्ही दोघेही खूपच गोड आहात. माझ्या संपूर्ण आयुष्यात कधीच मी तुमची मैत्री विसरणार नाही.'' मी अंगाभोवती ब्लँकेट गुंडाळून घेतले आणि हळूहळू सुका मेवा खाऊ लागलो. मला एवढ्या वेदना होत होत्या की तो सुका मेवा चावणेही मला शक्य होत नव्हते.

पुन्हा एकदा मी देवाशी बोलायला सुरुवात केली होती. 'हे सर्वशक्तिमान देवा, जर मलाही बहिणी आणि भाऊ असते तर तेही असेच लाडके, प्रेम करण्याजोगे आणि माझी एवढी काळजी घेणारे असते का? अंऽऽ..पण तू योग्य तेच केलंयस. मी अगदी एकटाच असतानाही मला या जगात एवढ्या यातना सहन कराव्या लागत आहेत. तू जर मला बहीण दिली असतील तर तिने आता काय केलं असतं? काही का असेना; देवा थँक यू आणि गुड नाईट!''

१३

मुक्तता

सकाळी मी उठलो, त्यावेळी जवळजवळ सामाची शाळेची वेळ झाली होती. मी झटक्यात उठलो, परंतु तेव्हाही आपल्याला यातना होत आहेत हे मी विसरूनच गेलो होतो. मी धडपडत जिन्यावरून खाली गेलो आणि ड्रॉईंग रुममध्ये पोहचलो. मी दोघा मुलांची दफ्तरे उचलली आणि खाली येऊन त्यांची वाट पहात थांबलो. मालकीण माझ्याकडे पहात होती; परंतु ती काहीही बोलली नाही.

त्यानंतर मी गेटजवळ गेलो आणि त्यांची वाट पहात राहिलो. ती दोघेही आली आणि त्यांनी बस स्टँडच्या दिशेने चालायला सुरुवात केली. काही पावले चालल्यानंतर सामाने आणि तिच्या भावाने आपापली दफ्तरे घेतली आणि मला फक्त त्यांच्याबरोबर चालत यायला सांगितले. ती दोघेही आपापली दफ्तरे घेऊन चालली होती. सामा त्यावेळी म्हणाली, ''बासु, तुला एवढ्या यातना होत आहेत ते पाहून आम्हाला बरं वाटत नाही. काहीही झालं तरी स्वतःची काळजी घे.'' तिने स्मित केले. माझे ओठ सुजले होते. मी तरीही स्मित केले आणि म्हणालो, ''ठीक आहे. मी पळून चाललो आहे. मी तुम्हाला बस स्टँडवर सोडून निघून जाणार आहे. खरे तर तुम्ही म्हणजे माझा पळून जाण्याचा मार्ग आहात.'' मुलांनी धक्का बसल्यासारखे माझ्याकडे पाहिले. त्यांना दुःख झाले होते. ते माझे मित्र होते. ''तू कुठे जाणार आहेस?'' त्यांना माहिती हवी होती. मी उत्तर दिले, ''जग खूप मोठं आहे आणि मी

चार वर्षांचा असल्यापासून एकटाच आहे. इतके दिवस मी या जगात जिवंत राहिलो आहे. आता नशीब नेईल तिकडे मला जाऊदे.''

सामाने आपल्या खिशात हात घातला आणि तीनशे रुपये बाहेर काढले. माझ्याकडे ते देत ती म्हणाली, ''हे घे. ते मी तुलाच देतेय. तो माझा तीन दिवसांचा पॉकेट मनी आहे. तू तो ठेव आणि तुझ्यासाठी खर्च कर.'' तिच्या भावानेही शंभर रुपयाची नोट काढली आणि मला दिली. तो म्हणाला, ''ही माझ्याकडून तुला भेट आणि मी तुझ्यावर प्रेम करतो.'' त्या छोट्याशा मुलाचे ते शब्द ऐकून मला खूप आनंद झाला. तो माझ्यापेक्षा लहान होता, परंतु मैत्री म्हणजे काय ते तो समजू शकत होता. आम्ही बस स्टँडवर पोहचलो. तिथे सामाचे इतर मित्र-मैत्रिणी होत्या. त्या सगळ्यांना मी अत्यंत आवडत होतो. थोड्याच वेळात सगळे जण शाळेच्या बसमध्ये चढले. सामा आणि तिचा भाऊ माझ्याकडे आले आणि म्हणाले, ''बसु, स्वतःची काळजी घे. आम्हाला तू खूप खूप आवडतोस. आम्ही तुला कधीच विसरणार नाही. तू खूपच गोड आहेस आणि आम्हाला तुझ्याकडून कित्येक गोष्टी शिकता आल्या. आता मीही तुझ्यासारखीच बोलू शकते. एकदा तू माझ्या शिक्षकासारखा बोलला होतास. आठवतं? आता प्रत्येक जणच मला असं सांगतो की 'सामा, तू एखाद्या तत्त्वज्ञासारखी बोलतेस.' मला आता सायकल चालवता येते. थँक यू व्हेरी मच.''

त्या दिवशी मी तिथून पळून गेलो. घरगड्याच्या आयुष्यापासून मी माझी मुक्तता करून घेतली होती. परंतु काहीतरी अत्यंत मूल्यवान गोष्ट मी गमावली होती असे मला वाटते.

होय. मी काय गमावले होते ते मी आज सांगू शकतो. एका अनाथ मुलावर माझ्या मालकाच्या मुलांनी जे प्रेम केले होते ते मी गमावले होते. ती मुले खरोखरच खूपच निरागस आणि विशुद्ध हृदयाची होती. तथाकथित सामाजिक चालीरिती आणि रितीरिवाजांनी ती दूषित झालेली नव्हती. श्रीमंत, गरीब, वरिष्ठ आणि कनिष्ठ जाती इ. कोणत्याही प्रकारचा भेदभाव त्यांच्या मनाला शिवलेलाही नव्हता. त्यांना फक्त आपल्या अंतःकरणाचे कसे ऐकावे तेवढेच माहिती होते. तर अशा प्रकारे मी तिथून पळून गेलो आणि पुन्हा रस्त्यावर

आलो. खूप, खूप दिवसांपूर्वी मी जसा निरुद्देशपणे भटकत होतो, तसाच त्यावेळीही भटकत राहिलो होतो. अचानकच एक खूप दरिद्री आणि वृद्ध व्यक्ती माझ्यासमोर आली आणि भीक मागू लागली. तो म्हणाला, ''बाळा, देव तुझे भले करेल. तुझ्या आयुष्यात तू कायमच आनंदात राहशील. कृपा करून मला काहीतरी दे. मला खूप भूक लागली आहे.'' मी त्याच्याकडे पाहून स्मित केले आणि म्हणालो, ''आपलं पोट भरण्यासाठी तुला माझी एवढी खुशामत करण्याची गरज नाही. खरे तर आयुष्य चांगले नसते. तुझ्या प्रार्थनेमुळे माझ्या पुढच्या आयुष्यात आणखी काही बदल घडेल असंही मला वाटत नाही. परंतु तुला खूपच भूक लागलेली असेल. होय ना?''

त्याने आपल्या बटबटीत डोळ्यांनी माझ्याकडे पाहिले. त्याचे डोळे आतल्या बाजूला खोल गेल्यासारखे दिसत होते. मी त्याला म्हणालो, ''काळजी करू नकोस. मीसुद्धा आधी भिकारीच होतो, त्यामुळे पोटात कशी आग पडते ते मला माहिती आहे. माणसांना आपल्या पोटातील आग अगदी लगेच विझवायची असते आणि त्यासाठी खूप काटेरी मार्ग चोखाळावे लागतात आणि काही वेळा ते खूपच वेदनादायी, यातनामय असतात. समजलं?'' मी नेमके काय म्हणत होतो, ते त्या भिकाऱ्याला समजले नव्हते. तो फक्त माझ्याकडे पहातच राहिला. मी त्याला ओढले आणि म्हणालो, ''आज माझ्याकडे थोडे पैसे आहेत. मलाही भूक लागली आहे. तर आपण दोघेही एकत्रच जाऊन काहीतरी खाऊया. आपल्याला समोर दिसणाऱ्या त्या हॉटेलमध्ये जाऊन आपण खाऊया.'' तो थोडा वेळ बिचकल्यासारखा झाला. संभ्रमित झाला. मी त्याला म्हणालो, ''काळजी करू नकोस. तुला बिल भरावं लागणार नाही.'' त्याने उत्तर दिले, ''नाही बाळा. मी त्याचा विचार करत नाही. खरे तर मला असं वाटतं की ते मला आत येऊ देणार नाहीत.'' त्याला काय म्हणायचे होते ते मला समजले. मी म्हणालो, ''त्याचीही काळजी करू नका. हे जग पैशावर चालतं. तुमच्याकडे पैसे असतील तर तुम्हाला सगळीकडे प्रवेश मिळतो. तुमच्याकडे पैसे नसतील तर तुम्हाला बाहेर पडण्याचीही परवानगी मिळत नाही. तुझ्या लक्षात आलं का?''

नंतर आम्ही दोघांनाही त्या हॉटेलमध्ये प्रवेश केला. त्या खानावळीच्या मालकाने सांगितले, ''या घाणेरड्या वृद्धाला आत प्रवेश देता येणार नाही.''

मीसुद्धा चांगला दिसत नव्हतो, कारण आदल्या दिवशीच्या घटनेमुळे माझा चेहरा तोपर्यंत सुजलेलाच होता. मी त्या भिकाऱ्याहून फारसा वेगळा दिसत नव्हतो. तो वृद्ध माणूस हसला आणि म्हणाला, ''ठीक आहे मुला. मी बाहेर बसून खातो.'' मी गंमतीने हसलो आणि त्या वृद्ध भिकाऱ्याला म्हणालो, ''काळजी करू नकोस. आता एक जादू पहा.'' त्यानंतर मी मालकाला बोलावले. ''तुम्ही काळजी करू नका सर. ही व्यक्ती खूपच घाणेरडी आहे, परंतु मला एक सांगा आपण सारेच जण माणूस आहोत की नाही? आपल्या सर्वांमध्येच आतल्या बाजूने भरलेली भरपूर घाण, कचरा आहे. फक्त तो आपल्याला बाहेरून दिसत नाही. बरोबर?'' त्या खानावळीच्या मालकाने मला धक्का मारून बाहेर काढले. तेवढ्यात मी त्याला पैसे देऊ केले. ''हे पहा, या माणसाला तुम्ही आत येऊ दिलं, तर फक्त त्याला आत येऊ दिल्याबद्दल मी तुम्हाला शंभर रुपये देईन.'' मी त्याला म्हणालो. याचा मात्र लगेच परिणाम झाला. त्याने मला बाहेर काढण्यासाठी ढकलणे थांबवले. त्याने स्मित केले आणि तो म्हणाला, ''अरे बारक्या, मी तर फक्त तुझी गंमत करत होतो. तू त्याला घेऊन आत येऊ शकतोस.'' त्यानंतर त्याने मला विचारले, ''काय आणू?'' मी त्याच्याकडे पाहून हसलो आणि चपाती व डाळीची ऑर्डर दिली. शिवाय काही भाज्याही मागवल्या. आमची पोटे भरल्यावर मी बिल मागवले. मालकाने मला सांगितले की, या म्हाताऱ्या माणसाला आत प्रवेश दिल्याचे शंभर रुपये आणि जेवणाचे ९९ रुपये. मी त्याला दोनशे रुपये दिले आणि म्हणालो, ''बाकीचे ठेवा तुम्हाला.'' तो म्हातारा भिकारी आणि मी रेस्टॉरंटमधून बाहेर पडलो. मी त्याला म्हणालो, ''ठीक आहे. मी आता वाट फुटेल तिकडे चाललोय. तुम्ही आणखी एका जेवणासाठी हे ५० रुपये तुमच्याजवळ ठेवा.''

मी निघालोच होतो; तेवढ्यात तो म्हातारा म्हणाला, ''तू कोण आहेस?'' मी उत्तर दिले, ''ते मलाही माहिती नाही. खरे तर मीसुद्धा माझ्या जन्मापासूनच या प्रश्नाचं उत्तर शोधतोय.'' तो भिकारी म्हणाला, ''तुला कोणी पाठवून दिलं त्याची मला कल्पना नाही. परंतु कोणीही असलास तरी तू चांगला आणि दयाळू अंतःकरणाचा छोटा मुलगा आहेस. तू देवाचा छोटासा, सुंदर मुलगा आहेस.'' मी फक्त हसलो आणि म्हणालो, ''नाही...नाही. मी देवाचा मुलगा

नाही. मी फक्त एक अनाथ मुलगा आहे. मी असाच इकडे तिकडे भटकत आहे आणि कुटुंबाच्या प्रेमासाठी व्याकूळ झालो आहे.'' त्यानंतर मी तिथून पळत सुटलो आणि पुन्हा एकदा अज्ञात ठिकाणाच्या दिशेने धावू लागलो. मी फक्त रस्त्यांवरून चालत राहिलो होतो. आता पुन्हा काहीतरी घडेल, या प्रतीक्षेत मी रस्त्यावरून फक्त चालत होतो.

१४

पक्ष्याप्रमाणे उडताना

ससिलिया फ्लोअर्स–ओएबांडा. व्हिसायन फोरम फाऊंडेशन (व्हीएफआय) ची ती संस्थापिका आणि संचालिका होती. मानवी अवैध वाहतुकीच्या विरोधात तिने केलेल्या कामासाठी तिला जगभर ओळखले जात होते. एका अनोळखी व्यक्तीने प्रथमच माझा मुका घेतला होता. हे माझ्या बाबतीत घडले होते यावर मी विश्वास ठेवू शकत नव्हतो. माझ्या मनात कितीतरी प्रश्नांची दाटी झाली होती. माझ्या अस्तित्वाला महत्त्व असल्यासारखे मला वाटू लागले. मी पुनःपुन्हा स्वतःला एक प्रश्न विचारत राहिलो होतो, 'मी एवढा खास आहे का?'

माझ्या तोपर्यंतच्या संपूर्ण पूर्वायुष्यात मी फक्त प्रेमाच्या छोट्या संकेतांची आणि प्रेमळ संभाषणाची स्वप्ने पाहिली होती. यावेळी लोक माझ्याशी ज्या पद्धतीने वागत होते ती पद्धत आतापर्यंत मला मिळालेल्या वागणुकीहून खरोखरच अगदीच भिन्न होती. की हे सगळेच एक स्वप्न होते? मला एकदम ताजातवाना झाल्यासारखे आणि नवाकोरा बनल्यासारखे वाटू लागले. यावेळी आपण जिवंत आहोत, याची जाणीव मला झाली. कोणाला तरी माझी काळजी असल्याचे दाखवणाऱ्या भेटीनंतर आमच्या प्रतीक्षेत असलेल्या कारकडे आम्ही गेलो. आम्ही कारमध्ये बसल्यावर मी विचार करत होतो, 'मी हा संपूर्ण वेळ अशा प्रकारच्या आयुष्याचे स्वप्न पहात होतो का?' कसे कोण जाणे; परंतु मी अनुभवत असलेल्या वर्तमानकाळाला मी स्वप्न समजू लागलो. मला

अत्यंत महत्त्वाची व्यक्ती असल्याप्रमाणे वागवले जात होते, हे नक्कीच एक स्वप्न होते. त्या क्षणाची मजा अनुभवण्यासाठी मी कारच्या खिडकीची काच खाली केली आणि माझे डोके बाहेर काढून काही गोष्टी पाहण्याचा, ऐकण्याचा, त्यांच्या स्पर्शाचा अनुभव घेण्याचा प्रयत्न केला. त्यामुळे त्या सत्य आहेत याची मला खात्री पटली असती. मनिलातील उन्हाळी हवेचा स्पर्श मला झाला. ती माझ्या केसांतून खेळू लागली. अखेरीस ते स्वप्न असल्याची माझी कल्पना हळूहळू दूर होऊ लागली आणि वास्तव परिस्थितीचे मला हळूहळू आकलन होऊ लागले. मला आता माझ्यासमोर पसरलेले सुंदर आयुष्य दिसत होते. त्या भयावह जगापासून मी या जगात माझी मुक्तता करून घेऊ शकत होतो. हे जग तसे अजिबात भयावह नव्हते हेसुद्धा मला समजले होते. माझा भूतकाळ जेवढा वाईट होता तेवढे हे आयुष्य वाईट असणार नव्हते.

एका उंच इमारतीसमोर कार थांबली आणि माझ्या अंगरक्षकाने आणि मी कारबाहेर पाऊल टाकले. त्यानंतर त्या इमारतीतील हॉटेलमध्ये माझ्यासाठी तयार ठेवण्यात आलेल्या खोलीकडे मी निघालो. आज मला एवढेच आठवते की मी एक प्रशस्त पांढरा पलंग पाहिला होता. माझे शूजही न काढता मी त्यावर मला झोकून दिले होते. तिथली उबदार रजई अंगावर घेऊन झोपताना मला खूप आनंद झाला होता. आयुष्यात पहिल्यांदाच मला एवढी छान मजा केल्याचा अनुभव येत होता. मला सगळीकडे उड्या मारत फिरावे आणि पक्ष्यासारख्या भराऱ्या माराव्यात असे वाटत होते. परंतु मी माणूस होतो, त्यामुळे मी तसे करू शकलो नाही. भिंतीवर टांगलेल्या घड्याळाकडे मी पहात होतो. त्याची टिक् टिक् माझ्या कानांवर पडत होती. त्या घड्याळाकडे मी एकटक पहात होतो. त्यानंतर पुन्हा एकदा मी भूतकाळात शिरलो होतो...

विमानांकडून मी स्वप्ने पाहण्यास शिकलो होतो. पक्ष्यांपेक्षाही अधिक उंचीवरून ती उडतात. आपल्यासोबत माझी स्वप्ने घेऊनही ती उडत होती. मी खूप मोठे स्वप्न पाहिले होते. माझे हृदय अस्वस्थपणे धडधडत होते आणि त्याच वेळी हृदयाच्या प्रत्येक धडधडीबरोबर माझ्या मनात कित्येक इच्छा उत्पन्न होत होत्या. ते प्रचंड मोठे उडणारे पक्षी मला आणखी उंच; आणखी उंच उडण्यास प्रोत्साहित करत होते. जमिनीवर उतरणाऱ्या विमानांनी मला प्रवास पूर्ण केल्यानंतर मिळणारा आनंद कसा असतो ते शिकवले होते.

माझे हृदय जोरजोरात धडधडत होते. त्याचे तसे धडधडणे थांबलेच नव्हते. त्यामुळे माझ्या आकांक्षाही तशाच हवेत उडत राहणे भाग होते. त्यांनीही कुठेच मुक्काम केला नव्हता. त्याही कुठेच थांबल्या नव्हत्या. असंख्य स्वप्ने माझ्या मनःचक्षूंसमोर तरळत राहिली होती. आकाशात उडण्यासाठी ती मला प्रवृत्त करत होती.

माझ्या मनात नेहमीच अशी इच्छा होती की ज्या पदावरून मी पृथ्वीवरील प्रत्येक व्यक्तीपर्यंत पोहचू शकेन आणि तिला मदत करू शकेन असे उच्च पद मला प्राप्त व्हावे. सूर्य मानवी आवाक्याबाहेरचा आहे. त्याच्यापर्यंत पोहचणे शक्य नाही; परंतु तो पृथ्वीवर प्रकाश पसरवतो. भेदाभेद न करता किंवा पूर्वग्रह न बाळगता तो पृथ्वीवर सर्वत्र प्रकाश पसरवतो. तसे पद मला हवे होते.

माझ्या मनात पूर्वीचे दिवस आले. तो उन्हाळ्याचा दिवस होता. तरीही रिमझिम पाऊस पडत होता. सामाच्या घरातून बाहेर पडल्यावर मी पुन्हा रस्त्यावर गेलो होतो. माझ्या जुन्या मित्रांच्या गँगमध्ये मी परतलो होतो. तो एक सुंदर उबदार आणि ओलसर दिवस होता. हलक्या पावसाच्या सरींमधून सूर्य उगवण्याचा प्रयत्न करत होता. झाडे अंघोळ करत होती आणि सगळीकडे हिरवाई पसरत होती. तो एक शृंगार, प्रेम करण्याचा दिवस होता. निसर्ग स्वतःच प्रेमात पडला होता आणि सुंदर होता. मी आणि माझे मित्र विमानतळाच्या आसपास फिरत होतो. तिथे जाणारे आणि येणारे अनेक लोक दिसत होते. लोकांना नेण्या-आणण्यासाठी कित्येक कार्स उभ्या होत्या. आम्ही फक्त इकडे तिकडे भटकत होतो आणि काही प्रेमी युगुलांची मी चेष्टा करत होतो. एक जोडपे माझ्यावर खूपच संतापले. त्यामुळे माझ्या मित्रांना मी म्हणालो, की आता इथून सटकूया. परंतु माझे मित्र एवढ्यातच विमानतळ सोडून जायला तयार नव्हते. आता यापुढे कोणाचीही चेष्टा मस्करी करायची नाही असे मी ठरवून टाकले होते. माझ्या मित्रांबरोबर मी तसाच पुढे चाललो होतो. माझ्या मित्रांपैकी एक जण म्हणाला, ''हे ठिकाण खूपच छान आहे. आपण इथे रोजच यावं असं मला वाटतं.'' तेवढ्यात मला एक विमान दिसले. ते उडण्याच्या तयारीत होते. ते उडणारे विमान पाहून मला खूपच आनंद झाला. मी हसू लागलो. मी विचार करू लागलो, 'एके दिवशी मीही विमानात बसेन

आणि तो दिवसही नक्कीच येईल. देवा मला त्यासाठी मदत करशील का? माझे आयुष्य कायमच असे राहणार नाही. ते बदललेच पाहिजे..' त्या दिवशी प्रथमच मी एवढ्या जवळून विमान पाहिले होते. मला ते खूपच आवडले होते, कारण त्यापासून उंच उडण्याची स्फूर्ती मिळाल्यासारखे मला वाटले होते.

त्यानंतर रोजच मी विमानतळावर जाऊन सूर्यास्त पाहू लागलो. मला उडणारी आणि जमिनीवर उतरणारी विमाने आणि त्यांच्या पार्श्वभूमीवर केशरी रंगाचा सूर्य पहायला आवडत असे. माझे मित्र मला विचारू लागले, ''अरे भाऊ, काय झालं तरी काय? तू आपला सगळा वेळ विमानतळांवर घालवतोस. तुला काम करायचं नाही का? पैसे मिळवायचे नाहीत का?'' मी त्यांना एक साधे आणि विचित्र उत्तर दिले. ''भाऊ, मला या क्षणी त्रास देऊ नका. मी श्रीमंत माणूस कसा बनावे, त्याचा विचार करत आहे. मला एक खूपच श्रीमंत व्यक्ती बनायचं आहे. मला पैसे मिळवण्याचे मार्ग जाणून घ्यायचे आहेत. म्हणून मी या श्रीमंत लोकांना जवळून पहात आहे.'' मी त्यावेळी तसा खूपच लहान मुलगा होतो आणि माझे विचार विचित्र वाटत होते. माझे मित्र मला हसले आणि म्हणाले, ''तू वेडा झालायस. खरोखरच तू विचित्रही आहेस. फक्त बसून आणि विचार करत राहून कोणीही श्रीमंत बनत नाही. कामावर जा नाही तर तुला खायला अन्नसुद्धा मिळणार नाही.'' परंतु मी त्यांचे काहीही ऐकले नाही, कारण मला विमानतळ बघायला आवडत होते.

एके दिवशी संध्याकाळी माझ्याबरोबर माझे मित्रही विमानतळावर आले. तो दिवस नेहमीच्या दिवसांच्या अगदी विरुद्ध होता. तेवढ्यात मी एका व्यक्तीला पाहिले. तो अतिशय आकर्षक होता आणि त्याच्या हातात एक काळी ब्रीफकेस होती. तो एकटाच होता आणि कारमध्ये आपले सामान ठेवत होता. माझ्या मनात काय आले ते मला माहिती नाही. मी त्याच्याजवळ गेलो आणि त्याच्या ट्रॉलीतून ती छोटी ब्रीफकेस ओढून काढली आणि शक्य तेवढ्या जलद गतीने तिथून पळत सुटलो. माझ्या मित्रांनी मला पाहिले. सुरुवातीला ते दचकले, परंतु नंतर तेही माझ्या पाठोपाठ पळू लागले.

विमानतळाच्या कुंपणावरून मी उडी मारली. मी घसरलो आणि रस्त्यातच पडलो. मी जखमी झालो; परंतु हातातील ब्रीफकेस काही मी सोडली नव्हती.

माझ्या शरीरभर भरपूर ओरखडे उठले होते. परंतु मी झटकन उभा राहिलो आणि आमच्या गुप्त जागी पोहचलो. त्यानंतर मी ती ब्रीफकेस जमिनीत गाडून टाकली. दरम्यानच्या काळात तिथे माझे मित्र आले आणि विचारू लागले, ''तू त्या विमानतळावरून काय चोरलंस?'' मी त्यांना बनवण्याचा खूप प्रयत्न केला. परंतु नंतर मी एक दीर्घ श्वास घेतला आणि जडपणे त्यांना म्हणालो, ''मी ब्रीफकेस पुरून ठेवलेय. आपण ती परवा बाहेर काढूया. ठीक आहे?'' प्रत्येक जणच म्हणाला, ''कूल!'' त्यानंतर आमच्यापैकी एक जण म्हणाला, ''आपण तिथे उद्याही गेलं पाहिजे. नाहीतर लोकांना आपल्याविषयी संशय येईल.'' आम्ही सर्वांनी ते मान्य केले. ती कल्पना चांगली होती.

दुसऱ्या दिवशी आम्ही पुन्हा एकदा विमानतळावर गेलो. काही पोलीस तिथे आमची वाटच पहात उभे होते. त्यांनी आम्हाला पकडले आणि ते आम्हाला पोलीस ठाण्यात घेऊन गेले. आम्ही घाबरलो होतो आणि भीतीने अक्षरशः थरथरत होतो. एका पोलिसाने त्यांच्या अधिकाऱ्याला सांगितले, ''सर, ही रस्त्यावरची मुलं विमानतळाच्या आसपास फिरत होती.'' नंतर तिथे दुसरा अधिकारी आला आणि आम्हाला विचारू लागला, ''मला सांगा, तुम्ही काल ब्रीफकेस चोरली होती?'' मी म्हणालो, ''नाही. आम्हाला काहीच समजत नाही. तुम्ही कसल्या ब्रीफकेसविषयी बोलत आहात?'' तो पोलीस म्हणाला, ''काळजी करू नको. रात्रीपर्यंत तू सगळं काही ओकशील.'' त्यानंतर त्याने आम्हाला तुरुंगात टाकण्याचा आदेश दिला.

कोठडीत आम्हाला भीती वाटली. विशेषतः मी खूपच घाबरलो होतो. मी ब्रीफकेस चोरली होती आणि मी प्रथमच तुरुंगात आलो होतो. मी सर्वांना म्हणालो, ''तुम्ही सिनेमे पाहिले आहेत का?'' माझे मित्र म्हणाले, ''होय. पण त्याचं आता काय?'' माझ्या एका मित्राने असेही म्हटले की 'तू अगदीच मूर्ख असल्यासारखा वागतोयस. तू यावेळी कशाला सिनेमांबद्दल विचारतोयस? ही करमणुकीची वेळ नाही. सध्या आपली आयुष्यं संकटात आहेत ते तुला दिसत नाही का?' मी त्याला म्हणालो, ''मी आता गंमतीविषयी बोलत नाही. त्या ब्रीफकेसविषयी कोणालाही काहीही सांगू नका, एवढीच सूचना मी तुम्हाला सर्वांना देण्याचा प्रयत्न करत आहे. नाहीतर ते आपल्याला ठार

मारून टाकतील. त्यामुळे स्वतःची काळजी असेल तर एक शब्दही बोलू नका. फक्त नाही म्हणा. नाही. एवढा एकच शब्द बोला. ठीक आहे?'' प्रत्येक जणच भरपूर घाबरला होता. ते म्हणाले, ''आम्ही त्यांना काहीही सांगणार नाही. त्यांनी आम्हाला कितीही झोडपलं तरी आम्ही काहीही बोलणार नाही.'' रात्री दोन पोलीस आले आणि त्यांनी आम्हाला विचारले, ''मुलांनो, चला आम्हाला त्या ब्रीफकेसविषयी सांगून टाका.''

आम्ही रडू लागलो आणि त्यांना म्हणालो, ''आम्हाला त्याविषयी काहीही माहिती नाही. कृपा करून आम्हाला जाऊ द्या.'' एका पोलिसाने त्याच्या हातातील चाबकाने आम्हाला मारण्यास सुरुवात केली. सगळेच जण किंचाळू आणि रडू लागले. दुसऱ्यानेही आम्हाला पट्ट्याने मारायला सुरुवात केली. आम्ही काहीही करू शकत नव्हतो, कारण आम्हीच ब्रीफकेस घेतली असे आम्ही सांगून टाकले असते तर त्यांनी आम्हाला ठार मारले असते. सकाळी ते म्हणाले की 'ठीक आहे. मुलांनो तुम्ही जाऊ शकता. तुम्हाला त्या ब्रीफकेसविषयी काहीही माहिती नसावं.'

आम्हाला एकदम आनंद झाला. आम्ही लंगडत, लंगडत पोलीस ठाण्यापासून दूर जायला सुरुवात केली. सगळ्यांनाच दुखापती झाल्या होत्या. तरीही पोलीस ठाण्यापासून लांब आल्यावर आम्ही सगळेच जण हसू लागलो. आमचे चेहरे, हात, पाय सुजले होते. माझा एक मित्र म्हणाला, ''आता आपल्याला डॉक्टरकडे गेलं पाहिजे.'' ''त्याची आता काहीच काळजी करू नकोस. तो पोलीस अधिकारी काय म्हणाला ते तू ऐकलं नाहीस का? त्या ब्रीफकेसमध्ये भरपूर पैसे आहेत. त्यामुळे आपण औषधाबरोबरच पार्टीही करू,'' मी म्हणालो. आम्हाला एवढा उत्साह वाटत होता की आम्ही आपले दुःख आणि वेदना विसरून गेलो. आम्ही त्या पुरलेल्या ब्रीफकेसच्या दिशेने धावत सुटलो होतो. आम्ही आमच्या गुप्त ठिकाणी पोहचलो. त्यानंतर मी झपाटल्यासारखा तिथे खणू लागलो.

आम्ही त्या खड्ड्यातून ब्रीफकेस बाहेर काढली आणि वर खाली केली. त्यानंतर आम्ही ती हलवली. तिच्यावर धक्के मारले. परंतु आम्ही ती उघडू शकलो नाही. माझ्या एका मित्राकडे चाकू होता. त्याने तो बाहेर काढला

आणि म्हणाला, ''थांबा, आता वेळ वाया घालवू नका. मी ती बॅग उघडतो.'' त्यानंतर त्याने चाकूने ब्रीफकेस कापली आणि मग तिथे जादू सुरू झाली.

त्या बॅगेत पैसे असल्याचे पाहिल्यावर आम्ही अगदी वेडे झालो. आम्ही नोटांची पुडकी हातात घेत होतो आणि मतिमंद असल्याप्रमाणे नाचत सुटलो होतो. परंतु अचानकच माझी नजर त्या पैशांवर गेली आणि मी ते काळजीपूर्वक पाहू लागलो. माझे मित्र नाचत होते. परंतु माझ्या लक्षात आले होते की ते बहुधा खरे पैसे नव्हते. त्या बनावट नोटा होत्या, कारण त्या वेगळ्या चलनात होत्या. ते नेपाळी पैसे नव्हते. मी ओरडलो, ''नाही. हे पैसे उपयोगाचे नाहीत... ते बनावट आहेत! अरेरे!'' अचानक प्रत्येक जणच थिजल्यासारखा झाला आणि काही क्षणांतच आमचा आनंद कुठल्या कुठे नाहीसा झाला. माझे मित्र हातात पैसे घेऊन तसेच उभे राहिले. ते माझ्याकडे एकटक पहात होते. माझ्या एका मित्राने विचारले, ''हे कुठले पैसे आहेत?'' मी विचार करू लागलो. तेवढ्यात माझ्या मनात काहीतरी आले. मी एकदम उत्साहाने ओरडलो, ''हे पैसे हिंदी भागातील आहेत. तुम्ही भारतीय सिनेमा बघता की नाही?'' सगळेच ओरडले, ''अर्थातच!'' राम कुमार म्हणाला, ''अरे होय, होय. मी कित्येक सिनेमा पाहिले आहेत. याचा अर्थ या पैशांचा आपल्याला काहीच उपयोग नाही?'' मी उत्तरलो, ''बरोबर आहे. हा पैसा आपल्या दृष्टीने निरुपयोगी आहे. आपण केलेला सगळा त्याग, सोसलेली सगळी मारहाण वाया गेली. आता हा पैसा शिल्लक राहू नये याची काळजी आपण घेतली पाहिजे. नाहीतर पोलीस आपल्याला पकडतील.'' दिवस मावळला. ती हिवाळ्यातील थंडीची रात्र होती. आमच्याकडे पांघरायला पुरेशी पांघरुणे नव्हती. त्यामुळे आम्हाला उष्णतेसाठी काहीतरी करणे भाग होते. बसच्या टायरसारखे काहीतरी जाळायला हवे होते.

आमची जागा उबदार बनवण्यासाठी कांचा नावाचा आमचा एक मित्र टायर शोधायला गेला, कारण आगीशिवाय रात्र घालवणे अतिशय अवघड होते. कोणीतरी एकदम म्हणाले, ''अरे मित्रांनो, आपण या पैशांचं काय करणार आहोत?'' मी म्हणालो, ''काळजी करू नका. तेही आगीत टाका. टायरला आग लावण्यासाठी त्यांचा वापर करा.'' माझ्या मित्राने टायर आणला होता आणि आम्ही तो पेटवण्याचा प्रयत्न करत होतो. टायर ओलसर होता. तो

हळूहळू पेटत गेला आणि आम्हीही हळूहळू ते पैसे आगीत टाकत राहिलो. ती ब्रीफकेस पैशांने शीगोशीग भरलेली होती. हळूहळू आम्ही तो सगळा पैसा जाळून टाकला आणि आता फक्त थोडीच पुडकी उरली होती. परंतु तेवढ्यात आमच्या मागच्या बाजूने मला एक आवाज ऐकू आला. ''अरे, तुम्ही हे काय करता आहात?'' मी एक पुडके उचलले आणि म्हणालो, ''भाऊ, काय सांगू तुला? आम्हाला पैसे मिळाले होते. परंतु दुर्दैवाने ते बनावट होते. तुला त्यावर नजर टाकायची आहे का?'' उशीरा आलेल्या माझ्या त्या मित्राच्या नजरेत आश्चर्य होते आणि त्याला ते पुडके हातात घेण्याची घाई झाली होती. मी त्याला ते दिले आणि त्याच्याकडे पाहून खिदळलो. त्याने पैसे हातात घेतले आणि तो म्हणाला, ''अरे, ही तर आय.सी. आहे. म्हणजे इंडियन करन्सी. भारतीय चलन. हा भारतीय रुपया आहे. तो नेपाळी रुपयाहून आपल्या दृष्टीने अधिक किंमतीचा आहे.''

मला काहीच माहिती नव्हते. मी त्याला चिडवले आणि म्हणालो, ''तू वेडा आहेस की काय? हे पैसे बनावट आहेत. ते आपल्या काहीच उपयोगाचे नाहीत. आपण ते वापरून आपली आयुष्यं चालवू शकणार नाही. समजलं का?'' तो म्हणाला, ''तुम्ही माझ्याबरोबर या. मी तुम्हाला ते पैसे चालतात की नाही ते दाखवतो. आम्ही टायर जाळणे थांबवले आणि त्याच्या पाठोपाठ गेलो. त्याने आमच्याकडची काही पुडकी घेतली आणि तो शॉपिंग कॉप्लेक्समध्ये गेला. आम्ही कपड्यांच्या दुकानांत गेल्यावर त्याने आम्हाला हवे असलेले कपडे निवडायला सांगितले. मला वाटत होते की हा ठार वेडा आहे. त्यानंतर आम्ही सर्व मित्रांनी आपल्याला हवे असलेले कपडे निवडले. ज्याच्या हातात पैसे होते, त्या आमच्या मित्राने ते सगळे कपडे काऊंटरवर ठेवले आणि त्याच पैशांनी बिल चुकते केले. आम्ही महामूर्ख असल्यासारखे आम्हाला वाटले. श्शी! आम्हाला तो पैसा उपयुक्त असल्याचे माहितीच नव्हते. आम्ही ब्रीफकेसमधला सगळा पैसा जाळून टाकला होता. आम्हाला भयंकर पश्चात्ताप होत होता. जेवढा पैसा शिल्लक होता, तेवढ्यातही आम्ही भरपूर मजा केली होती. आम्ही सार्वजनिक स्नानगृहात गेलो. तिथे अंघोळी केल्या. नवीन कपडे घातले. त्यानंतर आम्ही आमच्या आवडत्या हॉटेलमध्ये गेलो. तिथे आम्ही तीन बेडरूम्स बुक केली आणि शांतपणे

झोपलो. आम्ही आगीत जाळलेल्या नोटांचा विचार करत मी संपूर्ण रात्रभर तळमळत राहिलो.

आम्ही तीन दिवसांसाठी हॉटेल बुक केले होते. आम्ही दहा दिवस भरपूर मजा केली होती. संपूर्ण तीन दिवस आम्हाला हवे ते आम्ही खात होतो आणि त्या हॉटेलमध्ये झोपत होतो. तो पैसा आम्हाला दहा दिवस पुरला. त्या पैशानेच आम्ही सिनेमाला गेलो. खरेदी केली आणि प्राणीसंग्रहालय पाहिले. त्या दिवसांत आम्ही सायकलवरून फिरलो. माझ्यासाठी एक स्वतंत्र सायकल घेण्यात आली होती. त्यावेळी समस्या अशी होती की मलाच फक्त सायकल कशी चालवायची ते माहिती नव्हते. त्यानंतर घरगडी म्हणून काम करत असल्याची आठवण माझ्या मनात आली. सामाला मी सायकल कशी चालवायची ते शिकवले होते. त्यावेळी मला सायकल चालवता येत नाही, हे त्या लोकांना माहिती नव्हते. आता मला सायकल चालवायची होती आणि माझ्या मित्रांबरोबर शर्यत लावायची होती. यावेळी मला फार बढाया मारता येणार नव्हत्या. आम्ही सायकली घेतल्यावर प्रत्येक जण ती चालवू लागला. परंतु मी चालवली नाही. एका मित्राने ते पाहिले आणि मला विचारले, ''काय झालं? तू का सायकल चालवत नाहीस?'' मी त्याच्याकडे पाहिले आणि म्हणालो, ''खरं सांगायचं तर मला सायकल चालवता येत नाही. म्हणून मी ती तशीच हातात धरून चालत निघालोय.'' तो मला हसला आणि म्हणाला, ''त्यात फारसं काही नसतंच. फक्त प्रयत्न कर. तू तासाभरात सायकल चालवायला शिकशील, हे मला माहिती आहे.'' मला आश्चर्य वाटले आणि मी म्हणालो, ''मी तासभर प्रयत्न केला तर मला सायकल चालवता येईल याची तुला खात्री आहे?'' तो खिदळला आणि म्हणाला, ''नक्कीच रे!''

माझे पाय लटपटत होते आणि हात थरथरत होते. तरीही मी बसायचा प्रयत्न केला. परंतु सायकलसकट जमिनीवर आदळलो. मला लागले होते. सगळेच जण माझ्याकडे आले आणि माझ्याभोवती जमा झाले. माझ्या एका मित्राने मला विचारले, ''बासु, तू ठीक आहेस ना?'' माझ्या पोटरीवर थोडे ओरखडे उठले होते. मी ओठ घट्ट दाबून ते दुःख सहन करत होतो. मी त्याला म्हणालो, ''मी ठीक आहे. पण माझ्या पोटरीला थोडंसं खरचटलंय.''

सगळेच जण मला हसले आणि म्हणू लागले, ''तुला लाज वाटली पाहिजे. तुला सायकलसुद्धा चालवता येत नाही? तू आयुष्यात काय करशील? तू अगदीच निरुपयोगी आहेस.'' त्यानंतर एक मित्र म्हणाला, ''ए, चला रे चला. वेळ घालवू नका. वेळ वाया चाललाय. आपल्याला सायकलींचे भाडे भरावे लागणार आहे. त्याला त्याची त्यालाच सायकल चालवायला शिकू देत.'' सगळे जण निघून गेले. मी एकटाच मागे राहिलो होतो. त्या सगळ्यांनी शर्यत लावली होती.

तो क्षण खूपच मनाला लागणारा होता. मी घायाळ झालो होतो. माझ्या मित्रांनी मला सोडून दिले होते, कारण मी सायकल चालवू शकत नव्हतो. एकदा मी सायकलवर बसू शकलो. परंतु तीन - चार मिनिटांतच मी पुन्हा खाली पडलो. यावेळी मी पुढे पडलो आणि माझे डोके जमिनीवर आदळले. म ाझ्या चेहऱ्याला जखमा झाल्या आणि नाकातून रक्त वाहू लागले. परंतु तरीही मी उठून उभा राहिलो आणि सायकल चालवण्याचा प्रयत्न करू लागलो. माझ्या शर्टावर रक्ताचे थेंब पडले होते. परंतु मला त्याचे काहीच वाटले नव्हते. संध्याकाळपर्यंत मी सायकल चालवायला शिकलो होतो. ते फक्त सायकल चालवायला शिकणेच नव्हते; तर लोकांची स्वीकारार्हता प्राप्त करून घेऊन त्यांच्यात कसे जगावे ते मी शिकलो होतो. माझ्या कुटुंबाने माझा आधीच त्याग केला होता. त्यामुळे त्या क्षणी मी असे ठामपणे ठरवून टाकले की उर्वरित संपूर्ण आयुष्यात, भविष्यात मी इतर कोणाहीकडून दुर्लक्षिला जाता कामा नये. माझ्या बाबतीत तसे वागण्याची संधी मी कोणालाही देणार नाही. मी लहान होतो; परंतु आपण कशामुळे दुखावले जातो आणि विदीर्ण होतो ते मला माहिती होते.

माझे मित्र परत आले त्यावेळी मी त्यांना सांगितले, ''आणखी एक तासभर सायकल चालवूया.'' माझे मित्र मला हसले आणि म्हणाले, ''तू दुपारपासून ती सायकल घेऊन प्रयत्न करत आहेस. पण तू काहीच शिकला नाहीस आणि एका दिवसात तुला शिकताही येणार नाही. तुला इथे रोज यावं लागेल आणि नंतर हळूहळू तू शिकशील.'' मी त्यांच्याकडे पाहून स्मित केले आणि सायकल चालवू लागलो. त्यांना एकदम धक्काच बसला. ''अरे बासु! तू एका

दिवसात सायकल चालवायला शिकलास. आश्चर्य आहे!'' ते म्हणाले. मी पुन्हा एकदा विचारले, ''मग तुम्ही आणखी सायकल चालवायला तयार आहात का?'' ''ठीक आहे. आणखी अर्धा तास तरी सायकल चालवूया.'' ते म्हणाले. मी हळूहळू सुरुवात केली. ते सगळेच जण सायकली जोरात चालवत होते. परंतु लवकरच मी त्यांच्या गतीने सायकल चालवू लागलो. ''तो खूपच हुशार आणि चांगला आहे. तो एका दिवसात सायकल चालवायला शिकला,'' ते सगळे कौतुकाने म्हणाले.

तेव्हापासून नेहमीच मी इतर मित्रांच्या पुढे राहिलो. एखादी गोष्ट मला येत नसेल तर मी ते कौशल्य विकसित करत असे आणि सगळ्यांच्या बरोबर राहण्याचा प्रयत्न करत असे. देवाने आपल्याला निर्माण केले आहे आणि या जगात प्रत्येक जणच खास आहे. परंतु लोकांना ते समजत नाही. त्यामुळे ते त्यांच्याकडे असलेल्या कौशल्याशी, बुद्धीशी तुमची तुलना करतात. त्यातच योगायोगाने तुमच्याकडे ते कौशल्य किंवा बुद्धी नसली तर ते तुमच्याकडे दुर्लक्ष करतात. म्हणूनच प्रत्येकाला आपल्या अस्तित्वासाठी संघर्ष करावाच लागतो. मलाही आतापर्यंतच्या संपूर्ण आयुष्यभर असा संघर्ष करावा लागला.

१५

कत्तलखाना

कोणत्याही उद्दिष्टाखेरीज किंवा कुठल्याही मुक्कामाच्या ठिकाणाखेरीज प्रवास होऊ शकत नाही, असे लोकांना वाटते. परंतु काही वेळा हे पूर्णपणे चूक असते. खरे तर जिच्याकडे काहीही उद्दिष्ट नसते अशी व्यक्तीही विशिष्ट स्थानकावर जाऊन पोहचते. तिथून ती ट्रेन पकडते आणि तिचे आयुष्य सुरू होते. ती अनिश्चित मुक्कामांच्या ठिकाणांकडे प्रवास करत राहते. काही वेळा माझे अंतर्मन मला सांगत असे की या जगात विशिष्ट आध्यात्मिक शक्ती निश्चितपणे आहे. तिनेच आपली प्रत्येक कृती लिहून ठेवली आहे. उदाहरणार्थ, काही वेळा आपल्या इच्छेनुरूप आपण कोणीतरी बनू पाहतो. परंतु आपण कोणीतरी दुसरेच बनतो. काही वेळा आपला कृती आराखडा आपण तयार करतो; परंतु त्याप्रमाणे आपण पुढे जाऊ शकत नाही. का? याचा अर्थ आपण मनुष्यप्राणीही आपल्या आयुष्यांप्रमाणेच अनिश्चित असतो. आपल्याला सर्वांनाच दीर्घायुष्याची इच्छा असते आणि आपण किती वर्षे जगू याचा अंदाज आपण बांधलेला असतो आणि आपल्या मनातही त्याविषयीच्या काही कल्पना असतात. समजा, आपण ५० वर्षांपर्यंत जगू असे आपल्याला वाटते किंवा सत्तर वर्षांपर्यंत जगू असे काही जणांना वाटते. काही लोकांची इच्छा असते की आपण शंभर वर्षे जगावे. परंतु कोणीही याची खात्री देऊ शकत नाही. त्याप्रमाणेच माझ्या आयुष्यालाही कसलाही हेतू नव्हता की उद्दिष्ट नव्हते आणि कोणत्याही प्रकारची खात्री नव्हती.

मी फक्त न संपणारे रस्ते आणि हमरस्ते तुडवत होतो. या प्रवासादरम्यान मला कित्येक स्थानके आढळली. जगण्याचे आणि या जगात राहण्याचे कित्येक मार्ग सापडले. विविध अनुभव गोळा केल्यानंतर, समाजाच्या विविध स्तरांतून प्रवास केल्यावर आणि आयुष्याच्या प्रवासातील विविध प्लॅटफॉर्मवर विविध संदर्भांत राहिल्यानंतर माझा असा विश्वास आहे की मी स्वतःला आयुष्य, मानवी संघर्ष आणि जग यांविषयी थोडाफार अनुभव असलेली व्यक्ती समजू शकतो. ज्याप्रमाणे घड्याळाची टिक्‌टिक्‌ सुरू असते त्याप्रमाणे मीही गर्दीने भरलेल्या रस्त्यावर माझी छोटी पावले टाकत पुढे पुढे चालत राहिलो होतो. एके दिवशी मी असाच चालून चालून दमलो होतो आणि कत्तलखान्यासमोरच्या पदपथावर विश्रांतीसाठी बसलो होतो. पदपथाच्या भिंतीला पाठ टेकून, पाय पसरून मी बसलो होतो. अस्ताव्यस्तपणे मी तिथेच झोपी गेलो. काही मिनिटांनंतर मी झोपेत असताना तिथे काय घडले होते ते मला माहिती नाही.

सगळे काही सुंदर असलेल्या स्वप्नांच्या दुनियेत मी पोहचलो होतो. पिवळ्या मोहरीच्या शेतांवरून मी उडत होतो. माझी नजर जिथपर्यंत पोहचत होती तिथपर्यंत ती शेते पसरलेली होती. मला प्रचंड मोठे काळेशार खडक दिसले. ते त्या मोहरीच्या शेतांत मध्येच पडलेले होते. मी त्यावर उभा राहिलो आणि त्यांच्यावरून निरुद्देशपणे चालू लागलो. नंतर मी त्यावर लघवी करू लागलो आणि जोरजोरात हसू लागलो. परंतु अचानकच मला एक देवदूत दिसली. ती आकाशातून माझ्याकडेच पहात होती. त्यामुळे मी लगेच पँटची चेन लावून तिची माफी मागितली. ती देवदूत म्हणाली, ''तू आज भलताच आनंदात दिसत आहेस.'' मी म्हणालो, ''हंऽऽ'' अचानकच माझ्या कानांवर हॉर्नचा जोरदार आवाज पडला आणि मी दचकून जागा झालो. मी डोळे उघडले आणि पुढच्याच क्षणी मला काहीतरी विचित्र घडल्यासारखे वाटले. मी डोळे चोळू लागलो. हळूहळू मी पदपथावरून उठलो आणि माझ्या खिशात हात घालून पैसे धुंडाळू लागलो. माझ्या खिशात पैसे नव्हते, त्यामुळे मला धक्का बसला होता. मी झोपलेला असताना आणि त्या देवदूताबरोबर माझे बोलणे सुरू असताना कोणीतरी माझ्या खिशातून पैसे काढून घेतले होते हे माझ्या लक्षात

आले. मी त्या पदपथावरून पळण्याच्याच बेतात होतो, तेवढ्यात माझ्या बाजूने मला एक आवाज ऐकू आला. कोणीतरी माझ्याशी बोलत होते.

तो माणूस कत्तलखान्याच्या दरवाजाजवळ उभा होता. त्याने मला हाक मा रली. मी काहीच उत्तर दिले नाही. त्याने दुसऱ्यांदा हाक मारल्यावर मी त्याच्याजवळ गेलो. तिथून तो मटणाची विक्रीही करत होता. मी गेल्यावर त्याने मला विचारले, ''तू पदपथावर झोपला होतास. होय ना?'' मी काहीतरी चुकीचे केले असावे असे मला वाटले आणि मी म्हणालो, ''होय. मी खूपच दमलो होतो आणि विश्रांतीसाठी म्हणून जरा आडवा झालो होतो. परंतु अचानकच मी झोपी गेलो.'' मी त्याला असेही सांगितले की मी झोपेत असताना कोणीतरी माझ्या खिशातील पैसे चोरले होते. मग त्या माणसाने मला विचारले, ''तू काही करतोस का? म्हणजे काम वगैरे...'' मी तसाच ताठ उभा राहिलो आणि...मग माझ्या मनात विचार आला, की बहुधा या माणसाच्या कत्तलखान्यात मला काम मिळेल. त्यामुळे या माणसालाच कामाविषयी सरळ विचारावे. त्याने मला विचारले, 'काय झालं? तू कुठेही काम करत नाहीस ना?'' मी हुशारीने उत्तर दिले, ''नाही. परंतु मी कामाच्या शोधात आहे.''

त्याने मला आत बोलावले. मी आत गेलो. मला तिथे खुंटीला अडकवलेले भरपूर मांस दिसले. ते बरेच मोठे दुकान होते. मृत जनावरांचे पाय लोंबकळत असलेले पाहून मला धक्का बसला होता. शिवाय एका टेबलावर बकऱ्याचे मुंडकेही पडलेले होते. त्याचे डोळे सताड उघडे होते. एखाद्या भयावह चित्रपटातील दृश्याप्रमाणे ते दिसत होते. माझ्या आजूबाजूला प्रथमच मी एवढे मांस आणि सांडलेले रक्त पहात होतो. तेवढ्यात दुकान मालकाने मला कामाविषयी सांगण्यास सुरुवात केली. तो म्हणाला, ''काळजी करू नकोस. मी तुला बकऱ्यांचे आणि म्हशींचे गळे कापण्यास सांगणार नाही. या दुकानात आम्ही फक्त कोंबड्या कापतो. बकऱ्या आणि म्हशींसाठी आमच्याकडे दुसरी जागा आहे. तो आमचा वेगळा कत्तलखाना आहे.''

मी फक्त मान डोलावली आणि म्हणालो, ''ठीक आहे, सर.'' त्यानंतर तो संपूर्ण दिवसभर मी खुर्चीवर बसून त्या दुकानात ते काय करत होते ते

पहात राहिलो. त्या मालकाने मला थोड्या थोड्या वेळाने चहा घेणार का असे विचारले. त्यामुळे मला तो चांगला वाटला. त्यातील तिरस्करणीय गोष्ट कोणती असेल, तर ती म्हणजे त्याने मला कोंबड्यांच्या माना कापायला शिकवले होते. त्याची शिकवण्याची पद्धत अगदी सोपी होती. त्याने खुराड्यात ठेवलेल्या कोंबड्यांच्या जवळ मला बोलावले. त्यानंतर त्याने मला सांगितले, 'जा आणि समोरच्याच खुराड्यातली एक कोंबडी पकडून आण.'' मी गेलो आणि खुराड्याचे दार उघडले आणि एका कोंबडीला पकडले. त्यानंतर मी खुराड्यातून तिला बाहेर काढले.

त्याने मला कोंबडी कापण्याची पद्धत शिकवली. तो म्हणाला, ''डाव्या हाताने दोन्ही पंख पकड आणि नंतर कोंबडीला आपल्या डाव्या पायाखाली दाबून ठेव. त्यानंतर दुसऱ्या पायाने पक्ष्याचे दोन्ही पाय दाबून धर. आता डाव्या हाताने मान पकड आणि दुसऱ्या हातात चाकू धरून मान कापून टाक. मला ते काम अत्यंत वाईट आणि घृणास्पद वाटले. अगदी तरीही मी त्याच्या सूचनांचे पालन केले. कोंबडीचा गळा कापल्यानंतर ती तरीही हलत होती आणि धडपडत होती, परंतु त्याने मला सांगितले, ''आता तिला अत्यंत घट्ट धरून ठेव, नाहीतर तू अडचणीत येशील आणि तुझ्या अंगावर सगळीकडे रक्त उडेल. तिला अगदी काळजीपूर्वक पकडून ठेव आणि गरम पाण्याच्या कढईत टाकून दे. त्यानंतर सुमारे अर्धे मिनिट कढईवर झाकण टाकून ठेव. नंतर तिला बाहेर काढ आणि तिच्या अंगावरची पिसे काढून टाक. समजलं? मी काय सांगितलं ते तुझ्या लक्षात आलं का?'' मी म्हणालो, ''होय सर. प्रत्येक गोष्ट मला समजलेय.''

त्याला अतिशय आनंद झाला, कारण त्याला हव्या असलेल्या पद्धतीने मी शिकत चाललो होतो. त्यानंतर मालक म्हणाला, ''आता तू अगदी लक्षपूर्वक ऐक. पहाटे पाच वाजता उठून तुला मोठ्या जनावरांच्या कत्तलखान्यातून या दुकानात बकऱ्यांचे आणि म्हशीचे मांस आणावे लागेल आणि आणखी एक गोष्ट लक्षात ठेव. तुला त्या कत्तलखान्यातच रात्री झोपावंही लागेल.'' मी खूपच घाबरून गेलो, कारण मला म्हशींना ठार मारल्याचे पहावे लागणार होते. परंतु त्याच वेळी मला मांस तिकडून इकडे कसे आणावे याचे आश्चर्यही वाटत होते. मी त्याला विचारले, ''ठीक आहे. फक्त मला एक गोष्ट सांगा.

मी ते मांस तिकडून इकडे कसे आणू?'' तो म्हणाला, ''काही काळजी करू नकोस. तुला सायकल देईन आणि दोन मोठी झाकणे असलेली भांडी देईन. सायकलच्या दोन्ही बाजूंना ती भांडी अडकवून तू घेऊन ये.'' त्यानंतर त्याने माझ्याकडे गोंधळल्यासारखे पाहिले आणि तो म्हणाला, ''पण तू सायकलवरून कसा काय आणू शकशील? तू तर सायकल चालवण्याच्या दृष्टीने खूपच लहान आहेस.'' मी त्याला खात्री देत म्हणालो, ''काही काळजी करू नका सर. मी सायकल चालवू शकतो.

मग त्या रात्री दहा वाजता त्या खाटकाने ते दुकान बंद केले आणि त्याने मला मांस कापण्याचे सुरे आणि तासण्या स्वच्छ धुवून ठेवायला सांगितल्या. मी तसे केले. त्यानंतर मी दुकानाच्या फरशा अगदी स्वच्छ पुसून काढल्या. त्याने आपली मोटरसायकल बाहेर काढली आणि मला दुकानाचे शटर खाली ओढून दुकान बंद करायला सांगितले. मी फक्त उड्या मारत होतो आणि शटर बंद करण्याचा प्रयत्न करत होतो. परंतु दुर्दैवाने, शटर खूपच उंचावर होते आणि मी लहान होतो. मालक माझ्या शेजारीच उभा होता. अचानकच तो माझ्याकडे पाहून जोरजोरात हसू लागला. त्यानंतर तो म्हणाला, ''असू दे, असू दे. सोड ते. तू शटर ओढायचे खूप प्रयत्न केलेस. आता मला झटकन ते बंद करू देत, कारण आता आपल्याला शक्य तेवढ्या लवकर घरी गेलं पाहिजे.'' दुकान बंद केल्यावर त्याने मोटरसायकल सुरू केली आणि मला मागे बसायला सांगितले. आम्ही त्याच्या घरी पोहचल्यावर माझ्या लक्षात आले की त्याचा खाटिकखाना आणि घर एकत्रच होते. घराला लागूनच कत्तलखानाही होता.

मी बाईकवरून उतरल्यावर एका बाजूला उभा राहिलो. घराच्या शेजारीच मोठी मोकळी जागा होती आणि तिथे म्हशी आणि बकऱ्यांना बांधून ठेवण्यात आले होते. त्याच्या शेजारीच कोंबड्या होत्या आणि त्या कलकलाट करत होत्या. प्रथमच मी एवढ्या प्राण्यांना आणि कोंबड्यांना एकत्र पहात होतो. मी आजूबाजूला शोधक नजरेने पहात होतो. तेवढ्यात त्या खाटकाने मला त्याच्याबरोबर घरात येण्यास सांगितले. मी त्याच्यापाठोपाठ आत गेलो. तो मला दुसऱ्या मजल्यावर घेऊन गेला. पायऱ्यांवरून चढून जात असताना मी आजूबाजूला पहात होतो. मी विचार करत होतो, 'हे काही वाईट नाही. हा खाटीक बराच श्रीमंत दिसतोय.' त्याने आपल्या पत्नीला हाक मारली

आणि तिला माझ्याविषयी सांगितले. तिने आम्हाला जेवण तयार असल्याचे सांगितले. माझ्या मालकाने मला तिच्याबरोबर स्वयंपाकघरात जाऊन जेवायला सांगितले.

तिने मला स्वयंपाकघराच्या फरशीवर बसायला सांगितले आणि ती मला वाढू लागली. तिने माझ्यासमोर ताट ठेवले, त्यावेळी मला त्यात मटण आणि भात दिसला. मला एवढे भरपूर अन्न पाहून खूप आनंद झाला आणि मी बकाबका खाऊ लागलो. माझे खाऊन होईपर्यंत त्या खाटकाची पत्नी स्वयंपाकघराच्या बाहेर गेली होती. ते चांगले होते, कारण मी लाजाळू होतो आणि मला एकट्याने खायला आवडत होते. माझे जेवण संपत आलेले असताना तो खाटीक स्वयंपाकघरात आला आणि त्याने मला विचारले, ''जेवण कसे होते? तुला आवडले का?'' मला जेवण खूपच आवडले होते. मी त्याला म्हणालो, ''सर, जेवण खूपच सुंदर होते. याआधी मी असले अन्न कधीच खाल्ले नव्हते. ते मॅडमनीच तयार केले असणार. होय ना?'' खाटकाच्या पत्नीला खूपच आनंद झाला होता. ती स्मित करत होती आणि तिने आपल्या पतीला सांगितले, ''हा मुलगा खूपच गोड आहे. मला तो आवडला.'' माझ्या लक्षात आले की खाटकाच्या पत्नीला स्तुती अत्यंत प्रिय होती. त्यामुळे मी तिथल्या तिथेच ठरवून टाकले की तिने माझ्यासाठी काहीही केले तरी आपण लगेच तिची भरपूर स्तुती करायची. म्हणजे आपला रोजगार सुरक्षित राहील.

त्यानंतर खाटकाने त्याच्या पत्नीला माझी झोपण्याची जागा दाखवण्यास सांगितले. ती मला खाली घेऊन गेली आणि एक खोली दाखवून म्हणाली, ''ही तुझी खोली आहे आणि इथूनच तू बकऱ्यांची आणि इतर प्राण्यांची काळजी घेऊ शकतोस. आधी इथे एक नोकर रहात होता. तोही इथेच झोपत असे. त्यामुळे आता ही खोली तुझीच आहे....समजलं?'' मी तिचे खूप आभार मानले आणि नंतर तिला विचारले, ''मॅडम, आधीच्या नोकराने हे काम का सोडलं तेच मला समजत नाही. तुम्ही एवढ्या चांगल्या आहात की तुम्ही नोकरांचीसुद्धा खूप काळजी घेत आहात. तो वेडाच असला पाहिजे. होय ना?'' ती पुन्हा खूपच खूश झाली आणि म्हणाली, ''आम्ही नोकरांनाही कुटुंबीयांप्रमाणेच वागवतो. आम्ही जेवत असलेलं जेवणच आम्ही त्यांनाही वाढतो. तू आता झोप. कोंबड्याने बांग दिली की उद्या तुला उठावं लागेल

आणि आमच्या त्या छोट्या कत्तलखान्यापर्यंत मांस घेऊन जावं लागेल.''

मी झोपी गेलो आणि स्वप्नांच्या दुनियेत हरवून गेलो. तिथे मी इतर मुलांबरोबर फूटबॉल खेळत होतो. ते एक भले मोठे मैदान होते आणि तिथे सर्वत्र हिरवेगार गवत उगवलेले होते. माझी टिम काळ्या कपड्यांत आणि आमची प्रतिस्पर्धी टिम पांढऱ्या कपड्यांत होती. मी बोटावर चेंडू फिरवत उभा होतो आणि सगळे जण त्या बॉलकडे एकटक पहात होते. एकदा तो बॉल खाली पडल्यावर सगळेच जण त्याच्या मागे धावू लागले. त्यानंतर भरपूर संघर्ष केल्यावर मला बॉल मिळाला आणि मी प्रतिस्पर्ध्यांच्या गोल पोस्टपर्यंत पोहचण्याचा प्रयत्न करू लागलो. मी सतत धावत होतो; परंतु त्यांच्या गोलपोस्टजवळ मी पोहचूच शकत नव्हतो. माझा घसा कोरडा पडला होता आणि मी खूपच दमलो होतो. परंतु तोपर्यंत मी गोलपोस्टपर्यंत पोहचलोच नव्हतो. त्यानंतर मी थांबलो आणि मागे वळून पाहिले. मला मैदानावर कोणीही दिसले नाही. मी एकटाच होतो. माझ्याभोवती ढग दाटून आले होते. तिथे मैदान नव्हते. मी आकाशात होतो आणि फूटबॉल खेळत होतो.

थोड्याच वेळात सूर्य उगवला आणि एकदम तीव्रतम पांढरा प्रकाश माझ्या दिशेने आला. तो एवढा तेजस्वी होता की मी काहीही पाहू शकत नव्हतो. माझे डोळे दिपले होते. तरीही मी पाहण्याचा जोरदार प्रयत्न केला. माझे हृदय अस्वस्थपणे धडधडू लागले. मी हात वर करून माझे तोंड झाकून घेतले. त्या प्रखर प्रकाशापासून मला स्वतःचा बचाव करायचा होता. मी त्या पांढऱ्याशुभ्र प्रकाशाकडे पहात होतो. मी हळूहळू बोटे बाजूला केली आणि त्या फटींतून त्या प्रकाशाकडे पाहण्याचा प्रयत्न करू लागलो. अखेरीस मला चार पाय दिसले. त्या पायांत पांढरे शूज आणि पँट होत्या. त्यांची बाकीची सगळी शरीरे ढगांमध्ये दडलेली होती. हळूहळू ती स्पष्ट होत चालली होती. मला एक पांढरा सूट दिसला आणि अखेरीस मला त्या दोन्ही पुरुषांचे चेहरे स्पष्ट दिसले. आता प्रकाश मंद झाला होता. त्या दोन्ही पुरुषांचे चेहरे चमकत होते. त्यांनी म इझ्याकडे अत्यंत काळजीने पाहिले. मी त्यांच्यापैकी एकाला लगेच ओळखले. ते माझे पॉप होते. दुसरी व्यक्ती अनोळखी होती. ते माझ्याजवळ आले आणि तिथे उभे राहिले. त्यांनी माझ्याकडे पाहून स्मित केले. मी दचकलो.

माझ्या वडलांशी मी बोलू लागलो. ''पॉप, तुम्ही कसे आहात? मला तुमची खूप आठवण येते. तुम्ही माझा विचारही न करता निघून गेलात. का डॅड? आता मी या जगात पूर्णपणे एकटा, एकाकी आहे. संघर्ष करत आहे आणि निरुद्देशपणे भटकत आहे. माझ्या अंत:करणात खूप वेदना होतात.'' त्यांची अनुपस्थिती आणि माझे दुःख यांविषयी मी त्यांच्याकडे बऱ्याच तक्रारी करत राहिलो होतो. ते स्मित करत ऐकत राहिले होते. थोड्या वेळाने त्यांनी स्मित केले आणि ते म्हणाले, ''लाडक्या बाळा, तू या पृथ्वीवरचं साधंसुधं मूल नाहीस. तू या जगात चमत्कार घडवून आणू शकशील. तू कच्च्या लोखंडासारखा आहेस. त्याला तावून सुलाखून काढलं गेलं की त्यापासून युद्धात विजय मिळवण्यासाठी लागणारी हत्यारं तयार करता येतात. पण एक गोष्ट लक्षात ठेव बाळा, युद्ध याचा अर्थ रक्तरंजित युद्ध नव्हे. तू प्रेमाचा मार्गच चोखाळला पाहिजेस. तुझं युद्ध हे नेहमी प्रेमासाठीच असलं पाहिजे आणि ज्यावेळी तू प्रेमासाठी लढा देशील त्यावेळी तुला मी तुझ्या आजूबाजूलाच असल्याचं दिसेल.'' मी त्यांचे बोलणे ऐकत होतो, परंतु त्यांच्या बोलण्याचा अर्थ मला समजत नव्हता. अखेरीस त्यांच्या शेजारच्या माणसाला मी विचारले, ''तुम्ही कोण आहात?'' त्या माणसाने स्मित केले आणि आपला हात माझ्या वडलांच्या दिशेने पसरून त्यांना कुरवाळले. त्यानंतर तो म्हणाला, ''मी सतत तुझ्यावर लक्ष ठेवून असलेला तुझा मित्र आहे. लोक मला देव म्हणून ओळखतात. परंतु तुझ्यासाठी मी फक्त तुझा मित्र आहे. म्हणून मी तुला नेहमीच मदत करेन. तू फक्त चालत रहा. पुढे जात रहा. मी तुला योग्य मार्ग दाखवेन.'' त्यानंतर मी त्या दोघांकडे धावत गेलो आणि त्यांना घट्ट पकडून ठेवले. मी म्हणालो, ''माझं तुमच्यावर प्रेम आहे, पॉप.'' त्यांनीही मला ते माझ्यावर प्रेम करत असल्याचे सांगितले आणि ते मला म्हणाले, ''तू आयुष्यभर शूर मुलगा म्हणूनच वागत आणि जगत रहा.'' तेवढ्यात मला कोंबड्याने बांग दिल्याचा आवाज ऐकू आला. मी गोंधळून आजूबाजूला पाहिले. आता माझे स्वप्न पूर्णपणे भंग पावले होते. कारण कोंबडा आरवतच राहिला होता. मग मी उठलो आणि माझे डोळे चोळले आणि स्वप्न आठवून पाहिले. मी कोंबड्याच्या आरवण्याकडे दुर्लक्ष केले आणि पुन्हा झोपण्याचा प्रयत्न केला. मला पुन्हा ते स्वप्न पडेल असे मला वाटत होते; परंतु तसे झाले नाही. मला पुन्हा ते स्वप्न पडले नाही.

खाटकाची पत्नी आली त्यावेळी सकाळचे सहा वाजले होते. तिने मला उठवले आणि ती म्हणाली, ''अरे, तू ओंडक्यासारखा झोपून काय राहिलायस? तुला कोंबड्याचं आरवणं एकदाही ऐकू आलं नाही का?'' मी अजूनही गाढ झोपेतच होतो. परंतु माझ्याकडे पर्याय नव्हता. त्यामुळे मी डोळे चोळत अंथरुणात उठून बसलो. मी तिच्या पाठोपाठ गेलो. ती मला नळावर घेऊन गेली. तिथे तिने मला तोंड धुवायला सांगितले. त्यानंतर ती मला म्हणाली, ''ठीक आहे. ही सायकल आहे. तिच्या कॅरियरच्या दोन्ही बाजूंना मांसाचे ते डबे लटकवलेले आहेत. वेगवेगळ्या दुकानांत तू ते मांस देऊन ये. नीघ आता.'' मला आश्चर्य वाटले. ''परंतु कुठे द्यायचे मॅडम? मला ती जागा माहिती नाही.'' मी म्हणालो. ती म्हणाली, ''तू आजची काळजी करू नकोस. मांस द्यायला तुझ्याबरोबर आज आणखी एक मुलगा येणार आहे. परंतु उद्यापासून तुझ्याबरोबर कोणीही येणार नाही. समजलं का?''

त्या दिवसापासून मी सायकल घेऊन दुकानांमध्ये मांस वाटण्याचे काम करू लागलो. त्या पहिल्या दिवशी माझ्याबरोबर दुसरा मुलगाही आला होता. तो हसला आणि म्हणाला, ''तुला सायकल चालवता येणार नाही.'' अर्थातच मला सायकल चालवता येत होती. परंतु ती सायकल खूपच जड होती आणि मी खूपच छोटा होतो. कॅरियरच्या दोन्ही बाजूंना लटकलेले मटणाचे डबेही जड होते. त्यामुळे मी सायकल हातात घेऊन तशीच ढकलत निघालो. आम्ही सायकलींवरून एकमेकांच्या शेजारून निघालो होतो आणि तो मला सारखा टोमणे मारत होता. अखेरीस मला ते खूप झाले आणि मी डाव्या हाताने सायकलचे डावे हँडल पकडले आणि उजव्या हाताने दुसरे हँडल पकडून सायकलच्या मधल्या भागात पाय घातला. नंतर डाव्या पायाने मी गती देण्याचा प्रयत्न केला आणि पुरेशी गती आल्यावर मी दोन्ही पॅडल्स वापरून सायकल चालवू लागलो. अशा प्रकारे सायकल चालवण्याच्या पद्धतीला मी 'सिझर स्टाईल' म्हणतो.

त्या दिवशी मी स्वतःच अर्धा खाटीक बनलो होतो. आम्ही मांसाची विक्री करत एका दुकानातून दुसऱ्या दुकानात चाललो होतो. आता मला त्या खाटकाच्या दुकानात नवीनच पद मिळाले होते हे माझ्या लक्षात आले. ते होते

'मटण वाटणारा मुलगा.' मटणाचे वाटप झाल्यावर मी पुन्हा दुकानात परतलो. तिथे मला कढयांमध्ये पाणी घालून ते उकळावे लागले. कोंबड्यांचे गळे कापावे लागले. सूर्यास्तानंतर पडलेली पिसे मला पोत्यांत भरून कचऱ्याच्या डब्यांत टाकून यावी लागत होती. हे कचऱ्याचे डबे कत्तलखान्यापासून एक किलोमीटरवर होते. ते माझे रोजचे काम होते. मी हे काम दोन महिने केले.

१६

मुक्तीचा आनंद

ते शिंतोडे...रक्ताच्या प्रत्येक थेंबाबरोबर माझ्या मनात क्षोभ उसळत होता आणि माझ्या मनात उलथापालथ होत होती. ते तडफडणारे पाय आणि थरथरती शरीरे यांनी मला माणूस बनण्यास आणि पृथ्वीवरच्या सर्व प्राण्यांवर प्रेम करण्यास शिकवले. तो खाटीक चिरत असलेल्या प्रत्येक प्राण्याच्या गळ्यातून बाहेर पडणारा प्रत्येक चित्कार मला सांगत होता की प्रत्येक जीवाला आत्मे असतात आणि त्यांनाही भावना असतात आणि तेही या पृथ्वीवर जगण्यासाठीच जन्मलेले असतात. त्यांच्या आयुष्याच्या अंतिम वेळचे त्यांचे बोलणे मी ऐकू शकत होतो आणि त्यांच्या चिंताही मला समजत होत्या. त्याच वेळी मला हेसुद्धा समजत होते की इतरांचे बळी घेण्यात गंमत वाटणारे लोक आजूबाजूला होते. खुराड्यात आणि बकऱ्यांच्या जागेत राहणाऱ्या त्या चमकत्या निष्पाप डोळ्यांच्या मुक्या प्राण्यांशी होणारे निःशब्द संभाषण आणि त्यांचे चित्कार यांमुळे मला ते काम सोडून पळून जाणे भाग पडले. या कामाने मला इतर प्राण्यांच्या वेदना समजून घेण्यासही शिकवले.

एके दिवशी मी खुराड्याजवळ बसलो होतो. कोंबड्या हळूहळू ओरडत होत्या आणि माझ्याकडे पहात होत्या. मी त्यांच्या डोळ्यांत निरखून पाहिल्यावर मला काहीतरी झाले. मला खूप वाईट वाटले. मला वाटले की त्या माझ्याशी बोलत होत्या. त्या बहुधा मला विचारत होत्या, 'काय रे, आज तू मला ठार मारणार आहेस का? संपूर्ण दिवसभर माझ्या कित्येक मित्र-मैत्रिणींना तू ठार मारत

असल्याचं मी बघितलं आहे. कदाचित आज मला तू ठार मारणार असशील. आज तू माझा गळा कापशील का रे?' या प्रश्नाने माझ्या अंगावर भीतीने काटा उभा राहिला. त्यांच्या भावना मी समजू शकत होतो. मी त्यांच्यापैकी कित्येक कोंबड्यांना मारले होते. आज त्या मला खूप प्रश्न विचारत होत्या. मी मान दुसरीकडे वळवली. परंतु माझ्या मनातील प्रश्न त्यामुळे मला झटकून टाकता आले नाहीत. 'हे काय चालले होते? त्या दिवशी माझे काय बिघडले होते? ही कसल्या प्रकारची भावना माझ्या मनात निर्माण झाली होती?' मी विचार करत होतो. त्यानंतर मी पुन्हा एकदा त्या कोंबड्यांकडे पाहिले. त्यांच्यापैकी प्रत्येक कोंबडी मला सोडून देण्याची विनवणी करत होती असे मला वाटले. त्या माझ्याशी बोलत आहेत असे मला वाटले. ठार मारले जाण्याच्या भीतीने त्या डोळे झाकून घेत होत्या. तिथे मोठ्या प्रमाणात नैराश्य पसरले होते. थोड्या वेळाने मी फक्त उठून उभा राहिलो आणि खुराड्यांची दारे उघडून टाकली. मी म्हणालो, ''चला, इथून पळून जा. इथून बाहेर जा. तुमचं आयुष्य जगा...'' प्रत्येक पक्षी त्या खुराड्यातून धावत बाहेर पडला आणि सैरावरा पळत निघून गेला.

थोड्या वेळाने खाटकाने मला पाहिले आणि माझा आवाजही ऐकला. तो दुकानातून जोरजोरात ओरडत तिथे आला. ''एऽऽ थांब. तू हे काय करत आहेस? थांब.'' मी थांबलो नाही आणि कोंबड्यांना सांगत राहिलो, ''चला इथून निघून जा. लवकर.'' मी बहुतेक वेडा झालो आहे, असे त्या खाटकाला वाटले. त्याला शक्य झाले तेवढ्या कोंबड्यांना त्याने पकडले आणि पुन्हा खुराड्यांत बंद करून टाकले. ''अरे मूर्खा, अरे नालायका, तू हे काय केलंस? तुझ्यामुळे सात ते नऊ कोंबड्या पळून गेल्या. तुला समजलं?'' मी त्याला म्हणालो, ''मला आता यापुढे इथे काम करायचं नाही. मी कोंबड्यांना मारू शकत नाही. माझा पगार द्या. मला आताच्या आता हे काम सोडून जायचं आहे.'' खाटकाला खूपच राग आला. तो म्हणाला, ''बदमाशा, तू स्वतःला कोण समजतोस? तू माझ्या धंद्याचा सत्यानाश करण्याचा प्रयत्न केलास आणि आता पुन्हा वर तोंड करून तू पगार मागतोस? इथून चालता हो.'' त्याने मला सुऱ्याच्या मुठीकडच्या बाजूने ठोकायला सुरुवात केली.

मी फक्त त्याच्यापासून सुटका करून घेण्याचा प्रयत्न केला. मला भरपूर जखमा झाल्या होत्या, कारण सुऱ्याची मूठही नरम नव्हती. ती लोखंडाची होती. मी पळण्याचा जोरदार प्रयत्नही करून पाहिला आणि अखेरीस त्याच्यापासून स्वतःची सुटका करून घेतली. त्यानंतर मी एका बोळातून दुसऱ्या बोळात पळत राहिलो. मी जवळजवळ दोन मैल पळालो आणि नंतरच मागे वळून पाहिले. मी थांबलो, त्यावेळी माझे हृदय धडधडत होते. मी आजूबाजूला पाहिले आणि पदपथावर बसलो. मला नीटपणे श्वासही घेता येत नव्हता. त्यानंतर हळूहळू सगळे स्थिरस्थावर झाले. मी वेड्यासारखा तिथून पळालो होतो. त्या सगळ्या घटनाक्रमाविषयी मी विचार करू लागलो. मी त्या कोंबड्यांना बाहेर का काढले होते ते माझ्या लक्षात येत नव्हते. मला काय झाले होते? थोड्या वेळाने मी आकाशाकडे पाहिले आणि देवाला विचारले, ''असे देवा, का? माझ्या जगण्यासाठी मला असे पळावे का लागते? मी जिथे आनंदाने आणि शांततेने राहू शकेन अशी एकही जागा नाही. माझे आयुष्य कायम असेच राहणार आहे का? मी नेहमीच असे ऐकत आलो आहे की देव कोणत्याही स्वरूपात येतो आणि तो दुःखी लोकांना नेहमीच मदत करतो. पण ते केव्हा होणार देवा? मला मदत करायला तू कधी येशील?'

अशी भरपूर गाऱ्हाणी मांडल्यावर आणि तक्रारी करून झाल्यानंतर माझे विचार थोड्या वेळासाठी थांबले. त्यानंतर आपण कोंबड्यांना खुराड्याबाहेर काढल्यामुळे मला खूप आनंद झाला. मी मोठेच काम केले होते. मला चांगले वाटत होते. मला खूपच चांगले वाटत होते. तो माझ्यातील देव होता. मी चांगल्या गोष्टीसाठी लढा दिला होता. सद्भावनांना देवाच्या भावना असे म्हटले जाते. वाईट भावना या सैतानी भावना असतात; सैतानाच्या भावना असतात. मी कदाचित खूपच दुष्कृत्ये केली असावीत. मला रस्त्यांवर राहूनच आपले पोट भरावे लागणे भाग होते. परंतु जन्मतःच मी वाईट नव्हतो. कोणीही तसे नसते. मी वाईट होतो, कारण समाजाने मला वाईट बनवले होते. जगाने मला रस्त्यावर टाकून दिले होते. माझे पोट रिकामे होते. मला ते काहीही करून भरावे लागणार होते. परंतु कधीही मला चांगुलपणा सोडून गेला नव्हता. घाणेरड्या पाण्यात उगवणाऱ्या; परंतु कधीही आपला चांगुलपणा आणि सौंदर्य न सोडणाऱ्या कमळाप्रमाणे तो सतत माझ्याबरोबर

राहिला होता. होय. नेहमीच चांगली व्यक्ती बनून राहणे कठीण असते, कारण प्रत्येकाच्याच मार्गात कित्येक अडथळे येत असतात. माझ्या मनात निर्माण होणाऱ्या सद्भावनांसाठी मला त्या खाटकाने खूपच वाईट प्रकारे मारले होते.

परंतु याचा अर्थ आपण आपल्या मनातील चांगल्या भावनांप्रमाणे वागूच नये असा नाही. आपण मनुष्यप्राणी आहोत आणि प्रेम, दयाळूपणा आणि न्यायीपणा यांसाठी आपण जन्मलो आहोत. म्हणूनच आपल्याला मानव म्हणून ओळखले जाते. आपल्याला जर चांगुलपणाची किंमत करायची असेल तर मी असे म्हणेन की त्यासाठी आयुष्यातील प्रत्येक गोष्ट आपल्याला पणाला लावावी लागेल. उदाहरणार्थ, तुम्ही एखाद्या मुलाची आई किंवा वडील असाल तर तुमच्या मुलाला चांगले आयुष्य देण्यासाठी तुम्हाला खूप कष्ट करावे लागतील. आपल्या कुटुंबासाठी तुम्ही करत असलेले काम आणि मिळवत असलेला पैसा फुकट येत नाही. त्यासाठी तुम्ही स्वतःची शारीरिक ऊर्जा खर्ची घालता आणि आपले रक्त जाळत राहता. मी लहान असताना येशू ख्रिस्ताची एक गोष्ट ऐकली होती. प्रामाणिकपणा आणि न्यायीपणा यासाठी त्यालाही किंमत चुकती करावी लागली होती. प्रेम, दयाळूपणा आणि न्यायीपणा यासाठी त्याने ओठांवर स्मित तसेच शाबूत ठेवून आपल्या आयुष्याची किंमत मोजली होती. मला आता पुढे काय करायचे याची काळजी वाटत होती. परंतु खरे तर मला काळजी वाटतच नव्हती. मला माहिती होते की माझे पॉप आता देवासमवेत होते. मला मदत करण्याची ते देवाला विनंती करू शकतील हे मी जाणून होतो. मी स्वप्नावर विश्वास ठेवला होता हा खरोखरच भाबडेपणा होता. परंतु ते खरेच चांगले होते, कारण त्यामुळे मला धैर्य लाभले होते.

१७

सायकल चोर

तुम्हाला रात्रीचे रूपांतर दिवसात करता आले तर ते किती छान आणि आश्चर्यजनक असेल. शापाचे रूपांतर आशीर्वादात करता आले तर? परंतु आपल्याला हे माहिती असते की हे फक्त एक स्वप्न असते. वादळी समुद्रात आपण कागदी होडी सोडल्यासारखे ते असते, कारण ती कधी ना कधी बुडणारच आहे, हे आपल्याला माहिती असते. काहीही झाले असते तरी माझे आयुष्य मी अंधारातून प्रकाशाकडे नेऊ शकत नव्हतो, कारण तसे करणे ही गोष्ट माझ्या आवाक्यातील नव्हती. माझे आयुष्य नैराश्याच्या सागरात तरंगत होते. प्रेमहीन, अस्वस्थ, संघर्षाने आणि त्रासांनी भरलेले असे माझे ते आयुष्य होते. फक्त अन्न मिळवण्यासाठी मला दिवसांमागून दिवस आणि महिन्यांमागून महिने नवनवीन प्रकारची भयानक कामे करत जगावे लागत होते.

तो असाच आणखी एक पावसाळी दिवस होता. सगळीकडे हिरवेगार दिसत होते आणि ताजेतवाने वाटत होते. परंतु मी थंडीने कुडकुडत होतो आणि माझे दात वाजत होते. मी कित्येक मैलांचे अंतर तुडवले होते आणि चहाच्या ठेल्यावर पोहचलो होतो. तिथे कितीतरी लोक जमले होते. सगळे गरमागरम चहा पीत होते. अजूनही पाऊस पडत होता. मलाही चहा हवा होता. मी खिशांत हात घातला. परंतु तिथे फक्त एक ओलसर झालेली शंभर रुपयांची नोट होती. ती देऊन मी चहा विकत घेऊ शकेन का ते मला माहिती नव्हते. परंतु चहावाला दयाळू होता. त्याने उकळत्या चहाच्या कढईवर ठेवून ती नोट

वाळवली आणि मला ग्लास भरून चहा दिला. ते गरम पाणी पोटात गेल्यावर मला तरतरी आली.

चहा घेतल्यावर मी पुन्हा चालायला सुरुवात केली आणि सायकलच्या दुकानाजवळ पोहचलो. तिथे काही मुले सायकल दुरुस्त करत होती. म्हणून मी तिथेच घुटमळत थांबलो. तिथे थोडासा निवाराही होता. पाऊस थांबेपर्यंत तिथेच थांबावे असे मला वाटले. म्हणून मी तिथेच थांबलो. तेवढ्यात दुकानाच्या मालकाचे लक्ष माझ्याकडे गेले. त्याने मला फटकारले, ''अरे, तू तिथे काय करतोयस?'' मी म्हणालो, ''सर, एवढा मुसळधार पाऊस सुरू आहे. पाऊस थांबण्याची वाट बघत मी तुमच्या दुकानाच्या छपराच्या आडोशाला थांबलोय.'' थोड्या वेळाने सायकली दुरुस्त करणारी मुले चहा घ्यायला आत गेली. मी तिथे थांबलो होतो आणि त्यांच्याकडे पहात होतो. मालकाचे पुन्हा एकदा माझ्याकडे लक्ष गेले. यावेळी त्याने माझ्याकडे बघून स्मित केले. त्यानंतर त्याने मला कपभर गरम चहा दिला आणि म्हणाला, ''तू थंडीत काकडतोयस. कपभर चहा घे.'' चहा मिळाल्यामुळे मला आनंद झाला होता, कारण मला खरोखरच थंडी वाजत होती. मी त्याच्याकडे गेलो आणि त्या सर्वांमध्ये बसून मीही चहा पिऊ लागलो. मी चहा पीत असताना त्याने मला प्रश्न विचारण्यास सुरुवात केली. ''तुझे नाव काय आहे? तू कुठून आलायस? कुठे निघालायस?'' मी स्मित केले आणि म्हणालो, ''तुम्ही लोक खूपच चौकशा करत आहात. माझ्याकडे सांगण्यासारखी एकच गोष्ट आहे. मी बेघर आहे. मी रस्त्यांचा राजा आहे. मी रस्त्यांवर राहतो आणि आपले टिचभर पोट भरण्यासाठी रस्त्यांवरून भटकत राहतो. मला कामाची गरज आहे. त्यामुळे तुम्हाला खरोखरच माझ्यात स्वारस्य असेल तर कृपा करून मलाही तुमच्यासोबत इथे कामावर ठेवून घ्या.'' दुकानाच्या मालकाने माझ्याकडे थोडा वेळ पाहिले आणि नंतर थोडा विचार केला. मी त्याचे चांगले काम करू शकेन असे त्याला वाटले असावे. सायकलच्या दुरुस्तीसाठी दुकानात येणारे लोक सहसा त्रासदायक असत. सायकलचे काम व्यवस्थित केले गेले नाही अशा ते सतत तक्रारी करत आणि मग पैसे द्यायला नकार देत. मी रस्त्यावरचा मुलगा होतो. मी भांडखोर आणि आक्रमक होतो. अशा प्रकारच्या ग्राहकांना हाताळण्यासाठी मी योग्य होतो. मालकाने मला सूचना

दिली, ''तू काळजी करू नकोस. तू इथे इतरांबरोबर काम करू शकतोस. फक्त त्याआधी मी तुला एक गोष्ट स्पष्टपणे सांगतो. इथे खूप कष्ट करावे लागतात. तुला सगळ्या गोष्टी योग्य प्रकारे करता आल्या पाहिजेत. तू या आधीच्या लोकांकडून त्या नीट शिकून घे. काही वेळा चांगले ग्राहक नसतात. अशा वेळी तुला त्यांच्याशी अतिशय स्पष्टपणे आणि धीटपणे बोलता आले पाहिजे. एकदा सायकल ठरवली की तुला त्यांच्याकडून पैसे वसूल करता आलेच पाहिजेत.'' मी आत्मविश्वासू होतो. मी म्हणालो, ''सर काही काळजी करू नका. मी खूप कष्ट करेन आणि पैसे न देता कोणालाही जाऊ देणार नाही.''

असेच काही दिवस गेले. मी काम शिकत होतो. परंतु मी त्या कामातील तोच तोचपणाला कंटाळून गेलो होतो. एके दिवशी माझा एक मित्र त्या दुकानात आला. तो माझा रस्त्यावर राहणारा मित्र होता. आम्ही बराच वेळ गप्पा मारल्या. मी सायकलच्या दुकानात काम करत असल्याचे पाहून त्याला आश्चर्य वाटले होते. त्याने मला एक कल्पना सुचवली. ''अरे बुद्धू! तू तर मूर्खच आहेस. तू इथे गाढवासारखा काम करत आहेस. फक्त गाढवच तेवढे कष्ट करत राहते.'' मी आश्चर्यचकित झालो आणि विचार करू लागलो. त्यानंतर तो एकदम मला म्हणाला, ''तुला इथून बाहेर पडावंच लागेल. तू एखाद्या प्रिन्ससारखं जगलं पाहिजे.'' मला ते ऐकून खूप आनंद झाला. मी त्याला निरागसपणे विचारले, ''हे कसं काय शक्य होईल?'' तो खिदळला आणि म्हणाला, ''आता माझं म्हणणं लक्ष देऊन ऐक. उद्या तुझ्या या सायकलच्या दुकानातून तू आणि मी एकेक सायकल घेऊया. त्यानंतर आपण त्या चांगल्या किंमतीला विकून टाकू. ठीक आहे?'' मी घाबरलो. 'पण आपण पकडले गेलो तर?' माझ्या मनात विचार आला. त्याने मला विचारले, ''काय झालं? तू कसला विचार करतोयस?'' मी त्याच्याकडे रोखून पाहिले आणि म्हणालो, ''तू किड्या, तू वेडा झालायस. या जगात मी जिवंत रहावं असं तुला वाटत नाही.''

तो हसला आणि मला चिडवत म्हणाला, ''अरे देवा! आमच्या हिरोला आम्ही शूर मुलगा म्हणत होतो. आता तो भित्रा झाला आहे. यापुढे तो धाडसी राहिलेला नाही. त्याचं अगदी मांजर झालंय.'' त्याने मला टोमणे मारल्यावर

मी एकदम धीट झालो आणि म्हणालो, ''मी तोच मुलगा आहे. मी कधीच भित्रा नव्हतो आणि नाही. माझ्या आयुष्याची मला कधीच फिकीर नव्हती. मी या जगाला घाबरत नाही. मी रस्त्यांचा राजा आहे. मी खूप धाडसानं जगलो आहे आणि आता तू तुझं तोंड बंद कर. नाही तर मी आताच तुला ठार मारून टाकेन...आता सायकल चोरण्याबद्दल सांगतो. उद्या संध्याकाळी आपण एकेक सायकल चालवायला घेऊ. त्यानंतर शहराच्या दुसऱ्या भागात जाऊन आपण त्या विकून टाकूया.'' एवढे बोलून मी सायकलच्या दुकानातील माझ्या कामाकडे वळलो.

दुसऱ्या दिवशी सकाळी उठल्यावर मी दोन नवीन सायकली बाहेर काढल्या. दुकानदार बाहेर आला आणि त्याने मला विचारले, ''तू या नवीन सायकलींचं काय करतोयस?'' मी खूपच छान बोललो. मी म्हणालो, ''त्यांच्यावर थोडीशी धूळ आहे. म्हणून त्या व्यवस्थित स्वच्छ करण्याची गरज आहे.'' मालकाला खूपच आनंद झाला. त्याला कसलाच संशय आला नव्हता. मी त्याला असेही सांगितले की त्या दिवशी माझ्या मित्राबरोबर मी तासभर सायकल चालवून परत येतो. त्याला माझ्या प्रामाणिकपणाबद्दल आनंद वाटला. तो प्रभावित झाला होता. माझ्या मित्राबरोबर सायकल चालवायला जाण्यास त्याने मला परवानगी दिली. संध्याकाळी माझा मित्र आला. आम्ही दोघांनी दुकानातून एकेक नवीन सायकल घेतली आणि पळून गेलो. कोठेसोर नावाच्या जागी आम्ही पोहचलो. हा विमानतळाच्या जवळचा भाग आहे. मला घाम येत होता. परंतु मी जोरजोरात पॅडल मारत होतो. माझे हृदय जोरजोरात धडधडत होते. माझ्या मित्राने मला प्रश्न विचारला. परंतु मी काहीही ऐकू शकलो नव्हतो, कारण मला भीती वाटत होती आणि मी बधीर झालो होतो. माझ्या मित्राने स्मित करत माझ्याकडे पाहिले आणि तो म्हणाला, ''तू अजूनही पूर्वीचाच मुलगा आहेस. धीट आणि धाडसी...''

''मला ते माहिती आहे. मला ते तुला दाखवून देण्याची गरज नाही. परंतु दुसरी बाजूही विचारात घे. जर आपण पकडले गेलो तर मी जरासाही हलणार नाही. तेवढा मी भक्कम आहे; पण तू नाहीस,'' मी म्हणालो. आतून मात्र मी चांगलाच घाबरलो होतो. स्वतःलाच धाडस यावे म्हणून मी स्वतःला सांगत होतो की तू खूप शूर आहेस. त्यानंतर मी खूप हसलो. मी खूप हसलो आणि

सायकलवरून पडलो. झटकन उठून जाण्याऐवजी आम्ही हसतच राहिलो होतो. अखेरीस आम्ही कोठेसोरला पोहचलो. तिथे आम्ही थांबलो आणि सायकलची विक्री करण्यासाठी इकडे तिकडे भटकू लागलो. अचानक मला तिथे सायकलचे एक मोठे दुकान दिसले. त्या दुकानात कित्येक सायकली होत्या. माझा मित्र त्या दुकानात गेला आणि मी बाहेरच थांबलो. एका लठ्ठ माणसाबरोबर तो दुकानाबाहेर आला. त्या माणसाने सायकलींकडे पाहिले आणि तो म्हणाला, ''मी तुम्हाला या सायकलींचे दोन हजार रुपये देईन. तुम्हाला सायकली विकायच्या असल्या तर विका; नाही तर त्या घेऊन निघून जा.'' मला भीती वाटत होती, कारण त्या चोरीच्या सायकली होत्या. म्हणून मी म्हणालो, ''ठीक आहे. आम्हाला पहिल्यांदा पैसे द्या.'' त्याने आमच्याकडे रोखून पाहिले. तो माझ्याकडे पाहून संशयाने हसला. त्यानंतर तो म्हणाला, ''हे घ्या.'' त्या जाडजूड माणसाने दोन्ही सायकली आत घेतल्या. माझा मित्र माझ्याबरोबर वाद घालू लागला. ''तू दोन हजारांना कशाला तयार झालास? आपल्याला जास्त पैसे मिळाले असते.'' मी त्याला म्हणालो, ''तू मूर्ख आहेस का? या सायकली चोरीच्या आहेत हे तुला माहिती नाही का? त्याने जर पोलिसांना बोलावले तर आपण दोघेही गजाआड होऊ.''

''सॉरी. मी त्याचा विचारच केला नव्हता,'' माझ्या मित्राने मान्य केले. त्यानंतर त्याने आपला हात माझ्या खांद्यांवर टाकला आणि मला जवळ ओढले. आम्ही एकमेकांना मिठ्या मारल्या आणि काहीतरी खावे असा विचार केला. थोड्या वेळाने आम्ही एका रेस्टॉरंटमध्ये गेलो. तिथे लोखंडी सळईवर टांगलेले रोस्टेड चिकन होते. आम्ही रोस्टेड चिकनची पार्टी करायचे ठरवले. माझ्या मित्राला मी त्याच्या वाट्यातून बिल भागवायला सांगितले. तो म्हणाला की हे बरोबर नाही. त्यावर मी म्हणालो, की आता यापुढे माझ्याकडे चोरीची सायकल असणार नव्हती आणि कामाचा पैसाही असणार नव्हता. ''यापुढे माझ्याशी वाद घालू नकोस, काय?'' मी त्याला म्हणालो आणि हसलो. माझे आयुष्य पुन्हा एकदा नाट्यमय वळणावर आले होते. त्याचे श्रेय माझ्या मित्रांनाच होते. मी सायकल चोर बनलो होतो. मी बेरोजगार होतो आणि पुन्हा एकदा रस्त्यावर आलो होतो.

৵••৵

१८

हृदयांचे डंख

पुन्हा एकदा पुढे काय करायचे असा विचार करण्यास मी सुरुवात केली होती. माझ्या मित्राबरोबर मी चालत निघालो होतो. ''तुला कुमार, कांचा, राम, फुच्छे, लामा, पदम, घैटे, गुरुंग आणि भोटे आठवतात का?'' त्याने विचारले. अर्थातच मला ते आठवत होते. आमची एक गँग होती. ''त्यांनी माझी काळजी घेतली होती. मला बालीही आठवतोय. मी एकदा जवळजवळ मरायलाच आलेला असताना त्याने मला वाचवलं होतं. या लोकांनीच मला वाचवलं होतं.'' माझ्या या मित्राचे नाव होते मुसा. तो म्हणाला, ''मला ते माहिती आहे. मीसुद्धा तुझ्यांच गँगमध्ये होतो, हे तुला माहितीच आहे. आम्ही तुझ्यावर उपकार केले असा विचार करू नकोस. तूही आम्हाला खूपच मदत केलीस. तू पाकिटमारी केलीस आणि स्वतःचं आयुष्य कित्येकदा धोक्यात घातलंस.'' आम्ही चालत आणि बोलत निघालो होतो. आमच्या त्या परिचित पुलाच्या जुन्या ठिकाणी आम्ही पोहचलो. तिथेच माझे सगळे जुने मित्र जमले होते. ते पार्टी करत होते. प्रत्येकाचे विमान उंच तरंगत होते. काही जणांनी मादक पदार्थ घेतले होते आणि काही जण दारू पीत होते. आम्ही नुकतेच तिथे पोहचलो होतो. त्यांनी आमच्याकडे पाहिले आणि तिथे लगेच एकच गलका झाला. ''बासु आणि मुसा!'' ते जोरजोरात हसू लागले आणि त्यांनी आम्हाला मिठ्या मारल्या. त्यांच्यापैकी काही जण फक्त रडत होते आणि आम्हाला विचारत होते, ''अरे एवढे दिवस, इतके महिने तुम्ही कुठे होतात? आम्हाला तुमची खूपच आठवण येत होती.''

माझ्या आयुष्यातील तो एक सर्वाधिक आनंदाचा क्षण होता. बऱ्याच काळानंतर माझ्या मित्रांना मी भेटलो होतो. मी त्यांना म्हणालो, ''तुम्हाला काय हवे असेल ते मोकळेपणानं सांगा. आजची पार्टी मी देणार आहे.'' त्या क्षणी आम्ही श्रीमंत होतो. फुच्छेला मी हजार रुपये दिले. त्याने ते पैसे हातात घेतले आणि तो म्हणाला, ''अरे बापरे! हे खूप पैसे आहेत. थँक यू...'' काही जण दारूच्या आणखी बाटल्या आणि खाद्यपदार्थ आणायला गेले. इतरांनी आम्हाला बसायला जागा दिली. लोक सहसा पॉश आणि सुंदर जागी पार्टी करतात. आम्ही घाणेरड्या गटाराच्या पाण्याजवळ पुलाखाली बसलो होतो. उबदार राहण्यासाठी आम्ही टायर जाळत होतो. तरीही आम्ही शेकोटीची कल्पना केली आणि आम्ही तिथे बसून बोलू लागलो. आजूबाजूने जाणाऱ्या वाहनांच्या हॉर्नचा आवाज हे आमच्या पार्टीचे संगीत होते. तरीही आम्ही सगळी दुःखे आणि काळज्या विसरून गेलो होतो. आम्ही सगळेच जण हसत होतो. काही लोक बरळू लागले. ते खूपच प्यायले होते. परंतु त्याची कोणाला काळजी होती? आम्ही स्वतःची करमणूक करून घेत होतो आणि खूप मजा करण्यात मश्गूल झालो होतो. आम्ही फक्त जगत होतो आणि प्रत्येक क्षण जिवंत असल्याची भावना बाळगत होतो. एवढ्यात फुच्छे म्हणाला, ''मला खरोखरच माझ्या मॉमची आणि डॅडची आठवण येते. माझ्या वयाची मुलं त्यांच्या आई-वडलांबरोबर जात असल्याचं पाहिलं की मला त्यांच्याविषयी असूया वाटते आणि आतल्या आत दुःख होतं. कोणीतरी आतून मला जोरात चिमटे काढल्यासारखं मला वाटत राहतं.'' त्यानंतर तो हुंदके देत रडू लागला. प्रत्येक जण त्याचे सांत्वन करू लागला. मी शूर मुलगा होतो. धाडसी होतो. मी रडलो नाही. माझी मॉम? माझे पॉप?

फुच्छे

त्याचे नाव जेवढे विचित्र होते त्याहूनही अधिक त्याची कहाणी विचित्र होती. माझ्याहूनही ती अधिक दुःखदायक होती. गँगने त्याला फुच्छे हे नाव दिले होते, कारण फुच्छे या शब्दाचा नेपाळी भाषेतील अर्थ आहे 'लहान.' जेमतेम एक वर्षाचा असताना पदम आणि भोटे यांना तो सापडला होता. ते चिंध्या आणि कचरा गोळा करत होते आणि त्यावेळी तो त्यांना जमिनीच्या भरावावर टाकून दिलेल्या अवस्थेत सापडला होता. हा छोटा

मुलगा कचऱ्याच्या डब्यावर काहीही न बोलता फक्त बसून राहिल्याचे त्यांना आढळले होते. त्यामुळे त्यांनी त्याला हे नाव दिले होते. त्यांनी त्याला तिथून उचलून आणले, कारण त्यावेळी त्यांनाही कोणी मित्र नव्हता. त्यामुळे नवीन मित्र सापडल्यामुळे ते खूश झाले. फुच्छे हळूहळू मोठा झाला. तो भीक मागण्यात खरोखरच पटाईत होता. कुठेही संगीत सुरू असलेल्या ठिकाणावरून निघाला असेल तर तो नृत्य करत असे. त्याला ते खूपच आवडत असे. तो स्मित करत असे आणि लगेच नृत्य करायला सुरुवात करत असे. संगीत संपेपर्यंत तो नाचत रहात असे. एके दिवशी लग्नाची मिरवणूक चालली होती. आम्ही त्यांच्या पाठोपाठ गेलो आणि लग्नाच्या हॉलपर्यंत पोहचलो. आम्ही तिथे पोहचल्यावर आमच्या कानांवर पारंपरिक नेपाळी संगीत पडले. फुच्छे त्या लग्नाच्या हॉलपर्यंत धावत गेला. परंतु त्याला आत प्रवेश मिळाला नाही. आम्हाला त्याच्याविषयी खूप वाईट वाटले. परंतु संगीत बाहेरच्या बाजूलाही ऐकू येत होते. मग बाहेर थांबूनच तो नाचू लागला. तो जणू काही जन्मजात नर्तकच होता. त्याचा प्रत्येक पदन्यास आणि हालचाल इतकी सुंदर होती की लोकांनी त्याच्याभोवती घोळका केला आणि तो नृत्य करताना स्मित करत असल्यामुळे तेही स्मित करू लागले. त्या दिवशी नृत्य करत असताना त्याला थोडीफार शांतता लाभली होती असे माझ्या लक्षात आले होते. नृत्य करून तो आपल्या ह्रदयात दाबून ठेवलेल्या दुःखावर मात करू पहात होता, कारण प्रत्येक पदन्यासाबरोबर तो स्मित करत असल्याचे मला दिसत होते. जणू काही त्याच्या ह्रदयात आगडोंब उसळलेला होता आणि तो संगीताने आणि नृत्याने तो शांत करू पहात होता. ज्या ज्या वेळी मी त्याचा विचार करतो, त्या त्यावेळी मला त्याच्याविषयी चांगले वाटते, कारण किमान तो नृत्य आणि स्मित तरी करू शकत होता. असे कचऱ्याच्या डब्यात सापडलेले आणि स्मितही न करताच मरून गेलेलेही किती तरी जण असावेत.

तो दारू पीत असे, त्यावेळी असाच रडत असे. एके दिवशी त्याने मला विचारले, ''बासु, मला सांग माझे मॉम आणि डॅड कोण आहेत? त्यांनी मला असे कचऱ्याच्या पेटीत का टाकून दिले होते?'' तो मला असे प्रश्न विचारत असे आणि मिठी मारत असे. माझ्याकडे त्याच्या प्रश्नांना एकच उत्तर होते. मीसुद्धा माझी आई कोण आहे ते शोधत आहे आणि माझे वडील कोण होते

त्याचा विचार करत आहे, असे मी त्याला सांगत असे. हे रडणे आणि या भावनेने ओथंबलेल्या संभाषणांतूनच पार्टीही सुरू होती. ती पुढे सरकत होती. सगळेच जण जास्त, जास्त पीत होते. बाटल्या एकमेकांकडे दिल्या जात होत्या. त्यावेळी मी पाहिले की भोटे फुच्छेच्या बाजूलाच बसलेला होता आणि तो एखाद्या वेड्यासारखा जोरजोरात हसत होता. तो मादक पदार्थ ओढत बसला होता आणि फुच्छेच्या दुःखावरही जोरजोरात हसत होता.

भोटे

भोटेची कथा खरोखरच वेगळी होती. त्याचे वडील दारुडे होते. त्यामुळे तो स्वतःला दारूतून जन्मलेला म्हणत असे. त्याला सावत्र आई आणि दोन सावत्र बहिणी होत्या. त्यांनी कधीच त्याला सख्ख्या मुलासारखे किंवा भावासारखे वागवले नव्हते. त्याच्या सावत्र आई आणि सावत्र बहिणींबरोबरच त्याचे वडीलही त्याच्या बाबतीत सतत भेदभाव करत. ज्या ज्या वेळी आपल्या आईची त्याला आठवण येत असे, त्या त्या वेळी तो रडत असे. एके दिवशी त्याच्याशी वाईट वागल्याबद्दल आपल्या सावत्र बहिणीवर तो ओरडला. त्याच्या वडलांनी त्याला जोरदार मारहाण केली आणि त्याला घराबाहेर हाकलून दिले. तेव्हापासून तो आमच्या गँगमध्ये होता. तो खरोखरच अनुभवी होता. एकदा त्याला अनाथाश्रमात राहण्याची संधी मिळाली होती. परंतु तो एवढा हिंसक आणि तापट होता की तेथील एका कर्मचाऱ्याशी वाद झाल्यावर त्याने त्याच्यावर चाकूने वार केला होता आणि तो तिथून पळून आला होता. खरे तर त्याने काही पहिल्यांदाच कोणाला चाकूने भोसकले नव्हते. तो रोजच कोणाशी ना कोणाशी तरी मारामारी करत असे. इतर मुले त्याला नेहमीच घाबरून असत, कारण कोणाशी बोलणे किंवा वाद घालणे यापेक्षा त्याचा भोसकण्यावर विश्वास होता.

एकदा मी त्याला विचारले, ''तू अनाथाश्रम सोडून का आलास? तिथे तुला मोफत अन्न आणि शिक्षण मिळत होतं. एके दिवशी तू खरोखरच शिक्षित व्यक्ती बनला असतास.'' त्याने माझ्याकडे तुच्छतेने पाहिले आणि तो म्हणाला, ''तुला अनाथाश्रमांविषयी कसलीच माहिती नाही. ते मोफत अन्न देतात, परंतु तो त्यांचा धंदा आहे. ते आम्हाला कधीच योग्य प्रकारे वागवत नव्हते. आम्ही

म्हणजे जणू काही कोणते तरी रोग आहोत, अशा प्रकारे ते आम्हाला वागवत असत. आम्हाला पुनःपुन्हा आमच्या कहाण्या त्यांना सांगाव्या लागत असत. काही लोक आमच्यावर अभ्यास करत असत. जणू काही आम्ही म्हणजे त्यांच्या संशोधनाचा विषयच होतो. वॉर्डन आणि कर्मचारी आम्हाला खूप कडक शिक्षा देत. जणू काही आम्ही गुन्हेगार होतो. माझी सावत्र आई मला वागवत होती, त्याहूनही अधिक भेदभावाने आम्हाला तिथे वागवलं जात होतं. तुम्हाला तिथे फुकट अन्न आणि रहायला जागा मिळते आणि काही प्रमाणात सर्वसामान्य शिक्षण मिळतं हे खरं आहे; पण तिथे कधीच ते आम्हाला स्वतःच्या मुलांप्रमाणे वागवत नव्हते. कोणीही पाहुणे आले की ते आम्हाला चांगले कपडे देत आणि चांगलं अन्नही देत. त्यावेळी अचानकच आपल्या स्वतःच्या मुलांनाही विसरून जणू काही आपण आपलं सगळं आयुष्य आमच्यासाठीच वाहून घेत आहोत अशी बतावणी कर्मचारीही करत असत.

''मोठी मुलं लहान मुलांचं लैंगिक शोषण करत. मला अजूनही आठवते की एके दिवशी एका मुलाबरोबर माझा वाद झाला. त्यानंतर तो त्याची गँग घेऊन आला आणि मला ते स्वच्छतागृहात घेऊन गेले. त्यानंतर त्या सर्वांनी एका पाठोपाठ माझं लैंगिक शोषण केलं. मी काहीही करू शकलो नाही, कारण त्यांनी माझ्यावर चाकू रोखला होता. दुसऱ्या दिवशी मी त्या मुलांविषयी तक्रार करण्याचा प्रयत्न केला. परंतु वॉर्डनने मलाच शिक्षा केली, कारण ती मुलं त्याच्या मर्जीतील होती. मी त्याला भोसकलं आणि तिथून पळून आलो त्यामागे हेच कारण होतं.'' त्यानंतर भोटेला कशाचीच भीती वाटेनाशी झाली होती, कारण तो मला नेहमीच सांगत असे, ''आपण का घाबरायचं? जेवढं म्हणून वाईट घडण्याची शक्यता असेल, तेवढं सगळं वाईट माझ्या बाबतीत घडून गेलंय आणि मी कित्येक वेळा टोळीयुद्धात अगदी मरणाच्या दारात जाऊन परतलोय. त्यामुळे आता मी कशालाच घाबरत नाही.''

तेवढ्यात कांचाने एक रिकामी बाटली आगीत फेकली आणि जळत्या टायरचा चिकट तुकडा त्याच्याकडे उडाल्यामुळे पदमने चटकन उडी मारली. सगळेच जण प्यायले होते. मुसाने त्या टायरच्या जळत्या तुकड्यावर थोडी दारू शिंपडून आग विझवण्याचा प्रयत्न केला. परंतु त्यामुळे आग आणखी भडकली. त्यामुळे आम्ही पदमच्या दिशेने झेपावलो आणि त्याच्या अंगाला लागलेली

आग विझवण्यासाठी त्याला लाथा मारू लागलो. अखेरीस आम्ही त्याला वाचवले. आम्हाला त्या सगळ्याची गंमत वाटली, कारण आम्हाला त्यावेळी आपण काहीतरी धाडसी आणि शूरपणाची गोष्ट करत आहोत असे वाटले होते. प्रत्येक जणच हसू लागला, कारण पदमचा चेहरा अगदी घाबराघुबरा झाला होता. आम्ही जमिनीवर गडाबडा लोळू लागलो आणि पोट धरधरून हसत सुटलो. पदम काहीच बोलू शकला नव्हता, कारण तो अजूनही घाबरलेलाच होता. त्याच्या भयभीत चेहऱ्याकडे बघितल्यावर मला त्याची कहाणी आठवली.

पदम

पदम हा माझा एक मित्र होता. तरीही तो माझ्याबरोबर सतत भांडत असे आणि त्याची व माझी मारामारी होत असे. माझे सगळेच मित्र त्याला पदम म्हणत असत. मी मात्र त्याच्या नावाचा उच्चार 'पादम' असा करत असे. त्यामुळे तो माझ्याशी भांडत असे. परंतु मीही माझे म्हणणे कधीच सोडले नव्हते आणि त्याला चिडवणे थांबवले नव्हते. बागमती नदीजवळच्या झोपडपट्टीत पदमचा जन्म झाला होता. त्याचे वडील आजारी होते आणि काम करू शकत नव्हते आणि त्याची आई काहीच करत नव्हती. पदम चिंध्या गोळा करत असे आणि त्याची लहान बहीण थामेलच्या जवळपास भीक मागत असे. दुर्दैवाने, या दोघा भावा-बहिणीलाच आपल्या आई-वडलांची काळजी घ्यावी लागत होती. काही वेळा दिवस वाईट जात असे. काहीच मिळकत होत नसे. अशा वेळी पदम अत्यंत चिंताग्रस्त असे, कारण दिवसअखेरीला आपल्या वडलांच्या औषधासाठी आणि संपूर्ण कुटुंबाच्या जेवणासाठी त्याला थोडेफार पैसे मिळवावेच लागत. आठ वर्षांच्या छोट्या मुलासाठी हे आयुष्य सहजसोपे मुळीच नव्हते. माझ्याहून तो थोडासाच मोठा होता. पदमवर खूप मोठा मानसिक ताण होता. पैसा मिळवण्यासाठी तो मादक पदार्थांच्या विक्रीत गुंतला. अफू आणि गांजाची तो विक्री करत असे. मात्र तोही भरपूर प्रमाणात दारू पिऊ लागला. त्यानंतर एके दिवशी त्याच्या वडलांचा मृत्यू झाला. रस्त्यावरून त्याची बहीणही नाहीशी झाली. कित्येक दिवस तो तिचा सर्वत्र शोध घेत भटकत राहिला, परंतु त्याला माहिती असलेल्या ठिकाणी त्याला तिच्याविषयी कसलाही धागादोरा सापडला नाही.

काही वर्षांनंतर पदम आणखी थोडा मोठा झाला आणि तो वेश्यावस्तीत वेश्यांकडे जाऊ लागला. तो आपल्या मोठ्या मित्रांबरोबर तिथे जात असे. एके दिवशी अशाच एका वेळी त्याचे सारे जग उलटेपालटे होऊन गेले. त्या दिवशी तो एका वेश्येच्या खोपटात गेला, त्यावेळी त्याला तिथे त्याची आई त्याच्यासमोर उभी असल्याचे आणि एका ग्राहकाकडून पैसे घेत असल्याचे दिसले. त्या दिवशी त्याने झोपडपट्टी सोडली आणि त्याचे घर सोडले आणि तो पुलाखाली झोपू लागला. तो स्वतःला अनाथ म्हणवून घेऊ लागला आणि त्याने पुन्हा कधीही आपल्या आईची भेट घेतली नाही.

तेवढ्यात मुसाने माझ्या खांद्यावर थोपटले आणि मला विचारले, ''तू कसला विचार करतोयस?'' मी उत्तर दिले, ''फक्त तुमच्याविषयीच विचार करतोय रे. तुम्ही सगळे जण स्मित करत आणि जोरजोरात हसत आहात ते पाहून मला आनंद वाटतोय. कारण आपल्या मनात भरपूर दुःखं आहेत आणि प्रत्येकाच्या मनात वेगवेगळं दुःख आहे. परंतु आपण त्याची पर्वा करत नाही. आपल्या बाबतीत कधीच काही घडलेलं नाही, असे समजून आपण आयुष्यात पुढे जात राहतो.'' कुमारने मला एक बाटली बिअर घेणार का असे विचारले. परंतु मला खरोखरच त्याची चव आवडत नव्हती. त्यामुळे मी नकार दिला. परंतु कुमारने मला फारच आग्रह केला आणि मी अर्धी बाटली बिअर प्यायलो आणि मी खरोखरच उंच तरंगू लागलो. माझे डोळे कधी मिटले ते मला समजलेच नाही.

१९

आता बेकरीवाला

रस्त्यावरच्या माझ्या जुन्या मित्रांना मी भेटलो होतो आणि त्यांना पार्टी दिली होती. आम्ही खूप छान वेळ घालवला होता. हळूहळू चोरलेल्या सायकलीचे पैसे संपले. त्यानंतर मी आता पुढे काय करायचे त्याचा विचार करू लागलो. छळ न होता मला करता येईल, असे काय काम असू शकेल, ते माझ्या लक्षात येत नव्हते. मी कोणत्याही इतर कत्तलखान्यात काम करू शकत नव्हतो किंवा मला पुन्हा घरगडीही व्हायचे नव्हते. मी फक्त एका ठिकाणाहून दुसरीकडे असा फिरत राहिलो होतो. अखेरीस मला एक फॅक्टरी दिसली. तिथे ब्रेड तयार केले जात होते. मी तिकडे गेलो आणि काम देण्याविषयी विचारले. बाहेरच्या बाजूला एक माणूस उभा होता. त्याला मी विचारले, ''माझ्यासाठी काही काम आहे का?''

माझ्यासमोर उभा असलेला तो माणूस दचकला आणि त्याने मला विचारले, ''तू तर छोटा आहेस. बारक्या, तू काय काम करू शकतोस?'' मी लगेच उत्तर दिले, ''कोणत्याही प्रकारचे काम द्या. मी ते करू शकतो. मला फक्त एकच गोष्ट सांगा, मला इथे काम मिळेल की नाही?'' माझ्या बोलण्याच्या पद्धतीने माझ्या समोर उभा असलेला माणूस चक्रावून गेला. त्याला आश्चर्य वाटले. तो म्हणाला, ''बारक्या तू तर बराच कणखर आणि कष्टाळू दिसतोस. परंतु काही का असेना, मला तू आवडलास. माझ्या मालकाला मी विचारतो. तू इथेच थांब. मी आत मालकाकडे जाऊन येतो, समजलं?'' मी त्या

माणसामुळे खूपच प्रभावित झालो होतो, कारण मला मदत करण्याकडे त्याचा कल असल्याचे दिसत होते.

पंधरा मिनिटांनी तो बाहेर आला आणि म्हणाला, ''तू काळजी करू नकोस, बारक्या. तुला इथे काम मिळेल. ये..माझ्याबरोबर आत ये. आमच्या मालकाला तुला भेटायचं आहे.'' मी त्याच्याबरोबर गेलो. बॉस खुर्चीवर बसला होता. त्याने मला पाहिले आणि विचारले, ''अरे बारक्या, तू तर खूपच लहान आहेस. तू इथे काम करू शकशील का? या फॅक्टरीतील काम तुला झेपेल?'' मी काम करण्यासाठी खूपच लहान आहे या त्याच्या समजुतीमुळे मी थोडासा रागावलो होतो. मी म्हणालो, ''हे पहा सर, मी लहान आहे असा विचार करू नका. मी कोणत्याही प्रकारचं काम करू शकतो. तुम्ही सांगाल ते काम मी करेन. परंतु मी एक अनाथ मुलगा आहे. मी रस्त्यावर राहतो आणि तिथेच झोपतो. माझ्याकडे रहायला जागा नाही. तेव्हा कृपा करून मला कामाबरोबरच रहायला जागाही द्या.''

तो हसला आणि त्याने माझ्याकडे रोखून पाहिले. त्यानंतर तो म्हणाला, ''तू तर तुझ्या वयाच्या मानाने बराच धीट आहेस. मला खरोखरच तुझी बोलायची पद्धत आवडली. काळजी करू नकोस. तू इथे फॅक्टरीतच झोपू शकतोस.'' मला खूपच आनंद झाला होता. मी म्हणालो, ''थँक यू सर. परंतु तुम्ही मला माझा पगार किती असेल ते सांगितलं नाही.'' त्याने माझ्याकडे विचित्रपणे पाहिले. तो आश्चर्यचकित झाला होता. त्याने मला विचारले, ''पगार? कसला पगार?'' मी त्याच्याकडे पाहिले आणि म्हणालो, ''हे सगळे लोक इथे काम करत आहेत. ते फुकट काम करतात का? तुम्ही त्यांना पैसे देत नाही का?'' तो हसला आणि म्हणाला, ''ठीक आहे. माझ्या लक्षात आलं. तुला किती पगार हवा आहे?'' मी थोडासा आश्चर्यचकित झालो होतो, कारण प्रथमच मला कोण्या मालकाने किती पगार हवा आहे ते विचारले होते. तो किती पगार देणार आहे, ते सांगितले नव्हते. माझे मन गरगरू लागले. तेवढ्यात बॉसने मला विचारले, '' काय झालं?'' मी म्हणालो, ''काही नाही, सर. फक्त किती पैसे मागावेत याचा मी विचार करत होतो. कारण मला खरोखरच कसलीच कल्पना नाही. मला इथे काय काम करावं लागेल तेही मला माहिती नाही. म्हणून मी थोडासा गोंधळलो होतो.'' तो म्हणाला,

''ठीक आहे. मी तुला मासिक दोनशे रुपये देईन. ठीक आहे? एवढ्या लहान वयात तू खूपच हुशार आहेस. एवढा स्पष्टपणे बोलणारा एवढा लहान मुलगा मी याआधी कधीच पाहिलेला नाही. माझा लहान मुलगा तुझ्याच वयाचा आणि तुझ्याएवढ्याच उंचीचा आहे. पण तो तुझ्यासारखा हुशार नाही. तुझा धीटपणा तर खूपच छान आहे. मला एक गोष्ट सांग. एखादा धटिंगणासारखा, भक्कम शरीरयष्टीचा माणूस तुला मारायला आला तर तू काय करशील?''

मी थेट उत्तर दिले. ''मी त्याला ठार मारून टाकेन. तो किती का शक्तिशाली असेना; त्याने मला काहीही फरक पडणार नाही.'' बॉस उपहासाने हसला आणि म्हणाला, ''इंटरेस्टिंग! ठीक आहे. तू जाऊ शकतोस.''

मला खूपच आनंद झाला होता आणि मालकाविषयी मी भरपूर कृतज्ञता व्यक्त केली. ''सर, थँक यू. अन्न आणि राहण्याच्या सोईखेरीज एवढा पगार मला पुरेसा आहे.'' मालकाची भेट झाल्यावर मी गेटच्या दिशेने गेलो आणि सुरुवातीला मी ज्या माणसाशी बोललो होतो, त्याच्याकडे गेलो. ''मी काय काम करायचं ते तुम्ही मला सांगणार आहात, असं मालकांनी मला सांगितलं. तेव्हा मी काय करायचं ते मला सांगा.'' पहिल्यांदा तो माणूस मला बेकिंग रूममध्ये घेऊन गेला. तिथे तयार झालेले ब्रेड होते. संध्याकाळ झाली होती. त्यामुळे प्रत्येक जण कामात गुंतलेला होता. मी सगळीकडे नजर फिरवली आणि मला काही लोक ब्रेडचे साचे रिकामे करताना दिसले आणि काही लोक पीठ मळताना दिसले. पीठ मळताना ते उघड्या पायांनी पिठावर उड्या मारत असल्याचे पाहून मला आश्चर्य वाटले. काही लोक ब्रेड भाजण्यासाठी ओव्हन सेट करत होते.

संपूर्ण फॅक्टरी स्वच्छ करणे आणि ब्रेड प्लॅस्टिकच्या आवरणात बांधणे, तसेच ते वितरणासाठी नेणे हे माझे काम होते. ब्रेड पोहचवण्यासाठी एक लहान रिक्षा मला देण्यात आली होती. ती पाकिटे घेऊन मला दुकानांमध्ये आणि घरोघर जायचे होते. माझ्या दृष्टीने ते काम खरोखरच कठीण आणि कष्टाचे होते. परंतु 'वाईट' काम करण्याऐवजी आणि वाईट संगतीत राहण्याऐवजी अशा प्रकारचे कष्ट आपण करायचेच असे मी ठरवले होते.

मी तरीही खूप लहान होतो आणि ते काम खूपच कष्टाचे होते. मला इकडे तिकडे फिरायला आणि थोडासा आराम करायला मिनिटभराचा वेळही मिळत नव्हता. थोड्याच दिवसांत या कामाने मी पूर्णपणे निराश होऊन गेलो. त्यामुळे मी ते सोडायचे असे ठरवले. परंतु मी मालकाशी त्याविषयी बोलू शकलो नाही, कारण मालक महिन्यातून फक्त एकदा किंवा दोनदात फॅक्टरीत येत असे. म्हणून मी तीन महिने ते काम करत राहिलो. एके दिवशी मी फॅक्टरीच्या वॉचमनला मालकाला फोन करून माझ्या पैशाविषयी विचारायला सांगितले. मला या कामाचा कंटाळा आला असून मला माझे पैसे हवे आहेत असे मी त्याला सांगितले. ''ठीक आहे. काळजी करू नकोस. मालक आल्यावर मी तुला सांगेन आणि तू जाऊन त्यांच्याशी बोल.'' तो म्हणाला.

सुदैवाने, मी खूपच नशीबवान ठरलो. दुसऱ्याच दिवशी मालक बेकरीत आला. मी धडपडतच त्याच्याकडे गेलो आणि म्हणालो, ''सर, मला या कामाचा कंटाळा आला आहे. त्यामुळे मला आता ते सोडायचं आहे. तुम्ही मला माझे पैसे देऊ शकाल का?'' तो अतिशय छान माणूस होता. तो म्हणाला, ''ठीक आहे. तू हे एक हजार रुपये घे. ठीक आहे?'' त्याने आपल्या खिशातून हजार रुपये काढले आणि मला दिले. माझ्या हातात पैसे पडल्यावर मला खूप आनंद झाला, कारण जळत्या ओव्हनसमोर स्वतःला तीन महिने चटके बसवून घेत राहिल्यावर मी स्वतःच्या कमाईचे ते पैसे मिळवले होते. माझ्या संपूर्ण आयुष्यात मला एवढे समाधान कधीच मिळाले नव्हते. ते माझे कष्टाचे पैसे होते. प्रामाणिक कामाचे ते फळ होते. असे म्हटले जाते, की एकदा जो भटक्या असतो, तो कायमच भटक्या राहतो आणि मी ते सिद्ध करून दाखवत होतो.

२०

रस्त्याची हाक

आयुष्याचा प्रवास हा खरोखरच गूढ असतो. आपण योजलेल्या मार्गावरून चालण्याचा तुम्ही प्रयत्न करता, परंतु तुम्ही कुठेतरी दुसरीकडेच पोहचता. कारण विविध मुक्कामांच्या ठिकाणी जाण्यासाठी विविध मार्ग असतात आणि त्यांना छेदणारे विविध प्रकारचे रस्ते असतात आणि शिवाय कित्येक जंक्शन असतात. त्यांच्यामुळे तुम्ही सहसा दुसऱ्याच जगात प्रवेश करता. विविध आयुष्ये तुमच्या मार्गात आडवी येतात. परंतु आपण योग्य मार्गावरून कधी चालू लागू ते तुम्हाला कधीही माहिती पडत नाही. कोणा विद्वानाने म्हटले आहे की 'जे होते ते चांगल्यासाठीच होते.' परंतु हे संपूर्ण सत्य नाही. निसर्गाचे कायदे वेगळे असतात आणि त्याला बदलण्यासाठी योग्य वेळ आणि विशिष्ट कालावधी लागतो. त्यामधला काळ हा चांगल्यासाठी किंवा वाईटासाठीही असतो. कसा प्रतिसाद द्यावा ते निसर्गावर अवलंबून असते. या प्रतिसादालाच आपण विविध नावे देतो. आपण त्याला नशीब, नियती आणि दैव म्हणतो.

काळ : तो बदलत असतोच आणि आपल्या स्वतःच्या सोईनुसार किंवा इच्छेनुसार तो कोणालाही बदलणे शक्य नसते. आपल्या आयुष्यात येणारे चढउतार कोणीही थांबवू शकत नाही. काळ अनिश्चित असतो. परंतु काळाचे बदल मात्र निश्चित असतात. म्हणूनच आपल्या आयुष्यातील काही दृश्ये बदलण्यासाठी आपण योग्य कृती करण्याचा प्रयत्न करतो. निसर्गाच्या बदलत्या काळाच्या मर्यादेत जगण्याने आपल्या आयुष्यांसाठी एका

वेगळ्या जगाची निर्मिती होऊ शकते. कालचक्राच्या अंतर्गत भागात आपण स्वतःला बंदिस्त केले की आपण काळाला बदलू शकत नाही. परंतु आपल्या आयुष्यातील काही दृश्ये आपण बदलू शकतो. त्यामुळे कदाचित दूरवरच्या भविष्यातील संपूर्ण आयुष्यासाठी आपण आनंदीपणा प्राप्त करू शकतो.

अंधाऱ्या नकारात्मकतांमधून प्रत्येक सुंदर चित्र निर्माण होत असते ही गोष्ट खरी आहे. म्हणून तुमचे दिवस अत्यंत अंधारलेले असतील आणि तुम्ही आपल्या भवितव्याच्या दिशेने चाचपडत असाल तर तुम्ही त्या क्षणी स्वतःला शांत करा, कारण देवाने तुमच्यासाठी एखादी योजना आखलेली असू शकते. तो आणखी तेजस्वी आणि स्वच्छ गोष्टी तयार करून कदाचित तुमच्यासाठी अधिक आनंदी जगाची निर्मिती करण्याचा प्रयत्न करत असतो. काळ्या नकारात्मक रोलमधून आपण रंगीत चित्र डेव्हलप करतो त्याप्रमाणे. म्हणून नैराश्याच्या अंधारातून प्रकाश बाहेर पडतो.

मी फॅक्टरीतून बाहेर पडल्यावर मला जगाचा राजा झाल्यासारखे वाटले. वॉव! किती मोठा दिलासा मिळाला होता. आता मला कोणाचेही आदेश पाळायचे नव्हते. कुठलेही काम करायचे नव्हते. माझ्या मनात शांतता निर्माण झाली होती. मला अधिकाधिक हलकेफुलके झाल्यासारखे वाटू लागले. कल्पनेच्या जगात मी भराऱ्या मारत फिरत होतो. मी फक्त रस्त्यावरून चालत निघालो होतो; परंतु मला टेकड्यांच्या शिखरा-शिखरावर भराऱ्या मारणाऱ्या मुक्त पक्ष्यासारखे वाटत होते. तो वर-खाली उडत असतो. अधिकाधिक उंच भराऱ्या मारतो. ढगाला स्पर्श करण्याचा प्रयत्न करतो. एका रस्त्यावरून दुसऱ्या रस्त्यावर फिरत असताना मी अशाच प्रकारे ढगाला स्पर्श करत आहे असे मला वाटत होते. हा आनंद मला माझ्या अगदी स्वतःच्या, जवळच्या कोणाला तरी सांगावा असे वाटत होते. अचानकच मला पॉपची आठवण झाली.

मी महामार्गावर गेलो. तो खूप दूरवर होता आणि पूर्णपणे एकाकी होता. त्या रस्त्यावर मला एकही माणूस दिसत नव्हता. परंतु मी त्यावरून पुढे, पुढे चालत राहिलो. हळूहळू दिवस मावळला आणि आपण ज्यांना तारे म्हणतो ते आकाशातील चमकते सौंदर्य झळकू लागले. आकाश एखाद्या नववधूसारखे

दिसू लागले. खूप लांबचा प्रवास केल्यावर आणि कित्येक मैल चालल्यावर माझे पाय आता थकले होते. मला तिथे एक मोठा मैलाचा दगड दिसला. मी तिथेच त्या दगडावर बसलो आणि पॉपविषयी विचार करू लागलो. मी पुन्हा एकदा त्या रात्रीच्या रत्नजडित आकाशाकडे पाहू लागलो. त्यातील सर्वात प्रकाशमान तारा मी शोधून काढला. इतर ताऱ्यांहून तो अधिक तेजस्वी दिसत होता. ते माझे पॉप होते. मी त्या ताऱ्याकडे पहात राहिलो. मी त्याच्याशी बोलू लागलो. मी म्हणालो, ''हाय पॉप! आज तुम्ही कसे आहात? हे पहा. तुमच्या मुलाने तीन महिने खडतर कष्ट करून एक हजार रुपये कमावले आहेत. तुम्हाला यामुळे आनंद वाटतो आहे का?''

मी त्या रात्रीच्या आकाशाखाली तसाच बोलत बसलो होतो. ''तुम्ही कुठे आहात पॉप? एखाद्या जादूसारखे तुम्ही माझ्यासमोर प्रकट का होत नाही आणि मला मिठी का मारत नाही? माझं डोकं टेकण्यासाठी मला फक्त मांडी हवी आहे आणि माझं मन कळवळतं तेव्हा मला कुरवाळणारा हात हवा आहे. तुम्ही हे समजू शकता का डॅड? मी राहू शकेन असं एखादं छोटंसंही घर माझ्याकडे नाही. या कडाक्याच्या थंडीत माझ्याकडे झोपायला गादी आणि चादर नाही. अन्नासाठी दिवसभर संघर्ष करत राहणाऱ्या आणि पदपथाच्या कोपऱ्यात आसरा घेऊन झोपी जाणाऱ्या एखाद्या कुत्र्यासारखा मी जगत आहे. तुम्हाला माहिती आहे का पापा? मुलांना त्यांच्या कुटुंबीयांकडून मिळणारं प्रेम पाहिल्यावर मला त्यांच्याविषयी खूप असूया वाटते. त्यांना कोणी मारतं किंवा चावतं त्यावेळी त्यांचे आई आणि वडील त्यांची बाजू घेण्यासाठी धावत येतात. आणि जर ती अचानक आजारी पडली तर त्यांच्या पालकांना त्यांची काळजी वाटते. पण माझ्याकडे पहा डॅड. माझी काळजी घेणारे माझे पालक कुठे आहेत? माझ्यासाठी असलाच पाहिजे असा प्रेमाचा आणि काळजीचा तो भाग कुठे आहे? मीही माणूसच आहे, पॉप. मीही दुखावला जातो. माझ्याही शरीरात माणसाचंच हृदय आहे आणि काही वेळा तेही कळवळतं. माझ्याही मनात भावना आहेत. मी कोणी मृतवत दगड नाही, डॅड.'' काही वेळा मी पॉपना डॅडही म्हणत असे.

मी म्हणालो, ''तुमचा देव अतिशय स्वार्थी आहे. त्याला मानवी अंतःकरणाची जाणीव नाही. काय चांगलं आहे आणि काय वाईट आहे, ते त्याला कळत

नाही. तो योग्य प्रकारे मूल्यमापन करू शकत नाही. निवाडा करू शकत नाही. जर तो चांगला न्यायाधीश असता तर कोणाला कशाची आणि कोणाची गरज आहे ते त्याला चांगलं समजलं असतं. लोक म्हणतात की 'देवाला सारं काही माहिती असतं.' मग मला तुमची गरज आहे, हे त्याला का बरे समजत नाही? त्याच्याहीपेक्षा तुमची जास्त गरज मला आहे. तो देव आहे. त्याला प्रत्येक गोष्ट मिळते. त्याला हवं ते सगळं त्याला लगेच प्राप्त होतं, कारण तो सर्वशक्तिमान आहे. त्याच्याकडे जादुई शक्ती आहे. परंतु माझ्याकडे तशी शक्ती नाही ना! मी खूप साधा आणि सर्वसामान्य माणूस आहे. अतिशय लहान, असाहाय्य आणि छोटासा मुलगा आहे. देवा रे, म्हणून माझ्या डॅडना सोड आणि माझ्याकडे पाठवून दे. मी तुझ्याकडे भीक मागतो, देवा...प्लीज.''

तो दिवस खूपच आगळावेगळा होता. मी भावनांचे दोन भाग अनुभवले होते. एकाच नाण्याच्या दोन बाजूंप्रमाणे ते होते. त्या भावना आपोआपच समोर आल्या होत्या. सकाळी मी खूप आनंदात होतो. आयुष्याच्या खरोखरच अगणित पैलूंकडे मी पाहू शकत होतो. मात्र दिवस मावळल्यावर माझे अंतःकरण तळमळू लागले, माझ्या हृदयात कळ उमटली आणि मी रडू लागलो. मी रडलो आणि हुंदके देत राहिलो. परंतु कोणीही ते ऐकले नाही. ना माझ्या डॅडनी; ना देवाने! माझ्या डोक्यावर पसरलेल्या त्या विशाल आकाशाकडे मी फक्त पहात राहिलो होतो आणि बोलत होतो. जणू काही त्या सगळ्या चमचमत्या ताऱ्यांशी मी बोलत होतो! मी वेड्यासारखा रडलो आणि नंतर माझ्या मनातील सगळ्या वेदना मी बाहेर पडू दिल्या. त्यानंतर त्या एकाकी महामार्गावर मी बसून राहिलो. अगदी एकटा. मला अगदी रितेपणा जाणवत होता आणि काहीसे स्वच्छ झाल्यासारखेही वाटत होते. माझ्या मनात आता दुःखाचा लवलेशही नव्हता. मला आता खूपच छान वाटत होते. बऱ्याच वेळाने मी त्या मैलाच्या दगडावरून उठून हळूहळू उभा राहिलो.

त्यानंतर माझी छोटी, छोटी पावले मी शहराच्या दिशेने वळवली. कोकच्या पत्र्याच्या कॅनला लाथेने ढकलत, त्याच्याशी खेळत, खेळत मी निघालो होतो. अशा प्रकारे निरुद्देशपणे हळूहळू काही तास चालल्यावर माझे मित्र रहात असलेल्या रस्त्यावर मी पोहचलो. तोपर्यंत ते पुलाखाली गाढ झोपले होते. त्यांच्या शेजारीच गरम शेकोटी पेटलेली होती. मी तिथे पोहचल्यावर

प्रत्येकालाच उठवले आणि त्यांना आश्चर्याचा धक्का दिला. प्रत्येक जण उठून बसला आणि मला विचारू लागला, ''अरे, तू इकडे कसा काय आलास?'' त्यावेळी पहाटेचे पाच वाजले होते. आम्ही तासभर बोलत बसलो. दरम्यानच्या काळात आम्ही शेकोटीजवळ हात शेकत बसलो. सहा वाजले. त्यानंतर माझा एक मित्र म्हणाला, ''चल, चहा घेऊया.'' पुलाखालून सगळे जण बाहेर पडले आणि चहाच्या ठेल्यावर पोहचले. आम्ही सर्वांनीच अगदी गरम आणि छानसा चहा घेतला. त्या दिवशी सकाळी खूपच थंडी पडली होती. चहा घेतल्यावर आम्ही बोलत होतो, त्यावेळी आमच्या तोंडातून वाफा बाहेर पडत असल्याचे आम्हाला दिसत होते. मी रडलो होतो आणि संपूर्ण रात्रभर चालत राहिलो होतो. मी अजिबातच झोपलो नव्हतो.

लामाने स्वतःच्या खिशात हात घातला आणि तो पैसे शोधू लागला. दुर्दैवाने, त्याच्या हाती काहीच लागले नाही. प्रत्येक जणच चहाचे बिल कसे भागवावे या विचाराने विव्हळ झाला होता. मुले एकमेकांशी भांडू लागली आणि शिव्या देऊ लागली. अचानकच लामा ओरडला, ''माझे पाकीट कोणी मारले? मी त्या बदमाशाला ठार मारेन.'' मी जोरजोरात हसू लागलो आणि सगळेच एकदम शांत होऊन माझ्याकडे पाहू लागले. मुसाने नंतर मला विचारले, ''काय झाले?'' अगदी आश्चर्यकारकरित्या मी उत्तर दिले, ''एखाद्या पाकिटमाराच्या खिशातून पैसे चोरण्याचं धाडस कोण करू शकेल?'' त्यानंतर लामाकडे बोट दाखवून तेही हसू लागले. चहाच्या ठेल्याचा मालक आता रागावला होता. कारण आम्ही सारेच जण जोरजोरात हसत होतो; परंतु आम्ही कोणीच त्याचे बिल दिले नव्हते. त्याने आम्ही प्यायलेल्या चहाचे बिल आमच्याकडे मागितले. त्याबरोबर कुमार एकदम ओरडला, ''पळा, पळा..'' सगळे जण पळू लागले. मी त्यांच्याकडे पहात ओरडलो, ''थांबा, थांबा. पळायची काहीही गरज नाही. मी बिल देतो.''

माझ्या सगळ्या मित्रांना आता आनंद झाला होता. चहाच्या ठेल्याच्या मालकाला सर्वात जास्त आनंद झाला होता. मी चहाचे बिल दिले. बिल दिल्यावरही सगळेच जण ओरडत राहिले होते, ''पळा, पळा'' आणि पुन्हा जोरजोरात हसत होते. दिवस मस्त होता आणि गंमतीजमतीचा होता. परंतु दिवस एकसारखे रहात नाहीत. काळ एकाच ठिकाणी थांबून रहात नाही.

त्याला पुढे सरकावेच लागते. आता माझ्या आयुष्याला वेगळी कलाटणी मिळणार होती. गेले तीन महिने मी काय केले होते, असे मला सगळे जण विचारू लागले. गेल्या तीन महिन्यांत माझ्या बाबतीत जे घडले होते ते सगळे मी त्यांना तपशीलवार सांगितले. मी बेकरीत काम केल्याचे त्यांना सांगितले. ते ऐकून त्यांना खूप आनंद झाला. परंतु आता मला पुढे काय करायचे त्याचा विचार करावा लागणार होता. काही मित्रांनी पाकिटमारीकडे वळण्याचा सल्ला दिला. काही मित्रांनी चोरी करणाऱ्या गँगमध्ये सामील होण्यास सांगितले. परंतु अशी कोणतीही कामे करण्याचे मी नाकारले, कारण मला काहीतरी चांगले करायचे होते. अखेरीस, मी एका पाठोपाठ केलेल्या सगळ्या गोष्टींचा आणि नवीन प्रस्तावांचा विचार करून माझा एक मित्र म्हणाला, ''काळजी करू नकोस. तुला काय करायचं आहे ते तू ठरवू शकतोस. तोपर्यंत तुला मदत करण्यासाठी आणि खाऊ घालण्यासाठी आम्ही इथे आहोत.''

२१

ब्रेडसाठी लढाई

दगडासारखे कणखर बना. तुमचे शरीर पोलादी बनले पाहिजे आणि तुमचा प्रत्येक ज्ञानतंतू पोलादाचा बनला पाहिजे, कारण तुमचे रिकामे पोट भरण्यासाठी तुम्हाला खावे लागणारे जबरदस्त फटके आणि लाथाबुक्क्या सहन करण्याची तुमची तयारी असावी लागते किंवा यश मिळवून आयुष्याच्या रिंगणातून बाहेर पडावे लागू नये यासाठी ते आवश्यक असते. तुमची चमकती नजर ही लाव्हासारखी लालभडक आणि उकळती असावी लागते आणि तुमच्या डोळ्यांच्या पापणीच्या उघडझापीचाही आवाज ऐकता यावा एवढे तुमचे कान तीक्ष्ण असावे लागतात. तरच तुम्ही आपल्या अस्तित्वासाठी संघर्ष करू शकता. तरीही तुम्ही मनुष्य असल्यामुळे तुमचे हृदय पाण्यासारखे मऊ असले पाहिजे. कोणालाही ते पकडता आणि त्यावर नियंत्रण ठेवता येता कामा नये. त्यामुळे आपल्या मनातील प्रेम तुम्ही जगभर पसरू शकाल.

माझे सगळे पैसे संपवल्यानंतर मी पुन्हा भटकू लागलो. जगण्यासाठी माझे मित्र विविध गोष्टी करण्यात गुंतले होते. मी अगदीच वळणावर उभा होतो. गँगमध्ये सामील होण्याचा माझा अजिबातच हेतू नव्हता. म्हणून अखेरीस मी हॉटेलमध्ये काम करण्याचा पर्याय निवडला. ती हिवाळ्यातील सकाळ होती. मी एक हॉटेल पाहिले. तिथे कित्येक लोक वेगवेगळे पदार्थ खात बसले होते. मी विचार केला की मला जर इथे काम मिळाले तर मला इथे भरपूर वेगवेगळे पदार्थ खाण्याची संधी मिळेल. शिवाय मला पगारही मिळेल. हे काम म्हणजे

परिपूर्ण काम होते. मी मिळवलेला पैसाही माझा कष्टाचा पैसा असेल. अशी कल्पना करून मी हॉटेलच्या दिशेने पाऊल टाकले. मी धीटपणे मालकाकडे गेलो. त्याने मला विचारले, ''तुला काय हवंय?'' मी म्हणालो, ''सर, मी कामाच्या शोधात आहे. तुम्ही मला तुमच्या हॉटेलमध्ये कामाला ठेवून घेऊ शकाल का?'' त्याने माझ्याकडे डोक्यापासून पायापर्यंत पाहिले. मला असे आपाद्मस्तक न्याहाळल्यानंतर तो म्हणाला, ''तू चांगला मुलगा दिसतोस. ठीक आहे. मला सांग, तू काय करू शकतोस? तुला भांडी घासता येतील का आणि टेबल पुसता येईल?'' मी स्मित करून म्हणालो, ''होय सर.''

त्यालाही खूप आनंद झाला, कारण त्यालाही हॉटेलमधील सर्व काम करण्यासाठी एका लहान मुलाची आवश्यकता होतीच. इतर जुन्या कर्मचाऱ्यांच्या तुलनेत माझ्याकडून तो भरपूर काम करून घेऊ शकेल याची त्याला पुरेपूर कल्पना होती. एक असाहाय्य मुलगा कामाला मिळाल्याचे पाहून त्याला मनातल्या मनात उकळ्या फुटल्या होत्या. स्वस्तात मिळालेला कामगार. त्याने मला आतल्या खोलीत नेले. तिथे सगळी भांडी घासली जात होती. त्याने मला कामाचे सगळे तपशील सांगितले. ''रात्री बारा ही हॉटेल बंद करण्याची वेळ आहे. त्यानंतर तू हॉटेलमध्येच झोप. त्यानंतर सकाळी चार वाजता उठून तुला सहापर्यंत सगळं साफसफाईचं काम उरकावं लागेल.'' आपल्याला एवढा थोडाच वेळ झोप मिळणार हे ऐकूनच मला धक्का बसला होता. तरीही मी विचार केला, 'वाईट काम करण्यापेक्षा हे काम अधिक चांगले आहे. मी तर पाकिटमारी किंवा चोरीमारीचे काम करण्यापेक्षा किंवा भीक मागण्यापेक्षा अतिकष्टाच्या कामाला प्राधान्य देतोय.'

हॉटेलमध्ये येणारा प्रत्येक जणच डोक्यापासून पायाच्या अंगठ्यापर्यंत नखशिखांत कपडे घालून येत होता. जाकीटे, बूट, मफलर, हातमोजे, माकडटोप्या असे घालून ते येत होते. परंतु माझ्या पायात स्लिपर्स होते. मी हाफ पँट आणि पातळ जाकीट घालत होतो. हातमोज्यांचा तर प्रश्नच नव्हता. मला प्रत्येक टेबल अत्यंत काळजीपूर्वक पुसावे लागत होते, कारण ग्राहक सगळीकडे अन्न सांडायचे. ग्रेव्ही आणि पाणीही टेबलभर सांडलेले असे. ग्राहकाने खाल्ल्यावर मला त्यांची ताटे आणि ग्लास गोळा करावे लागत होते आणि ते वॉशिंग रूममध्ये न्यावे लागत होते. मी भांडी घासत असताना माझे

हात गारठत आणि बधीर होत असत. तिथे सक्तीच जास्त होती आणि मला निवडीची संधीच नव्हती. एके दिवशी भरपूर गर्दी होती आणि हॉटेलमध्ये ग्राहकांची सारखी वर्दळ सुरू होती. मी अगदीच एकटा होता आणि लोकांना सगळ्या गोष्टी पुरवत होतो. मला सारखे एका टेबलाकडून दुसऱ्या टेबलाकडे असे पळावे लागत होते.

त्या दिवशी जमिनीवर पाणी पडले होते. कसे कोण जाणे; परंतु मी घसरलो आणि खाली पडलो. चहाचे चार ग्लास फुटले. जवळपासच्या खुर्च्यांवर बसलेले लोक चित्कारले, ''अरे लिटल मास्टर, हळू! सावकाश कर.'' मला बराच मुका मार बसला होता. माझी पाठ जमिनीवर आदळली होती. मला बऱ्याच वेदना होत होत्या. परंतु हॉटेलचा मालक माझ्यावर क्रूरपणे खेकसला, ''अरे, बदमाशा तू माझे चहाचे चार ग्लास फोडलेस. ती काय तुझ्या बापाची मालमत्ता आहे? चल, वर उठ!'' तो मला मारू लागला. मी त्याच्याकडे आयुष्याची भीक मागितल्यासारखा कळवळत, रडत, मारू नये म्हणून विनवणी करत होतो. मी सारखा म्हणत होतो, ''मला माफ करा. असं पुन्हा घडणार नाही.'' परंतु त्याच्या कानांपर्यंत माझा आवाज पोहचत नव्हता. मी माफी मागत राहिलो होतो आणि मला सोडावे म्हणून त्याच्याकडे याचना करत होतो. परंतु तो मला झोडपून काढत राहिला होता. ती काही फार मोठी चूक नव्हती. फक्त चार चहाचे ग्लास फुटले होते. त्यांची किंमत त्यावेळी प्रत्येकी फक्त तीन रुपये होती. त्यावेळी मला खूप असाहाय्य असल्यासारखे वाटले. एक दुबळे, छोटे आणि असुरक्षित मूल होतो मी! त्या क्षणी मला जाणवले की तुमच्याकडे शक्ती, सत्ता नसेल, तर हे जग तुमच्याशी कसेही वागू शकते. परंतु तुमच्याकडे शक्ती किंवा सत्ता असेल, तर ते तुम्हाला स्पर्शही करण्याचे धाडस करत नाहीत. जोपर्यंत मी आमच्या गँगबरोबर होतो, तोपर्यंत कोणाकडूनही मला मारहाण झाली नव्हती. जर कोणी मला मारलेच तर माझ्याकडे सूड घेण्याची ताकद होती. माझ्याकडे मित्र आणि ताकद होती. परंतु इथे या हॉटेलमध्ये मला हिंस्रपणे मारहाण होत होती आणि मी फक्त आयुष्य वाचवण्यासाठी रडत, भेकत राहिलो होतो. दुसरीकडे मी असाही विचार करत होतो की मी एकटाच जन्मलो होतो. याचा अर्थ मला लढाही एकट्यानेच द्यायचा होता. हे जग एक बॉक्सिंग रिंग आहे. तिथे माझ्या विरोधात असलेला कोणीही माझा

शत्रू आहे आणि मी या लढ्याचा विजेता आहे. मला तिथून सुटका करून घेण्याची पहिली संधी मिळाल्याबरोबर मी हॉटेलच्या बाहेर धावत सुटलो.

पुन्हा एकदा मी भटकायला सुरुवात केली. मी चालायला तर सुरुवात केली होती; परंतु कुठे जायचे ते मला माहिती नव्हती. परिस्थिती फारशी बदललेली नव्हती. बहुतेक गोष्टी तशाच होत्या. असेच कित्येक दिवस तसेच गेले. मी काहीच कमावले नव्हते. तीन दिवसांपासून माझ्या पोटात अन्नाचा कणही नव्हता. माझ्या मनात काहीही हेतू नसताना आणि कसलाच उद्देश नसताना मी विराटनगरच्या बसमध्ये चढलो. ही जागा भारताच्या सीमेजवळ आहे. बऱ्याच तासांचा प्रवास करून मी विराटनगरला पोहचलो. मी बसमधून खाली उतरलो, तेव्हा तिथे भरपूर गर्दी होती. त्यांच्यापैकी काही नेपाळी आणि काही भारतीय होते. मी भटकत होतो आणि अन्नाचा शोध घेत होतो. मला एक बस कंडक्टर दिसला. त्याच्या हातात त्याने पैसे धरले होते. मी त्याच्या जवळ गेलो आणि त्याला विचारले, ''भाऊ, तुम्ही मला थोडे पैसे द्याल का? मला खूपच भूक लागलेय आणि गेले काही दिवस मी काहीही खाल्लेलं नाही. मला प्लीज, मदत करा.'' त्याने माझ्याकडे अतिशय विचित्रपणे पाहिले. जणू काही पहिल्यांदाच त्याच्याकडे कोणी तरी पैसे मागितले होते.

त्यानंतर तो झटकन म्हणाला, ''ठीक आहे. तुला हवे असतील तर मी तुला पैसे देऊ शकतो; परंतु तुला खरोखरच पैसे हवे आहेत का?'' मी विचार केला कदाचित देवाने माझा आतला आवाज ऐकला असावा. मी त्याला झटपट उत्तर दिले. ''होय, भाऊ. मला खरोखरच पैशांची गरज आहे. तीन-चार दिवस माझ्या पोटात अन्नाचा कणही गेलेला नाही.'' तो माझ्याकडे पाहून कुचेष्टेने हसला आणि म्हणाला, ''ठीक आहे. तुला किती पैसे हवे आहेत? तुला पाच रुपये पुरतील का?'' पाच रुपयांत माझे पोट पूर्ण भरणार नाही, हे मला माहिती होते. तरीही मी विचार केला की भिकाऱ्यांकडे निवडीचे अधिकार नसतात. मी म्हणालो, ''ठीक आहे भाऊ. तेवढे पुरतील.'' त्याने एका जाडजूड, गोल गरगरीत मुलाला बोलावले आणि म्हणाला, ''ठीक आहे. मग लाडक्या मुला, तुला याच्याबरोबर मारामारी करावी लागेल. जर तू जिंकलास तर पैसे तुझे, पण तू जिंकला नाहीस तर... पण काही.. काहीच हरकत नाही. प्रत्येकाला काम करूनच पैसा कमवावा लागतो. म्हणून तुला या मुलाबरोबर

मारामारी करावी लागेल. तुला जर हे पाच रुपये हवे असतील तर तू तयार हो. आहेस का तू तयार ?''

मी त्याविषयी विचार करत होतो, कारण मला माहिती होते की त्याच्याशी मारामारी करण्याचा प्रयत्नही मी करू शकत नव्हतो. तो लढा जिंकण्याची किंचितशीही शक्यता नव्हती हे मला स्पष्ट दिसत होते. परंतु तरीही माझे पोट भरण्याचा तेवढा एकच पर्याय माझ्यासमोर होता. मी त्याच्याशी लढायला तयार झालो. तो मुलगा खूपच खूश झाला होता, कारण मी अगदी लहान, किरकोळ आणि अशक्त दिसत होतो. आपल्याला असा प्रतिस्पर्धी मिळाल्याचे पाहून त्याला खूप आनंद झाला होता. बस कंडक्टर आमच्याकडे पहात होता. अचानकच मला त्याचा आवाज ऐकू आला, ''चला, मारामारी सुरू करा.''त्या मुलाने लगेच माझी मानगूट पकडली आणि मला पुढे खेचले. माझा तोल गेला आणि मी खाली पडलो. आम्ही मारामारी करत असलेल्या त्या ठिकाणी आता लोक गोळा होऊ लागले. माझ्या तोंडातून आणि नाकातून रक्त वहात होते कारण मला त्याने बुक्के मारले होते आणि मी तोंडावर खाली पडलो होतो. तो कंडक्टर खाली बसून आपल्या त्या जाडजूड मित्राला प्रोत्साहन देत होता. ''कम ऑन, बक अप, त्याला खाली पाड,'' वगैरे तो बोलत होता. तो मुलगा एवढा ताकदवान होता, की त्याने भराभरा लाथा मारल्या आणि मला बुक्के मारले. मला ग्लानी येऊ लागली आणि मी त्याला मारू शकलो नाही. अखेरीस मी बेशुद्ध होऊन पडलो. त्यानंतर काय घडले ते मला माहिती नाही. त्या क्षणी माझ्या डोळ्यांसमोर फक्त अंधारी पसरली होती. मला पुन्हा शुद्ध आली त्यावेळी माझ्या आसपास एकही माणूस नव्हता. मी मान वळवण्याचा प्रयत्न केला; परंतु मला खूपच वेदना होत होत्या. माझा शर्टही रक्ताने माखलेला होता.

थोड्या वेळासाठी मी तिथे का आणि कसा आलो होतो, तेच मला आठवेनासे झाले होते. माझ्या शर्टाकडे मी निरखून पाहिले. माझे नाक आणि ओठ खूपच दुखत होते. त्यामुळे मला अक्षरशः यातना होत होत्या. ते सुजलेही होते. त्यानंतर मला एकदम आठवले की मी कोणाबरोबर तरी मारामारी करत होतो. मग ते सगळे जण कुठे गेले होते? मला खूपच भूकही लागली होती. मी त्याच बस स्टँडवर बसून हुंदके देऊ लागलो. मला सगळे दृश्य आठवले

आणि मी रडू लागलो. मी हरलो होतो. मी दुबळा ठरला होतो. मी स्वतःसाठी ब्रेडचा एखादा तुकडाही मिळवू शकलो नव्हतो. माझ्या आयुष्यातील तो एक वेडावाकडा आणि गुंतागुंतीचा क्षण होता. अगदी आतापर्यंत मला त्याचे उत्तर मिळालेले नाही. ब्रेडच्या एका तुकड्यासाठी लढणाऱ्या भटक्या कुत्र्यांसारखे आम्ही होतो असे मला वाटले. तिथे एक ब्रेड होता आणि कित्येक कुत्री होती. प्रत्येक कुत्र्याने आपली ताकद पणाला लावली होती आणि फक्त एकालाच तो ब्रेडचा तुकडा मिळाला होता. भविष्यात आपल्यालाही कधीतरी असा तुकडा मिळू शकेल या आशेवर बाकीचे सगळे त्या जिंकलेल्या कुत्र्याकडे फक्त पहात राहिले होते.

मला असे वाटले होते की प्रत्येक व्यक्तीच आयुष्यात संघर्ष करते आणि लढा देते. देव आपल्याला भरपूर कष्ट करण्यासाठीच जन्माला घालतो आणि संपूर्ण पृथ्वीला जवळून ओळखण्यासाठी तो आपल्याला निर्माण करतो. सर्वसामान्यपणे पूर्ण वाढ झालेल्या लोकांना जगाची माहिती असते आणि आपले प्रश्न सोडवण्यासाठी ते जगाशी लढा देऊ शकतात. पण माझे काय? मी कसलीच चूक केली नव्हती. मी तर एक छोटा मुलगा होता. मी या जगाशी झटापट करत होतो. मला शक्य होते तेवढ्या उत्तम प्रकारे मी सारे काही केले होते; परंतु मी कोणाच्या ना कोणाच्या बोटांमध्ये लिंबासारखा पिळला जात होतो. जे काय शिल्लक राहिले होते ते चिपाड झालेले सालपट होते. मला जेव्हापासून समजायला लागले होते तेव्हापासून मी ऐकत आलो होतो की जे लोक या पृथ्वीवर पापे करतात, त्यांना पुढच्या जन्मात त्याबद्दल शिक्षा केली जाते. ज्यावेळी लोकांना आपल्या पापांची कल्पना असेल, त्याच वेळी त्यांना शिक्षा मिळणे योग्य आहे. जर देव मला शिक्षा देत होता, तर ती तो चुकून देत होता, कारण मुले निरागस, निष्पाप असतात असेही मी ऐकून होतो. काही लोक तर असेही म्हणतात, की मुले ही देवाची रूपेच असतात. मी त्यावेळी फक्त सहा – सात वर्षांचा मुलगा होतो. मीही अतिशय निरागस होतो. त्याच तर्काने मीसुद्धा देवाचे रूपच होतो किंवा देशाचे भवितव्य होतो. परंतु मला एवढ्या लहान वयातच शाप भोगावा लागत होता. जास्त विचार करण्यात आणि उत्तरे शोधण्याचा प्रयत्न करण्यात काहीच अर्थ नव्हता. मी बस स्टँडवरून बाहेर पडलो. मी नेहमीप्रमाणेच अन्नाच्या शोधात पुन्हा

फिरायला सुरुवात केली. माझे डोके घण घातल्यासारखे दुखत होते, परंतु मी तसाच चालत राहिलो होतो. तेवढ्यात मला एक ढाबा दिसला. मी तिथे थांबलो आणि अन्न मागितले. माझे रक्ताने माखलेले कपडे आणि सुजलेला, रक्ताळलेला चेहरा पाहून मालक म्हणाला, ''सॉरी, मी तुला मदत करू शकत नाही. कृपा करून पुढे जा.''

मी त्याला पुन्हा विनंती केली. ''कृपा करून मला खायला द्या....तीन दिवस मी काहीही केलेलं नाही. अगदी पावाचा एखादा तुकडाही माझ्या पोटात गेलेला नाही. आज मला खायला काहीही मिळालं नाही, तर मी मरून जाईन. प्लीज.'' मी त्याच्यासमोर याचना करत राहिलो आणि तो सतत म्हणत राहिला, ''नाही, नाही.'' अखेरीस मी त्याला म्हणालो, ''तुम्ही मला चार रोटी दिल्या तर मी तुमची भांडी घासून टाकेन.'' त्याने थोडा वेळ माझ्याकडे रोखून पाहिले आणि तो म्हणाला, ''ठीक आहे. मग तू बस. मी तुला खायला देतो. चार रोटींऐवजी मी तुला आठ रोटी देतो. परंतु संध्याकाळपर्यंत तुला सगळी भांडी घासून ठेवावी लागतील. ठीक आहे?'' मला अत्यानंद झाला होता. मी म्हणालो, ''ठीक आहे. मी भांडी घासायला तयार आहे.'' नंतर मी बाकड्यावर बसलो. त्याने मला रोटी आणि डाल मखनी दिली. नेपाळ आणि भारतात ही डाळ खूपच प्रसिद्ध आहे. खाताना मला खूपच वेदना होत होत्या. परंतु भुकेने मी कासावीस झालो होतो. म्हणून वेदनेकडे लक्ष देण्याऐवजी मी खाण्याकडेच लक्ष दिले. खाऊन झाल्यावर मला खूपच बरे वाटले आणि मी शांत झालो. मला पेंगुळल्यासारखे वाटत होते आणि काम करण्याची माझी मनःस्थितीही नव्हती.

परंतु मी त्या हॉटेलच्या मालकाला शब्द दिला होता. त्यामुळे मी त्याला म्हणालो, ''तुमची भांडी कुठे आहेत सर? तुम्ही दिलेल्या अन्नाबद्दल तुमचे मी आभार मानतो. देव तुमचं भलं करो!'' त्याने थोडा वेळ माझ्याकडे पाहिले आणि म्हणाला, ''ठीक आहे. झाकण असलेले ते मोठे पातेले तुला दिसतंय का?'' मी म्हणालो, ''होय, सर. मला ते दिसतंय.'' त्याने मला सांगितले, ''जा आणि त्यातली सगळी भांडी घासून टाक.''

सुमारे अर्धा तास तरी मी ती भांडी घासत होतो. तेवढ्यात मला पाठीमागून आवाज ऐकू आला, ''अरे बारक्या, आता पुरे झालं. मी तुझा आभारी आहे. तू बराच वेळ भांडी घासतोयस. शिवाय 'देव तुमचं भलं करो!' असे म्हणून तू मला सदिच्छाही दिल्यास. माझ्यासाठी प्रार्थना केल्याबद्दल मी तुझा खूपच आभारी आहे. पण मी तर तुझी पिळवणूक करतोय.'' त्याला काय झाले होते ते मला समजत नव्हते. तो अगदीच भावनावश झाला होता. तो खूपच चौकशीही करत होता. त्याने मला विचारले, ''तुझ्या चेहऱ्याला काय झालंय? तुझा चेहरा अगदीच ठेचाळल्यासारखा खराब झालाय.'' मी त्याला सगळे काही तपशीलवार सांगितले. त्याला माझ्याबद्दल खूपच वाईट वाटले. त्याने मला विचारले, ''तुझ्याकडे थोडे तरी पैसे आहेत का?'' मला खूपच आश्चर्य वाटले. मी काही वेळ त्याच्याकडे तसाच पहात राहिलो. त्याने माझ्या डोळ्यांसमोर हात हलवला आणि तो म्हणाला, ''एऽऽ बारक्या, मी तुला विचारतोय.''

मी म्हणालो, ''नाही सर. माझ्याकडे एक पैसाही नाही.'' त्याने मला कॅश काऊंटरजवळ बोलावले आणि त्यामधून पैसे काढून ते मला दिले. ते दोनशे रुपये होते. तो म्हणाला, ''आता कदाचित आपल्या मुक्कामाच्या ठिकाणी तू पोहचू शकशील, बाळा.'' मला खूपच आनंद झाला होता. मी त्याच्याविषयी खूपच कृतज्ञता व्यक्त केली. ''आभारी आहे. देव तुमचं भलं करो!'' मी म्हणालो. त्याने स्मित केले आणि म्हणाला, ''ठीक आहे, ठीक आहे. काही हरकत नाही. जा आता.'' मीही हात हलवून त्याचा निरोप घेतला. त्यानंतर मी बस स्टॉपवर परतलो आणि काठमांडूला परत जाण्यासाठी बस पकडली.

२२
कलाटणी

आता पुन्हा एकदा पुढे काय करावे याचा विचार करत मी रस्त्यांवरून एकटाच भटकत फिरू लागलो. ब्रेड फॅक्टरीत मिळवलेला सगळा पैसा कितीतरी दिवस आधीच संपला होता आणि पैसे मिळवण्याचा कोणताच नवीन मार्ग माझ्यासमोर शिल्लक नव्हता. त्यानंतर मी आजारी पडलो. मी कित्येक दिवस एवढा आजारी होतो की एके दिवशी मी बेशुद्ध पडलो. माझ्या त्या इवल्याशा आयुष्यातील तो माझा सर्वाधिक सुदैवी दिवस होता. माझ्या बेशुद्ध पडण्याने माझ्या आयुष्याला कलाटणी मिळाली. एक सुंदर, छान पहाट मला हाका मारत होती, असे तुम्ही म्हणू शकता. ती मला जवळ घेण्यास उत्सुक होती आणि माझी नियती जोरजोरात ओरडून म्हणत होती, 'तू खूप संघर्ष केला आहेस आणि खूप स्वप्नेही पाहिली आहेस. म्हणून इथे मी पुन्हा एकदा तुझ्यासमोर आले आहे. आता मी तुला योग्य मार्गावर नेऊन ठेवेन. त्यामुळे तुझी सगळी स्वप्ने सत्यात उतरतील.' एकदा का त्या मार्गावर तू गेलास की तुला ज्ञानाचा सुगंध श्वासांत भरून घेता येईल आणि आयुष्याचा अर्थ समजेल. कित्येक नावीन्यपूर्ण विचारांपासून तुला स्फूर्ती मिळेल आणि तुझ्या आयुष्यातील पुढील वर्षे म्हणजे अध्ययन आणि अध्यापन यांचा प्रवास असेल.

मी रस्त्यावरच बेशुद्ध होऊन पडलो होतो. त्यावेळी अनाथाश्रमातील काही सक्रिय कार्यकर्ते तिथून जात होते. सुदैवाने, त्यांची नजर माझ्यावर पडली आणि त्यांनी मला रुग्णालयात दाखल गेले. माझ्या आयुष्यातील तो आणखी

एक सुदैवी दिवस होता. कारण त्या दिवशी मी मेलो नव्हतो. रुग्णालयात मी बरा झालो. त्यावेळी विचार करण्यासाठी माझ्याकडे भरपूर वेळ होता. माझ्या पूर्वायुष्याविषयी विचार करणे ही खूपच वेगळी गोष्ट होती. 'ज्या ज्या वेळी मी मृत्युपंथाला लागलो होतो किंवा धोकादायक परिस्थितीत अडकलो होतो, त्यावेळी कोणी तरी अनोळखी मध्यस्थांनी माझी सुटका केली होती आणि मी बाहेर पडलो होतो. बाह्य घटकाच्या हस्तक्षेपाची मला मदत झाली होती. त्यांनी मला वाचवले होते. दर वेळी मी मृत्यूच्या दारात पोहचलेला असे. त्यावेळी कोणीतरी माझे संरक्षण करत असे आणि ते कोणीतरी हे माझ्या किमान तोंडओळखीचेही असत नव्हते.' यामुळे मी बुचकळ्यात पडलो होतो. त्यामुळेच मला देव नावाच्या गूढ अस्तित्वाविषयी चिंतन करणे भाग पडले होते. मी काहीतरी अत्यंत महत्त्वाची गोष्ट करावी असे त्याला वाटत असावे असे मला वाटत होते. मला जिवंत ठेवण्याच्या त्याच्या कृपेमागे काहीतरी कारण असलेच पाहिजे. कदाचित या जगात माझ्याद्वारे काहीतरी चमत्कार घडवून आणण्याची त्याची इच्छा असावी. परंतु तोपर्यंत तरी माझ्या आयुष्याकडून त्याला काय हवे होते आणि त्याने माझे नशीब कसे लिहिले होते ते माझ्या लक्षात आले नव्हते. आतापर्यंत माझ्या संपूर्ण आयुष्यात मी कोणताही मार्ग चोखाळला असला तरी त्यावर परिणामांची चिंता न करता मी चालत राहिलो होतो. मी फक्त पुढे पुढे जात राहिलो होतो. चालत राहिलो होतो. आयुष्यात कधीच मी मागे वळून पाहिले नव्हते. मी फक्त पुढेच जात राहिलो होतो.

२३

अनाथाश्रम

मी अनाथाश्रमात कसा पोहचलो, ती आणखी एक आश्चर्यजनक कथा आहे.

या जगात अनाथाश्रम हा एक अत्यंत सर्वसामान्य शब्द आहे. प्रत्येकाला माहिती असते की अनाथ मुले रहात असलेले ते घर असते. त्यालाच अनाथाश्रम म्हणतात. तरीही बहुतांश लोक अनाथांच्या वेदना आणि भावभावनांपासून कित्येक मैल दूर असतात. आपण अनाथ मुलांना मदत करू शकू का याचा विचारही ते करत नाहीत. अनाथ मुलाच्या भावना समजून घेण्याचा प्रयत्न केलेले थोडेच लोक या जगात आहेत. जगात तीन प्रकारचे लोक असतात. मला भेटलेल्या लोकांपैकी बहुतांश लोकांच्या मनात 'अनाथ' या शब्दाविषयी वेगळेच विचार असतात. त्यांच्या मनात या शब्दाविषयी नकारात्मक भावना असते. ते ज्यावेळी त्यांना भेटतात किंवा त्यांचा विचार करतात त्यावेळी त्यांना ते एक दुःस्वप्न वाटते. अनाथ मुले हिंसाचारी, भयावह आणि भयानक असतात असे त्यांना वाटते. मानवी रूपातील ते पशु किंवा जनावरे असतात अशी त्यांची भावना असते. दुसऱ्या प्रकारच्या लोकांच्या मनात या मुलांविषयी दयाळूपणा असतो. ज्यावेळी अनाथ हा शब्द त्यांच्या मनात येतो त्यावेळी त्यांच्या मनात या मुलांविषयी भरपूर सहानुभूती दाटून येते. ते म्हणतात, 'अरे देवा! ती अगदी गरीब मुले असतात. मला त्यांच्याविषयी खूपच वाईट वाटते. देव त्यांचे भले करो.' ज्यावेळी अशा लोकांना संधी मिळते त्यावेळी ते अनाथाश्रमांना आणि इतर स्वयंसेवी संघटनांना अल्प देणग्याही देतात. आपल्याला शक्य असेल तेवढी मदत ते त्यांना करतात.

याशिवाय आणखी तिसऱ्या प्रकारच्या लोकांनाही मी भेटलो आहे. ते अनाथ मुलांशी मित्रत्वाने वागतात आणि अनाथ मुलांच्या आयुष्यातील प्रत्येक क्षण वाटून घेतात. त्यांच्याबरोबर मुले खूपच मित्रत्वाने वागतात आणि या प्रौढ मित्रांना आपल्या आयुष्यातील कित्येक गोष्टी सांगतात. हे सहसा अशासकीय आणि शासकीय समाजकल्याणच्या यंत्रणेत घडते. त्यानंतर समाजकल्याणच्या कार्यात गुंतलेले विद्यार्थी आणि समाजसेवक अनाथ मुलांच्या जीवनकहाण्या ध्वनिमुद्रित करतात. या कथा ध्वनिमुद्रित केल्यानंतर अनाथाश्रम चालवणाऱ्या समाजकल्याण संघटना किंवा सरकार प्रकल्प तयार करतात आणि विविध देणगीदार किंवा दाते किंवा फंडिंग एजन्सीजकडे ते पाठवून देतात. मुलांच्या भावनांना दृश्य स्वरूप देण्यास हे प्रकल्प मदत करतात. ज्यावेळी अनाथ मुले आपल्या कथा सांगतात, त्यावेळी त्या ऐकून किंवा पाहून रडणारे लोकही असतात. त्यांना खरोखरच अनाथ मुलांना मदत करायची असते. काही वेळा ते मुलांना प्रायोजित करतात आणि त्यांच्या शिक्षणाची जबाबदारी घेतात. आपल्या स्वतःच्या मुला-मुलीप्रमाणे ते अनाथ मुलांना वागवतात. काही वेळा अटी आणि नियमांनी स्वयंसेवी संस्थांचे हात बांधलेले असल्यामुळे त्यांच्याकडून या मुलांना दत्तक घेणे शक्य नसते. स्वहित गुंतलेले नसतानाही अनेक लोक अनाथ मुलांना मदत करतात आणि आपल्या मुलांविषयी त्यांच्या मनात जशा भावना असतात, तशाच भावना या मुलांच्याही बाबतीत त्यांच्या मनात असतात. म्हणूनच अद्याप मानवता संपलेली नाही, असा विश्वास मला वाटतो.

काठमांडूच्या रस्त्यावरून ज्या स्वयंसेवी संस्थेच्या कार्यकर्त्यांनी मला उचलले होते, त्या संस्थेचे नाव होते 'चाईल्ड वर्कर्स इन नेपाळ' (सीडब्ल्यूआयएन). नेपाळमधील या आद्य संस्थेची स्थापना सन १९८७ मध्ये झाली होती आणि ती मुलांच्या हक्कांसाठी आणि बालकामगारी आणि मुलांचे शोषण या विरोधात काम करते. अत्यंत अवघड परिस्थितीतील मुलांचे जगणे आणि काम करणे, या गोष्टींवर विशेष भर देऊन मुलांच्या हक्काविषयी सीडब्ल्यूआयएन सल्ला देण्याचे काम करते. बालकामगार, रस्त्यावरची मुले, बालविवाह, वेठबिगारी, मुलांची अवैध वाहतूक या प्रमुख क्षेत्रांत सीडब्ल्यूआयएन काम करते. गौरी प्रधान या संस्थेचे संस्थापक आहेत. ते माझे अतिशय चांगले मित्र होते.

पुनर्वसन केंद्रात मी ज्या ज्या वेळी मारामारी करत असे, त्या त्यावेळी ते मला बोलावून घेत आणि माझी बुद्धिमत्ता आणि माझे जगणे याविषयीचे महत्त्व मला समजावून सांगत रहात. त्यांचे शब्द अजूनही माझ्या लक्षात आहेत. ते म्हणाले होते, ''मी कित्येक मुलांसाठी काम केले आहे. ती सर्वच मुले माझ्यासाठी खास आहेत. परंतु काही वेळा मी तुला अधिक महत्त्व देतो, कारण अडचणीत असलेल्या तुझ्या इतर मित्रांविषयी तुझ्या मनात दया, आस्था असते. बालकामगारीचा मुद्दा तू नेहमी खूपच गांभीर्याने घेतोस. व्यासपीठावरून तू बालकामगारीविषयी बोलतोस त्यावेळी लोकांना विचार करण्यास भाग पाडतोस. एखादे लहान मूल एवढ्या कळकळीने कसे काय बोलू शकते? तू एक लहान मूल आहेस यावर विश्वास ठेवणे कठीण आहे. त्यामुळे तू किती महत्त्वाचा आहेस ते समजून घेण्याचा प्रयत्न कर. आपल्या हुशारीला कमी लेखू नकोस. ती तुझी मूळचीच अंतर्यामीची ताकद आहे.'' गौरी सर आजूबाजूला असले की मला आनंद होत असे. काही वेळा ते खास मला भेटायला येत असत. त्यावेळी माझ्यासाठी चॉकलेट आणायला ते कधीच विसरत नसत. बेघर आणि रस्त्यावरच्या मुलांच्या आयुष्यांत सुधारणा घडवून आणण्याची त्यांना अतिशय तळमळ होती.

रुग्णालयातून मला सोडले गेले. त्यानंतर माझ्या नवीन प्रवासाची सुरुवात झाली. मला सीडब्ल्यूआयएनच्या रुग्णवाहिकेतून नेण्यात आले. त्यांनी मला 'कॉमन रूम' म्हणून ओळखल्या जाणाऱ्या एका केंद्रात नेले. त्यावेळी मला समजले होते त्याप्रमाणे ते पुनर्वसन केंद्र होते. 'कॉमन रूम' हे रस्त्यांवरच्या मुलांसाठी होते. ज्यांना कोणाला सीडब्ल्यूआयएनमध्ये सहभागी व्हावे असे वाटत असे, ते तिथे येऊन शिकू शकत असत. रस्त्यावरच्या मुलांना प्रोत्साहित करून त्यांची इच्छा असेल तर ती आपली आयुष्ये बदलू शकतात असे त्यांना सांगणे ही नावीन्यपूर्ण गोष्ट होती. सीडब्ल्यूआयएन या मुलांना रस्त्यावरचे आयुष्य सोडून चांगल्या आयुष्याकडे वळवण्याचे प्रयत्न करत. सीडब्ल्यूआयएनची आणखीही तीन 'तात्पुरत्या पुनर्वसनाची केंद्रे' होती. त्यापैकी एक १४ वर्षांखालच्या मुलांसाठी होते. त्यांना तात्पुरत्या पुनर्वसनाच्या 'अ' केंद्रात ठेवले जात होते. १४ वर्षांवरच्या आणि १८ वर्षांपर्यंतच्या किशोरवयीन मुलांना ब केंद्रात ठेवले जात होते आणि क केंद्र हे खास मुलींसाठी होते.

कोणत्याही आणि सर्व प्रकारच्या रस्त्यावरच्या मुलांसाठी कॉमन रूमचे दरवाजे उघडे होते. हे केंद्र या मुलांना घरासारखे होते. त्यांच्या बाहेर जाण्यावर आणि तिथे येण्यावर या केंद्रात कोणतेही बंधन घालण्यात आले नव्हते. कॉमन रूमच्या सुरक्षिततेची एकदा मुलाला सवय झाली की हळूहळू आणि अगदी सावकाशपणे सीडब्ल्यूआयएन त्यांच्यावर अल्प बंधने घालत असे. तुला कॉमन रूममध्ये झोपायचे असेल, तर तुला लवकर यावे लागेल. तसेच तुला दुपारचे आणि रात्रीचे जेवण हवे असेल तर तुला दिवसभरात काही चित्रे काढावी लागतील. सर्वसामान्य मुलांच्या सर्वसामान्य आयुष्याविषयी रस्त्यावरच्या मुलांच्या मनात ही स्वयंसेवी संघटना स्वारस्य निर्माण करत होती. माझ्यासाठी तो एक अनाथाश्रम होता, कारण मला असे दिसत होते की माझ्यासोबत राहणारी बहुतांश मुले अनाथ होती. परंतु मुलांच्या मनात अशा प्रकारची भावना निर्माण होऊ नये म्हणून सीडब्ल्यूआयएनचे कर्मचारी आणि स्वयंसेवक निकराचे प्रयत्न करत असत. म्हणूनच त्या निवाऱ्याला ते 'घर' किवा 'तात्पुरत्या स्वरूपाचे पुनर्वसन केंद्र' म्हणत होते. हे आसरे तात्पुरते होते हे मी समजू शकत होतो, कारण तिथे घरातून पळून आलेली काही मुलेही होती. पालक असलेल्या अशा मुलांना सीडब्ल्यूआयएन जास्त काळ ठेवून घेत नसे. त्यांना असे वाटत असे की जर मुलाला कुटुंब असेल तर तो किंवा ती कोणत्याही प्रकारच्या निवारागृहापेक्षा आपल्या कुटुंबासमवेत अधिक आनंदाने जगू शकतात. परंतु माझ्या दृष्टीने मी अनाथ होतो आणि ते माझे घर होते; म्हणून ते अनाथालय होते.

मला राहण्यासाठी नवीन घर मिळाले होते यावर माझा विश्वास बसत नव्हता. अनाथाश्रमात मी पहिले पाऊल टाकले त्यावेळी मला एक वेगळेच जग पहायला मिळाले. माझ्या वयाची मुले तिथे बाहेर खेळत होती. काही कर्मचारी कित्येक परदेशी लोकांशी बोलत होते. मुले त्यांच्यापैकी काही जणांशी खेळत होती. काही सुंदर, प्रतिष्ठित स्त्रिया या मुलांना खेळायला शिकवत असल्याचे मला दिसले. मुले एवढी नीटनेटकी आणि स्वच्छ नव्हती, त्यामुळे ती माझ्याहून फारशी वेगळी नाहीत हे माझ्या लक्षात आले होते. मी आजूबाजूला शोधक नजरेने पाहिले. त्यावेळी मला कित्येक खेळणी आणि खरोखरचीच लहान मुले दिसली. तिथे सीसॉज, घसरगुंड्या आणि झोपाळे होते. रस्त्यावरची कित्येक

मुले तिथे खेळत होती आणि दंगा करत होती. कर्मचारी त्या मुलांची काळजी घेत होते. मी इतका गोंधळून गेलो होतो की मी कुठे आलो होतो, तेच मला समजत नव्हते. ज्या कार्यकर्त्यांनी मला रस्त्यावरून उचलून तिथे आणले होते त्यांनी इतर मुलांशी आणि अनाथालयाच्या कर्मचाऱ्यांशी माझी ओळख करून दिली. ती स्वयंसेवी संघटना खूपच मोठी होती. वेगवेगळ्या प्रकारच्या मुलांसाठी तिथे वेगवेगळी गृहे होती. जो कोणी थेट रस्त्यावरून आलेला असे, त्याला प्रथम कॉमन रूममध्ये ठेवण्यात येत असे.

रस्त्यावरच्या मुलांसाठी कॉमन रूम अतिशय चांगली होती, कारण तिथून ही मुले कधीही बाहेर जाऊ शकत होती आणि कधीही परत येऊ शकत होती. तिथे राहण्याची कोणावरही सक्ती केली जात नव्हती, कारण रस्त्यावरच्या मुलांना हाताळणे ही काही गंमतीची गोष्ट नव्हती. त्यांच्यावर कोणीही सक्ती केली तर ती कधीही हिंसक होऊ शकत होती. या मुलांना काही शिष्टाचार आणि चांगल्या गोष्टी शिकवण्याचे कसोशीचे प्रयत्न काही कार्यकर्ते करत असत. परंतु रस्त्यावरच्या मुलांना या गोष्टी कंटाळवाण्या वाटत. स्वयंसेवी संघटनेबरोबर काम करणारे लोकही हुशार होते. मुलांना कॉमन रूममध्ये टिकवून ठेवण्यासाठी त्यांच्याकडे कित्येक युक्त्या असत. जो कोणी तिथे रहात असे आणि चित्रे व रेखाचित्रे काढायला शिकत असे, त्याला दिवसातून तीन वेळा अन्न मिळत असे. सकाळचा नाष्टा, दुपारचे जेवण आणि रात्रीचे जेवण. परंतु त्यासाठी आम्हाला किमान चार कार्डांवर चित्रे काढावी लागत.

काही मुलांना ते आवडले होते आणि काहींना ते आवडले नव्हते. तिथून बाहेर जाण्याऐवजी चित्रे काढायला शिकण्यास आवडणाऱ्या मुलांमध्ये माझा समावेश होता. मी शांत आणि अंतर्मुख होतो. अनाथालयातील कोणत्याही मुलाशी बोलण्याची मला इच्छा नव्हती. इतर मुले खेळत असत आणि रमतगमत इकडे तिकडे फिरत असत. मी मात्र त्यावेळी कॉमन रूमचा एखादा कोपरा पकडून तिथे बसून रहात असे. या स्वयंसेवी संघटनेचे कर्मचारी अत्यंत नम्र, शांत आणि मैत्रीपूर्ण पद्धतीने वागणारे होते. रस्त्यावरची मुले अतिशय धोकादायक असल्यामुळे ते मुलांना कधीच मारत नसत किंवा तडाखेही देत नसत. त्यांच्याशी चुकीचे वर्तन करत नसत. त्यांचा गैरवापर करत नसत.

कर्मचाऱ्यांनी कधी त्यांना मारले असते तर ही मुले रस्त्यावरून आलेली आणि तिथेच राहिलेली असल्यामुळे त्यांनी काहीही करण्यास मागेपुढे पाहिले नसते. स्वतःचा बचाव करण्यासाठी हिंसेचा वापर कसा करावा एवढेच ती शिकलेली होती. असाच एके दिवशी मी भिंतीच्या कोपऱ्यात टेकून बसलो होतो. एक शिक्षिका माझ्याकडे आली आणि तिने मला विचारले, ''तू इथे एकटाच बसून काय करत आहेस? तुला इतर मुलांशी खेळायला आवडत नाही का?'' मी तिच्याकडे वळलो आणि म्हणालो, ''तुम्हाला माहिती आहे का मिस, मला श्रीमंत आणि प्रसिद्ध व्यक्ती बनण्यासाठी आयुष्यात काहीतरी करायचं आहे; पण काय करावं तेच मला समजत नाही. तुम्ही कृपा करून मला मार्ग दाखवू शकाल का? मला इथून कुठेही जाण्याची इच्छा नाही. मला अभ्यास करायचा आहे, कारण या ठिकाणी आलेली मुले आपली स्वप्ने पूर्ण करू शकतात असं मी ऐकलं आहे.''

तिने माझी ही वाक्ये ऐकल्यावर माझ्याकडे फक्त थोडा वेळ एकटक पाहिले आणि स्मित केले. तिच्या चेहऱ्यावर गोंधळल्याचे भाव होते. कदाचित ती कशाचा तरी विचार करत असावी; परंतु ती कशाचा विचार करत होती ते ती स्पष्ट करू शकत नसावी. म्हणून मी तिला विचारले, ''काय झालं मिस?'' तिने माझ्या पाठीवर थोपटले आणि ती म्हणाली, ''तुला माहिती आहे की मी इथे कित्येक मुलांना भेटले आहे. परंतु कोणाकडूनही मी एवढ्या सखोल भावनांनी भरलेलं बोलणं ऐकलं नव्हतं. माझ्या संपूर्ण कारकिर्दीत पहिल्यांदाच मला तुझ्यासारखा मुलगा भेटला आहे. तू खरोखरच खूप लहान आहेस. तुझे विचार खरोखरच सखोल आहेत. तुला आयुष्यात काहीतरी करायचं आहे आणि तुझ्याकडे महत्त्वाकांक्षा आहे. मला हे आवडलं. आज मी तुला अगदी अंतःकरणापासून सांगते की एके दिवशी तू श्रीमंत आणि प्रसिद्ध व्यक्ती बनशील.'' एके दिवशी. माझा तो विश्वास होता. तिने मला तसे सांगितल्यावर मला एकदम शक्ती आल्यासारखे वाटले आणि खूपच धैर्य प्राप्त झाले, कारण माझा ज्या प्रकारे माझ्या स्वतःवर विश्वास होता, त्याप्रमाणे पहिल्यांदाच कोणीतरी माझ्यावर विश्वास ठेवला होता.

काही दिवसांनंतर स्वयंसेवी संघटनेच्या सर्व कर्मचाऱ्यांनी माझ्याशी बोलायला सुरुवात केली. हळूहळू मी सर्व कार्यक्रमांत भाग घेण्यास सुरुवात केली.

संघटनेने काही महिने माझे निरीक्षण केले. कर्मचाऱ्यांच्या असे लक्षात आले की मी रस्त्यावरचा मुलगा होतो, परंतु मला मादक पदार्थांचे किंवा दारूचे व्यसन नव्हते. मी अफू, गांजा ओढत नव्हतो. रस्त्यावरून अनाथालयात आणलेल्या इतर कित्येक मुलांना ही व्यसने होती. परंतु मी या गोष्टींपासून पूर्णपणे दूर होतो.

काही महिन्यांनंतर स्वयंसेवी संघटनेने मला कॉमन रूमच्या सुविधेतून त्यांच्या तात्पुरत्या पुनर्वसनाच्या केंद्रात पाठवायचे ठरवले. तिथे रस्त्यावरून आलेली इतर मुले शिकत होती. मी पुनर्वसन केंद्रात गेल्यावर मला तिथे नीटनेटके कपडे घातलेली मुले दिसली. तिथे कॉमन रूमपेक्षाही जास्त प्रमाणात खेळणी होती. आधीच्या गृहापेक्षा इथले वातावरण अधिक चांगले होते, असे मला वाटले. तिथल्या मुलांपेक्षाही मी तिथल्या कर्मचाऱ्यांना अधिक ओळखत होतो. मी कर्मचाऱ्यांशी बोलत असे आणि ते माझ्याशी बोलत असत. परंतु इतर मुलांकडे गेल्यावर मी त्यांच्यासमोर एखादा शब्दही उच्चारू शकत नसे. आणि हीच माझी खरी समस्या होती.

२४

हिंसक प्रवृत्ती

पुनर्वसन केंद्रात मी आठवडाभर राहिलो होतो. त्यावेळी मी तिथे खेळत असताना एक शिक्षक माझ्याकडे आला. मी घसरगुंडीवर खेळत होतो. त्यांनी मला हाक मारली, ''अरे बारक्या, इकडे ये...'' मी त्यांच्याकडे पाहिले. त्यानंतर हळूहळू त्यांच्याकडे गेलो आणि म्हणालो, ''बोला सर!'' ते उभे राहिले होते आणि त्यांनी आपला उजवा हात दुसऱ्या घसरगुंडीवर ठेवला होता. मी त्यांच्याजवळ गेलो. त्यांनी मला विचारले, ''तुझं नाव काय आहे?'' मी त्यांना अत्यंत शांतपणे आणि खालच्या आवाजात उत्तर दिले. मला तिथून कोणीतरी निघून जायला सांगेल म्हणून मी नेहमी घाबरलेलाच असे. त्यानंतर त्यांनी विचारले, ''तुझे घर कुठे आहे?''

पुन्हा मी खालच्या आवाजात त्यांना उत्तर दिले, ''सर, माझं घर मला आठवत नाही. मी खूपच लहान असताना घर सोडून बाहेर पडलो.'' त्यांनी मान डोलावली आणि विचारले, ''ठीक आहे. तुझ्या मॉमचे आणि डॅडचे नाव काय आहे?'' ''मला माहिती नाही, सर. मी सहा महिन्यांचा असतानाच माझी आई मला सोडून गेली आणि मी फक्त चार वर्षांचा असताना माझे डॅड म रण पावले.'' काही कारणाने त्या व्यक्तीला मी खोटे बोलत आहे असे वाटले. त्यामुळे अधिक कडकपणाने ते माझ्याशी बोलू लागले. ते म्हणाले, ''तू नालायक पोरट्या, माझ्याशी खोटे बोलण्याचे धाडस करू नकोस. मला खरे काय आहे ते सांगून टाक.'' त्यानंतर त्यांनी मला ढकलून दिले. मी धडपडलो

आणि कोलमडून तोंडावर पडलो. दुर्दैवाने माझे डोके घसरगुंडीच्या आतील भागावर जोरात आपटले. त्यामुळे माझा ओठ आतून फाटला आणि माझे तोंड रक्ताने भरले. माझ्या मनात संताप उसळून आला. आता मी मागे वळून पाहतो त्यावेळी मला वाटते की कदाचित मला एवढा जोरदार धक्का मारण्याचा त्यांचा हेतू नव्हताही असेल. परंतु मी पडलो होतो आणि जखमी झालो होतो. मी त्या माणसाच्या तोंडावर रक्त थुंकलो. तो माझ्या अंगावर धावून आला आणि त्याने मला मारले. त्याने मारलेला फटका एवढा जोरदार होता की माझ्या डोळ्यांतून अश्रू ओघळले. मग मी त्याला जोरजोरात शिव्या देऊ लागलो. त्याच्यावर हल्ला करण्याजोगे काही मिळते का ते मी आजूबाजूला शोधक नजरेने पाहू लागलो. मला एक वीट सापडली. मी ती वीट उचलली आणि त्याच्या डोक्यावर फेकून मारली. त्याचे डोके फुटले. रक्ताच्या चिळकांड्या उडाल्या. मी दुसरी वीट उचलली आणि त्याच्या चेहऱ्यावर फेकून मारली. यावेळी माझा नेम चुकला आणि त्याच्या पाठीला ती वीट लागली. कारण स्वतःचा बचाव करण्यासाठी तो वळला होता. त्यानंतर तो वळला आणि पळून गेला. मी त्याच्या पाठोपाठ हातात वीट घेऊन धावत सुटलो. तो माणूस कार्यालयीन खोलीत गेला आणि त्याने दरवाजा बंद केला. मी तिथेच दरवाजाबाहेर बसून राहिलो. शक्य तेवढ्या अश्लील भाषेत मी त्याला शिवीगाळ करत होतो. त्याने इतर शिक्षकांना फोन केला. त्यानंतर कर्मचाऱ्यांनी खिडकीला शिडी लावली. त्याला बाहेर काढले आणि रुग्णालयात नेले. मला ते माहिती नव्हते. तो बाहेर पडला रे पडला की त्याच क्षणी त्याला ठार मारण्यासाठी मी तसाच दरवाजाबाहेर बसून राहिलो होतो. मी संध्याकाळपर्यंत तिथेच बसून राहिलो होतो. परंतु त्याने दरवाजा उघडला नव्हता. माझ्या हातात ती वीट होती. त्यामुळे कोणीही माझ्या जवळ येण्याचे धाडस केले नाही. मी संपूर्ण दिवसभर काहीही खाल्ले नव्हते. माझ्या मनात मला मारणाऱ्या त्या घाणेरड्या माणसावर सूड उगवायचा एवढाच विचार होता.

अचानकच माझ्या डोळ्यांवर झोपेची झापड आली आणि मी तिथेच त्या दरवाजासमोर झोपून गेलो. संपूर्ण रात्रभर मी तिथेच होतो. मध्यरात्रीच्या सुमारास कोणीतरी माझ्याजवळ आले आणि माझ्या हातातील वीट त्यांनी काढून घेतली. दुसऱ्या दिवशी मी जागा झालो. मला भूक लागली होती. आता

काय करावे हे मी ठरवण्याआधीच मला एक आवाज ऐकू आला. तो आवाज गुरगुरल्यासारखा येत होता. क्षणाक्षणाला तो अधिकाधिक मोठा होत चालला होता. कोणीतरी अत्यंत संतप्त झाल्यासारखे वाटत होते. माझ्या कानांवर शब्द पडले, ''कुठे आहे तो मुलगा?'' काही वेळानंतर माझ्या कानांवर कोणाच्या तरी पायऱ्या उतरणाऱ्या पावलांचा आवाज पडला. लवकरच तिथे एक जाडजूड, रुबाबदार शिक्षक आला. तो माझ्याजवळ आला आणि म्हणाला, ''एऽ इकडे ये रे!'' त्याने माझा उजवा हात पकडला आणि मला वर उचलले आणि नंतर मैदानावर खाली टाकून दिले.

मी त्याच्या हाताचा चावा घेतला. त्याने मला लाथाबुक्क्यांनी मारायला सुरुवात केली. मी पुन्हा त्याला शिव्या घालू लागलो. तो माणूस माझ्यापेक्षा ताकदवान होता आणि त्याने मला मारझोड करणे सुरूच ठेवले होते. तो माझ्या थोबाडीतही मारत होता. आता मी वेदना आणि भीतीच्या पलीकडे गेलो होतो. मी हसू लागलो. मी हसतच सुटलो. मी त्याला शिव्या देणेही सुरूच ठेवले आणि म्हणालो, ''तू खरा पुरुष असशील तर बदमाशा मला ठार मार!'' रडण्याऐवजी मी सारखा हसत होतो. त्याच वेळी माझ्या अंगातून रक्तस्राव होत होता. परंतु मी तसाच हसत राहिलो होतो. मी म्हणालो, ''तू जर नपुंसक नसलास तर, अरे बायल्या मला ठार मारण्याचं धाडस दाखव.'' मी पुनःपुन्हा हसत राहिलो होतो. कित्येक वेळा त्याने मला भिंतीवर फेकून दिले. मी भिंतीवर आपटून खाली पडलो. दर वेळी मी उठून उभा रहात होतो आणि दर वेळी जोरजोरात हसत होतो. मी सारखा हसतच राहिलो होतो आणि म्हणालो, ''तू मला जिवंत ठेवलास तर मी तुला मारेन रे'' तोपर्यंत तो माणूस खरोखरच घाबरला होता. माझे हसणे, रक्ताने भरलेले तोंड, माझा जखमांनी भरलेला चेहरा, माझ्या नाकातून गळणारे रक्त, म ाझ्या डोक्यावरच्या जखमा हे सगळे त्याला दिसत होते आणि तरीही मी हसत आणि त्याला शिव्या घालत राहिलो होतो. तो घाबरला आणि झटकन कार्यालयात निघून गेला. मी चालू शकत नव्हतो. परंतु मी हळूहळू रांगत गेलो. माझ्याभोवतीची सर्व मुले माझ्याकडे भयग्रस्त नजरेने पहात होती. मी नक्कीच भयानक दिसत असणार. लवकरच मी कार्यालयाजवळ पोहचलो आणि जोरात ओरडलो, ''अरे बदमाशा, बाहेर ये आणि मला ठार मार.'' मी

रांगत रांगत मला मारणाऱ्या त्या माणसाजवळ पोहचलो. तो भयभीत झाला होता. तिथे असलेल्या महिला कर्मचारी घाबरल्या आणि किंचाळू लागल्या. मी त्याचा पाय धरला आणि जोरात चावलो. तो किंचाळू लागला आणि माझ्या तोंडातून झटका देऊन पाय सोडवून घेण्याचा प्रयत्न करू लागला. त्यानंतर तो स्वयंसेवी संघटनेच्या कार्यालयातून पळून गेला. मी अजूनही हसतच होतो आणि त्याला शिव्या देत होतो.

या सगळ्या त्रासामुळे मी अखेरीस कसा कोण जाणे; परंतु बेशुद्ध पडलो. मी बेशुद्ध पडल्यावर मला सर्वांनी रुग्णालयात नेले. रुग्णालयात सर्व काही आलबेल होते. तिथे माझ्यावर चांगले उपचार करण्यात आले. कर्मचाऱ्यांना मी वेडसर असेन असे वाटले होते; परंतु डॉक्टरांनी त्यांना सांगितले की तो अगदी पूर्णपणे ठीक आहे. कदाचित त्याला एखादी मानसिक समस्या असण्याची शक्यता आहे. त्यामुळे मी पूर्ण बरा झाल्यावर संघटनेच्या काळजीवाहकांनी मला तात्पुरत्या पुनर्वसन केंद्रात परत नेले. यावेळी मी तिथे गेलो होतो, तेव्हा माझ्या हिंसाचारामुळे प्रत्येक जणच घाबरलेला होता.

काही काळ मला एकट्यालाच सोडल्यानंतर एक परिपक्व आवाज मला ऐकू आला. ''हॅलो, मित्रा, कसा आहेस?'' मी मान वळवून पाहिले. मला तिथे दोन कर्मचारी दिसले. माझ्याशी जो कर्मचारी बोलला होता तो मला पूर्णपणे अपरिचित होता. परंतु किमान कोणीतरी माझ्याशी बोलले तरी होते. ''मी अगदी चांगला आहे. परंतु मी कोणाला तरी ठार मारणार आहे आणि माझा सूड पूर्ण करणार आहे.'' हे लोक घाबरले नव्हते. त्यांनी स्मित केले आणि मला चॉकलेट देऊ केले. आता मी त्यांच्याकडे निरागसपणे आणि प्रेमळपणे पाहिले आणि त्यांच्या हातातून चॉकलेट्स घेतली. त्यांनीही स्मित केले आणि मला मिठी मारली. मला खूपच छान वाटले. एका स्त्रीने माझा मुका घेतला. मला खूपच चांगले वाटले. कोणी तरी माझ्यावरही प्रेम करत आहे, हे पाहून मला खूपच चांगले वाटले होते.

ते आठवडाभर त्या स्वयंसेवी संघटनेच्या गृहात राहिले होते आणि माझे चांगले मित्र बनले. माझ्या पूर्वायुष्यातील प्रत्येक क्षणाविषयी मी त्यांना सारे, सारे सांगून टाकले. मला जे जे आठवत होते ते सारे मी त्यांना सांगितले.

त्यांनीही त्यांच्या प्रेमकहाण्या मला सांगितल्या. त्यांच्या आयुष्यातील वाईट आणि चांगल्या क्षणांविषयी मला सांगितले. परंतु हे सारे अल्प काळ टिकले. तो माझा अल्प काळाचा विसावा ठरला. आठवडाभरानंतर ते नवीन लोक निघून गेले आणि मी पुन्हा एकाकी बनलो. त्यानंतर मला समजले की ते मानसशास्त्रज्ञ होते आणि मी त्यांच्या अभ्यासाचा विषय होतो. माझ्या वर्तनाचा ते सखोल अभ्यास करत होते. त्यावरून माझ्या बाबतीत काय करायचे ते त्या संघटनेला ते सुचवणार होते. ते माझे मित्र नव्हते. ते फक्त त्यांचे काम करत होते. लवकरच त्यांनी केंद्राला माझ्याविषयीचा अहवाल सादर केला. ''या मुलाला कृपा करून यापुढे अजिबात मारू नका; अन्यथा तो पुन्हा हिंसक बनेल. त्याला नेहमी प्रेमाने वागवा. तुम्हाला शक्य असेल तेवढे प्रेम त्याला द्या. चॉकलेट त्याला खूप आवडते. तो ज्या ज्यावेळी हिंसक बनेल, त्या त्यावेळी त्याला चॉकलेट द्या. तो शांत होईल.''

तीन महिने मला निरीक्षणाखाली ठेवण्यात आले होते. त्यानंतर मला मानसिकदृष्ट्या निरोगी समजण्यात आले. मी इतर मुलांबरोबर खेळू लागलो. ते सगळे माझे अतिशय चांगले मित्र बनले. सीडब्ल्यूआयएनचे कर्मचारी माझ्याशी खूपच चांगले वागत होते. ते माझे कौतुक करत होते. मला चांगल्या आणि वाईट गोष्टींविषयी शिकवत होते. माझ्यावर प्रेम करत होते आणि माझी काळजीही घेत होते.

एके दिवशी आमच्या गृहात एक नवीन स्वयंसेवक शिक्षिका आली. ती एमएसडब्ल्यूचे शिक्षण घेत होती. ती स्वयंसेविका म्हणून आली होती आणि आम्हाला इंग्लीश शिकवत होती. परंतु ती माझी मैत्रीण नव्हती. एके दिवशी ती आम्हाला इंग्लीश शिकवत होती. सर्व मुले फळ्यावरची अक्षरे वाचून पाठ करत होती. त्या दिवशी मी शांत होतो. मी काहीही म्हणत नव्हतो. त्यामुळे ती माझ्याजवळ आली आणि म्हणाली, ''तू अक्षरे पाठ का करत नाहीस?'' मी काहीच बोललो नाही. मी फक्त शांत राहिलो. तिने माझ्या डोक्यावर डस्टरने मारले. मी तिला काहीच म्हणालो नाही. मी फक्त उठून उभा राहिलो आणि वर्गाबाहेर गेलो. त्यानंतर मी स्वयंपाकघरात जाऊन चाकू शोधला. त्यानंतर थेट तिच्याकडे धावत गेलो आणि तिच्यावर हल्ला केला आणि तिच्या पोटात चाकू खुपसला. सुदैवाने ती किंचित उजवीकडे सरकली.

त्यामुळे बाहुल्यांच्या कपाटाच्या काचेला चाकू लागला आणि काच फुटली. कपाटातील टेडी बेअरच्या पोटात चाकू घुसला होता. ती शिक्षिका जोरात किंचाळली आणि ताबडतोब वर्गातून धावतच बाहेर पडली. जवळच लावलेली आपली स्कूटर तिने लगेच सुरू केली.

वॉचमन तिला विचारत होता, ''काय झालं मिस?''

ती इतकी घाबरून गेली होती की तिने त्याला काहीही उत्तर दिले नाही. ती फक्त त्याच्यावर खेकसली, ''तुमचं तोंड बंद करा. चला लवकर इकडे या. गेट उघडा.'' त्यानंतर ती त्या गृहाच्या परिसरातून बाहेर निघून गेली.

वॉचमनने माझ्या हातात चाकू पाहिला आणि त्याने इंटरकॉमवरून तडक गृहाच्या व्यवस्थापकाशी संपर्क साधला. व्यवस्थापक आला आणि त्याने विचारले, ''काय झालं? तुम्ही इथे एवढा गोंधळ का घालताय?'' माझ्या हातातून रक्त येत होते. कपाटाच्या तुटलेल्या काचेमुळे माझा हात कापला होता. व्यवस्थापकाने मला विचारले, ''काय झालं? आणि तुझ्या हातातून रक्त का येतंय?'' मी फक्त मान वळवून त्याच्याकडे एकटक पहात राहिलो. त्यानंतर त्याला माझ्या हातात चाकू असल्याचे दिसले. तो म्हणाला, ''तुझा हात कापलाय बेटा. चल. तुला प्रथमोपचार केले पाहिजेत. त्यानंतर आम्ही तुला चॉकलेट देऊ. ठीक आहे?'' नंतर काळजीपूर्वक तो माझ्याकडे आला आणि माझ्या हातातून चाकू काढून घेऊन तो म्हणाला, ''चल, बाळा.'' तो मला कार्यालयात घेऊन गेला आणि त्याने अँटिसेप्टिक द्रव वापरून माझ्या हातावरचे रक्त साफ केले. त्यानंतर त्याने मला काही चॉकलेट्स दिली. मी पुन्हा एकदा स्मित केले आणि वर्गात गेलो. पुन्हा एकदा नव्याने मला आनंद झाला होता. जणू काहीच घडले नव्हते! व्यवस्थापकाने त्या स्वयंसेविका असलेल्या मिसला बोलावले आणि विचारले, ''काय झाले?'' ती स्वयंसेविका घाबरली होती. तिने व्यवस्थापकाच्या निष्काळजीपणाविषयी त्याला दोष दिला, कारण ती अगदीच नवखी होती आणि तिला रस्त्यावरच्या मुलांविषयी काहीही माहिती नव्हती. ती म्हणाली, ''आज मी मेलेच असते आणि त्याला तुम्ही जबाबदार आहात.''

ती मिस पुन्हा कधीच आम्हाला शिकवायला आली नाही; परंतु व्यवस्थापक मात्र अडचणीत आला होता. अनौपचारिक शिक्षणाच्या वर्गातील मुलांना सांभाळणे त्याला कठीण झाले होते. हा वर्ग रोजच भरत होता. आठवडाभर त्याने अनौपचारिक शिक्षणाचे वर्ग घेतले. त्याने आम्हाला कित्येक खेळ खेळायला शिकवले. आम्ही फूटबॉल खेळायला शिकलो. परंतु दुर्दैवाने, मी जेव्हा गोलकीपरच्या दिशेने बॉलला लाथ मारत असे त्यावेळी बॉल शेजारच्या घराच्या खिडकीवर आदळत असे आणि खिडकी फुटत असे. मात्र इतर मुले ओरडत, ''व्वा! काय पण सुंदर शॉट!'' परंतु शेजारची महिला आम्हाला अशा प्रकारे खेळू देणार नव्हती. ती किंचाळत असे आणि आम्हाला शिव्याशाप देत असे. ''अरे देवा! पुन्हा खिडकीची काच फुटली. तो नालायक कोण आहे?'' नतर ती आपल्या फुटक्या खिडकीतून डोकावून पहात असे आणि आमच्यावर ओरडत असे, ''अरे हलकटांनो, आज मी तुम्हाला सर्वांना बघून घेते. रोज तुम्ही हरामखोर माझ्या खिडकीची काच फोडता. त्याचे पैसे कोण भरणार?'' परंतु बहुतेक वेळा ती आमच्या गृहाच्या व्यवस्थापकाकडे येऊन तक्रार करत असे. ती म्हणत असे, ''माझ्या आणि इतर शेजाऱ्यांच्या घराकडे बघा. तुम्हाला बहुतेक घरांच्या खिडक्यांच्या काचा फुटल्याचे दिसेल. आता परिस्थिती अधिकच गंभीर झाली आहे, कारण धूळ आणि वारा थेट घरात येतो. मग पुनःपुन्हा खिडकीला काच बसवून तरी काय उपयोग?'' शेजारी माझ्यामुळे पूर्णपणे निराश झाले होते. परंतु तरीही बहुतेक शेजाऱ्यांना आमच्याविषयी सहानुभूती होती. त्यामुळे ते जास्त बोलत नसत.

परंतु काही वेळा आमचा गोड व्यवस्थापक संतापत असे आणि आम्हाला जेवायला देत नसे. तो आम्हाला म्हणत असे, ''शेजारच्या घराच्या खिडकीची काच कोणी फोडली ते तुम्ही मला पहिल्यांदा सांगा. तरच मी तुम्हाला जेवण देईन. समजलं?'' परंतु गृहातील मुलांना एकमेकांविषयी काळजी आणि प्रेम वाटत असे. ते उपाशी रहायला तयार असत. परंतु ज्याने काच फोडली त्याचे नाव व्यवस्थापकाला कोणीही सांगत नसे. बहुतांश वेळा ती काच मीच फोडलेली असे. कित्येकदा व्यवस्थापक आम्हाला जेवण देत नसे. परंतु तरीही कोणीही कोणाचेही नाव एकदाही घेतले नव्हते. दिवस आनंदात चालले होते आणि माझ्या छोट्या आयुष्यात पहिल्यांदाच थोडी गंमत आली होती.

नवीन अनुभव, नवीन लोक आणि मिळालेले धडे यांमुळे माझ्या आयुष्यात मूल्यवर्धन होत चालले होते.

दिवसेंदिवस मी अधिकाधिक चांगला बनत चाललो होतो. आता सगळे शिक्षक माझे कौतुक आणि प्रशंसा करत होते. मी कित्येक प्रकारच्या कार्यक्रमांत भाग घेत होतो. विशेषतः सामाजिक कार्यक्रमांत मी पुढे असे. मी ज्या कार्यक्रमात सहभागी होत असे तिथे नेहमीच मी प्रकाशझोतात येत असे आणि हळूहळू मी नेता म्हणून पुढे येऊ लागलो. यामुळे फक्त माझ्या शिक्षकांनाच नव्हे; तर मलाही आश्चर्य वाटले होते. काही शिक्षक म्हणत असत, ''हा मुलगा म्हणजे हिरा आहे. तो कुठून आला आहे आणि कुठे जाईल, त्याने काहीही फरक पडत नाही. परंतु तो नेहमीच चमकत राहील आणि कित्येक मैल दुरूनही उठून दिसेल. त्याला शक्य तेवढे पैलू पाडण्याची गरज आहे. त्यामुळे तो प्रभावीपणे आणि कायमस्वरूपी चमकत राहू शकेल...'' अशा प्रकारच्या प्रशंसेमुळे मला आणखी धैर्य प्राप्त होत असे. काही शिक्षक नेहमीच म्हणत की, 'तुम्हाला हिरा हवा असेल तर तुम्हाला कोळशाच्या खाणीत जावे लागते असे म्हटले जाते ते खरे आहे. हा मुलगा मूल्यवान आहे, कारण तो कुठेही लोकांना भेटला तर लोक त्याला विसरत नाहीत. प्रत्येकालाच तो आवडतो आणि त्याने काहीही केले तरी तो चमकत राहतो.'

ती एक अतिशय चांगली जाणीव होती, कारण एके काळी मी इतका वाईट होतो की लोक मला घाबरत असत. परंतु हळूहळू काळ बदलला आणि लोक मला घाबरण्याऐवजी किंवा माझा तिरस्कार करण्याऐवजी माझ्यावर प्रेम करू लागले. ही दैवी जाणीव माझ्यात निर्माण झाली होती. शिक्षकांना खूपच आश्चर्य वाटत असे, कारण बालकामगारीसंदर्भात जनजागृतीचे आमचे कार्यक्रम आणि इव्हेंट्स निश्चित करण्यासाठी मी शाळांमध्ये आणि महाविद्यालयांत जात असे. बालकामगारीच्या घातक परिणामांविषयी लोकांना जागृत करण्यासाठी हे कार्यक्रम आखले जात होते. रेडिओ वाहिन्या आणि काही टी.व्ही. वाहिन्यांमधील लोक मला ओळखू लागले. विविध व्यासपीठांवरून मी भाषणे देऊ लागलो, कारण मी इंग्लीश, हिंदी आणि नेपाळी बोलत असे. परंतु मी लिहू किंवा वाचू शकत नव्हतो. ज्यावेळी मी इतर महाविद्यालयीन आणि

शालेय मुलांना भेटत असे, त्यावेळी ते मला माझी पात्रता विचारत असत. मी त्यांना सांगत असे की मी एक रस्त्यावरचा मुलगा असून मला तिथून सोडवले गेले आहे. माझ्या या वास्तवाने लोकांना धक्का बसत असे. अनाथालयातील अनौपचारिक शिक्षणाचे दैनंदिन वर्ग मी कधीच चुकवत नसे. मला विविध प्रकारच्या पुस्तकांमध्येही रस होता. तोपर्यंत मी वाचू शकत नव्हतो, परंतु मला पुस्तके जवळ बाळगायला आवडत असे. एक ना एक दिवस आपण नक्कीच वाचू शकू, असा विश्वास मला वाटत असे. या जन्मात तरी मी कधी शाळेत जाऊ शकेन, अशी कल्पनाही मी करू शकलो नव्हतो, कारण माझ्या दृष्टीने एखाद्या सर्वसाधारण मुलासारखे जगणे खरोखरच अशक्य होते. त्या केंद्रात राहून, त्यांनी दिलेल्या अन्नावर जगण्यात मी खूश होतो. शिवाय तेथील शिक्षकांच्या स्तुतीमुळेही मी भारावून गेलो होतो, कारण त्यामुळे मला आपण जिवंत आहोत आणि आपल्या अस्तित्वालाही काहीतरी महत्त्व आहे असे वाटत होते.

२५

पहिले प्रेम

बालपण हा आपल्या आयुष्यातील सर्वात सुंदर टप्पा असतो, हे आपल्याला सर्वांनाच माहिती आहे. आपण खूप खोडकर असतो आणि आयुष्यात काही तार्किक आणि काही अतार्किक गोष्टी करत राहतो. जो कोणी मुलांना खरोखर समजून घेतो, त्याला त्यांच्या खोडकर आणि सुंदर कृती समजतात. त्याच वेळी ती व्यक्ती मुलांना हळुवारपणे, नाजूकपणे चांगला माणूस होण्यासाठी आकार देते. आपण मुलांना योग्या मार्गावर नेत आहोत, हे त्या व्यक्ती मुलांना कळू देत नाहीत. अशा प्रकारे मुलांना हाताळणाऱ्या आणि वळण लावणाऱ्या बुद्धिमान व्यक्तींना प्रौढ म्हणतात. आपण मुलांना पदोपदी टाकून बोलत राहतो. त्यांची उणीदुणी काढतो, दोष दाखवत राहतो. 'हे करू नको, ते करू नको' असे सांगत साहतो. मी असे म्हणेन की बालपण आणि बालकासारखे असणे हा मानवी आयुष्याचा उत्तम भाग आहे, कारण या टप्प्यावर काहीही करण्यापूर्वी आपण कोणालाही काहीही विचारत नाही. आपण फक्त ते करून मोकळे होतो.

यालाच स्वतंत्र भावना असे म्हणतात. त्यात कट करण्याचा कोणताही उद्देश नसतो. फक्त कृती असते. मानवी आयुष्यांत बालपण हा उत्कृष्ट टप्पा आहे. या काळात मूल शुद्ध आयुष्य जगते. आपल्या स्वतःच्या विचारांनुसार यावेळी मूल काहीही करत राहते. त्यामध्ये विशिष्ट गोष्टीसाठीचा सहज लक्षात न येणारा एक प्रकारचा आवेग असतो. म्हणूनच आपल्याला मुले आवडतात आणि त्यांनी निरागसपणे केलेल्या गोष्टी आपल्याला खरोखरच भुरळ पाडतात.

कित्येक प्रौढ लोक मुलांच्या भावना समजू शकत नाहीत, कारण पूर्णपणे अनैसर्गिक आणि कृत्रिम मूल्ये, शिष्टाचार, पद्धती आणि चालीरिती यांच्याशी त्यांनी स्वतःला जखडून घेतलेले असते. दुसरीकडे मुलांचे वर्तन नैसर्गिक असते. त्यामुळे मुले आणि प्रौढ व्यक्ती यांच्यामध्ये असमतोल निर्माण होतो. कोणतेही संबंध हे परपर क्रिया-प्रतिक्रियांवर अवलंबून असतात. मुलांना हाताळताना आपण आपल्या चिंता विसरल्या पाहिजेत. मुलांशी वागताना तुम्ही आपल्या बालपणाची आठवण ठेवली पाहिजे, तरच तुम्ही मुलांशी न फुटलेल्या एकसंध आरशासारखे नाते जोडू शकाल. खरे तर मुले ही नाजूक ग्लासासारखी असतात. ती कोऱ्या फळ्यासारखी असतात. त्यांना कसे हाताळावे आणि त्यांवर काय लिहावे हे खरे म्हणजे प्रौढांवर अवलंबून असते. तुम्ही त्यांच्यावर प्रेम करण्याऐवजी, त्यांच्याशी मैत्रीने वागण्याऐवजी आणि त्यांच्या कल्पनांचे आणि खऱ्या गोष्टींचे कौतुक करण्याऐवजी त्यांना सतत दोष देत, त्यांच्यातील कमतरता दाखवत आणि त्यांना नावे ठेवत, त्यांना शिक्षा देत राहिलात, तर ती पूर्णपणे मोडून पडतात आणि त्यांच्यामध्ये हिंसक मानसशास्त्रीय वर्तन विकसित होते. त्याचे कुटुंबांवर आणि व्यापक विचार करता समाजावर भयावह परिणाम होतात.

अनाथालयात आम्हाला सकाळी लवकर उठावे लागत असे. त्यानंतर आम्हाला प्रातर्विधी उरकून आवरून तयार व्हावे लागत असे. मी त्यावेळी फक्त सात वर्षांचा होतो. आम्ही एकावर एक असलेल्या बेडवर म्हणजेच बंक बेडवर झोपत असू. मी सर्वात वरच्या बेडवर झोपत असे. माझ्या खालच्या बंकवर झोपणाऱ्या मुलाला माझा तिरस्कार वाटत असे, कारण मला अंथरुणात लघवी करण्याची सवय होती. त्यामुळे मध्यरात्री त्याच्या अंगावर लघवीचे काही शिंतोडे उडत असत. एके रात्री मी वरच्या बेडवर झोपलो होतो आणि मला स्वप्न पडले. माझी सगळी उत्तम स्वप्ने ही मोहरीच्या शेतातीलच असत. स्वप्नात मी फिरत होतो. खेळत होतो आणि मोहरीच्या शेतात गात होतो. तिथे भरपूर फुलपाखरे आणि मधमाशा उडत होत्या. काही मधमाशा फुलातील मध खात बसल्या होत्या. काही फुलपाखरे माझ्या डोक्यावर आणि काही माझ्या खांद्यावर बसली होती. मी त्यांना पकडण्याचा प्रयत्न केला; परंतु मी एकाही फुलपाखराला पकडू शकलो नाही. मी त्याला पकडायचा

प्रयत्न केला की ते उडून जायचे. परंतु तरीही मी फुलपाखरांना पकडण्याचा प्रयत्न करत होतो. स्वप्नाची दुनिया अतिशय सुंदर आणि प्रसन्न होती. मला लघवी करायची होती. मला एक भला मोठा काळा कातळ दिसला आणि मी त्यावर चढण्यासाठी माझ्या मनाची तयारी केली.

थोडा वेळ प्रयत्न केल्यावर मी त्या कातळावर चढण्यात यशस्वी झालो. मी झटकन पँटची चेन खाली ओडली आणि लघवी करू लागलो. मला अतिशय शांत वाटले, कारण इतका वेळ मी लघवी करण्यासाठीच धडपडत होतो. माझ्या बेडखालून एक अतिशय गुरगुरल्यासारखा आवाज माझ्या कानांवर पडला. तो माझ्यावर जोरजोरात खेकसत होता, ''अरे बदमाशा, उठ, जागा हो...'' मी जागा झालो. आमच्या खोलीतील प्रत्येक जणच जागा झाला आणि विचारू लागला, ''काय झाले? एवढ्या मध्यरात्री तू असा आरडाओरडा का करतोयस?'' माझ्या खालच्या बेडवर झोपलेला माझा मित्र ओरडत म्हणाला, ''मी किंचाळतोय. मी दंगा करतोय का? तुम्ही सगळे कीडे आहात. तुम्हाला दिसत नाही? त्याने अंथरुणात लघवी केली आणि लघवीचे शिंतोडे उडाले. मी झोपेत असताना माझ्या तोंडावर याची लघवी पडली. त्यामुळेच मी जागा झालो आणि एवढा आरडाओरडा करतोय.'' मी ते ऐकले आणि मला खूप आश्चर्य वाटले. मी ते नाकारू लागलो. ''काय! मी काहीच केलेलं नाही...'' ते ऐकून प्रत्येक जणच जोरजोरात हसू लागला. ते इतके हसले की काही जण तर हसता हसता गडाबडा लोळू लागले. दरम्यानच्या काळात मी पँट चाचपडत होतो आणि माझ्या लक्षात आले की ती खरोखरच ओली होती. त्यानंतर माझ्या मित्राची मी माफी मागू लागलो. मी त्याला म्हणालो, ''मला माफ कर भाऊ. हे चुकून झलं. मी मोहरीच्या शेतात लघवी करतोय असं मला वाटत होतं. ते तुझ्या तोंडावर कसं पडलं ते मला खरंच माहिती नाही.''

त्यानंतर खोलीतील सगळे जणच त्या मुलाकडे पाहू लागले. ते त्याला म्हणाले, ''तुझा चेहरा लघवीमुळे ओला झाला आहे. त्याची चव कशी आहे?'' त्यानंतर सुरुवातीला ते फिदीफिदी हसू लागले आणि नंतर मोठ्याने जोरजोरात हसू लागले. त्यांचे हसू थांबतच नव्हते. मध्यरात्रीच्या सुमारास त्या झोपण्याच्या खोलीतील हा हसण्याचा आवाज सर्वत्र ऐकू जात होता. दरम्यानच्या काळात माझा मित्र वॉशरूमकडे धावत गेला होता. त्याने आपला चेहरा स्वच्छ धुतला

आणि तो परत आला. त्याला त्यात कसलीच गंमत वाटत नव्हती. त्यानंतर तो झोपला आणि त्याने मला रागाने सांगितले, ''हे बघ बासु. माझं बोलणं लक्ष देऊन ऐक. पुन्हा लघवी करू नकोस. मी तुला सांगून ठेवतोय.''मी मान डोलावली. ''ठीक आहे, बाबा. काळजी करू नकोस. हे पुन्हा घडणार नाही. ठीक आहे.'' परंतु इतर मुले हसत आणि त्याला डिवचत राहिली होती. ''अरे रामकुमार....त्याची चव सांग की, कशी होती?'' त्याने कोणालाही उत्तर दिले नाही. हळूहळू आम्ही सगळे जण झोपी गेलो. कारण सकाळी आम्हाला लवकर उठावे लागणार होते ते आम्हाला माहिती होते.

सकाळी त्या गृहाचा वॉर्डन आला आणि म्हणाला, ''चला मुलांनो, उठा. तुम्ही अजून झोपलेलेच आहात का? चला, लवकर उठा.'' मी उठलो आणि डोळे चोळू लागलो. त्यानंतर मला कोणीतरी विचारले, ''अरे बासु, तू पुन्हा तसं केलंस का?'' आणि सगळे जण पुन्हा एकदा हसू लागले. परंतु आता वॉर्डन चिडला आणि म्हणाला, ''तुम्ही मुलं का हसताय? चला. खोलीबाहेर पडा आणि तयार व्हा.'' आम्ही तयार झालो. आता आम्हाला पी.टी. साठी जायचे होते. त्यानंतर आम्हाला सकाळचा नाष्टा दिला जात असे आणि आम्हाला अनौपचारिक शिक्षणाच्या तासाला उपस्थित रहावे लागत असे.

त्या दिवशी आम्ही वर्गात पोहचलो. त्यावेळी आमच्यासाठी तिथे एक आश्चर्य आमची वाट पहात होते. तिथे एक नवीन मॅडम आमची वाट पहात होती. ती खूपच सुंदर होती. एखाद्या देवदूतासारखी ती वाटत होती. व्यवस्थापकाबरोबर ती आमच्या वर्गात आल्यावर सगळ्या मुलांनी एकदमच 'वॉव! ती कोण आहे?' असे विचारले. व्यवस्थापक म्हणाला, ''गुड मॉर्निंग मुलांनो, या तुमच्या नवीन मॅडम आहेत. आणखी काही विचारायचं आहे? ठीक आहे मग!'' त्यांचे लक्ष वेधून घेण्यासाठी मी उठून उभा राहिलो आणि म्हणालो, ''होय. ठीक आहे सर!'' मिसने व्यवस्थापकाला विचारले, ''हा मुलगा कोण आहे? तो खूपच सुंदर आहे.'' व्यवस्थापकाने उत्तर दिले, ''तो आमचा हिरो आहे. सगळे जण त्याला बासु म्हणतात, सगळ्यांना तो आवडतो. मी तुम्हालाही खात्रीपूर्वक सांगतो की लवकरच तुम्हालाही तो खूप आवडू लागेल.'' तिने स्मित केले आणि ती म्हणाली, ''खूपच प्रभावी दिसतोय.'' मी फक्त स्मित करत आणि तिच्याकडे पहात राहिलो होतो. फक्त मीच नव्हे तर माझे कित्येक

मित्र स्मित करत मिसकडे पहात राहिले होते. नवीन मिसने आम्हाला एका पाठोपाठ एक उठून आपापली ओळख करून द्यायला सांगितले. मी फक्त तिच्याकडे पाहून स्मित करत राहिलो होतो. तिने आम्हाला स्वतःची ओळख करून दिली आणि ती म्हणाली, ''मी मॉडेलिंग करते आणि समाजकार्यही करते. मला तुमची मैत्रीण बनायचं आहे.'' मी स्मित केले आणि म्हणालो, ''ठीक आहे मिस...''

त्यानंतर तिने आम्हाला विचारले, ''तुम्हाला कसला अभ्यास करायचा आहे?'' मुलांनी उत्तर दिले, ''कसलाही...'' तिने थोडा वेळ विचार केला आणि ती म्हणाली, ''हं...ठीक आहे. मी तुम्हाला इंग्लीश शिकवते. चालेल ना?'' आम्ही सर्वांनी उत्तर दिले, ''चालेल, मिस...'' तिने 'ए' पासून 'झेड' पर्यंतची अक्षरे फळ्यावर लिहिली आणि तिच्यापाठोपाठ आम्हाला ती वाचायला सांगितले. परंतु मी उठून उभा राहिलो आणि मी नेहमी आपल्याबरोबर नेत असलेले ते जाड इंग्लीश पुस्तक बाहेर काढले. त्या पुस्तकात परिकथा होत्या. ते पुस्तक घेऊन मी खोलीच्या एका कोपऱ्यात बसून राहिलो. मिसने माझ्याकडे पाहिले आणि मला विचारले, ''बासु, तुला इंग्लीश येतं का?'' मी उत्तर दिले, ''होय. मला येतं.'' तिला खूपच आश्चर्य वाटले. ती म्हणाली, ''तू खरोखरच खूपच हुशार आहेस.'' त्यानंतर सगळ्या मुलांनी तिला सांगितले की बासुला छान इंग्लीश येते. बऱ्याच वेळा तो आम्हाला इंग्लीश पुस्तकांतून छान छान गोष्टी सांगत राहतो. मी थोडासा घाबरलो होतो, कारण मला खरे तर वाचता येत नव्हते. गोष्टीच्या पुस्तकातील पानांवर काढलेली चित्रे पाहून मी मुलांना गोष्टी सांगत असे. त्यांवरून मी कित्येक कल्पना करत असे. सगळ्या परीकथांमध्ये चांगले लोक वाईटांशी लढा देतात. चित्रे मला जे सांगत होती तेच मी त्यांना सांगत असे. मॅडम माझ्याकडे आली आणि म्हणाली, ''ठीक आहे बासु. तू या पुस्तकातून काही परिच्छेद वाचून दाखवू शकशील का?'' मला जे करायचे नव्हते तेच तिने मला करायला सांगितले होते. परंतु मी तिला मूर्ख बनवण्याचा प्रयत्न केला आणि काहीतरी वाचण्याचा प्रयत्न करू लागलो. ''ब्ला...ब्ला...ब्ला..'' ती इंग्लीशमधून म्हणाली, ''हे बघ बासु, गंमत करू नकोस. नीट वाच.''

मी विचार करू लागलो. 'म्हणजे या मिसला इंग्लीश येतं.'' त्यानंतर मी तिला इंग्लीशमधूनच विचारले, ''मॅऽम, यू नो इंग्लीश?'' ती म्हणाली. ''हो तर. मी लहान असताना इंग्लीश शाळेतच शिकले आणि नंतर महाविद्यालयातही मी इंग्लीश माध्यमातूनच शिकले.'' मला खूपच लाज वाटली होती. मी तिला सांगितले, ''मॅऽम, तुम्ही एक मिनिटभर बाहेर येता का प्लीऽज?'' तिने इंग्लीशमधूनच विचारले, ''का?'' मी तिला पुन्हा एकदा बाहेर येण्याची विनवणी केली. ती म्हणाली, ''ठीक आहे.'' माझे सगळे मित्र असा विचार करत होते की बासु इंग्लीशमधून नवीन मॅडमशी काहीतरी बोलत आहे. मी उठलो आणि बाहेर गेलो. माझ्या पाठोपाठ नवीन मॅडमही बाहेर आली. तिने मला विचारले, ''काय झालं?'' मी चाचरत म्हणालो, ''म..म मिस, हे बघा मला इंग्लीश वाचता आणि लिहिता येत नाही. परंतु मी ते बोलू शकतो. माझ्या सगळ्या मित्रांना त्यामुळे माझ्याविषयी खूपच आदर वाटतो आणि मलाही त्याचा अभिमान वाटतो. त्यामुळे कृपा करून मला इंग्लीश वाचता येत नाही, हे त्यांना समजू देऊ नका. प्लीज...'' तिने स्मित केले आणि ती काहीही बोलली नाही. त्यामुळे मला राग आला. विशेषतः ती तशीच हसत राहिली, त्यावेळी मला खूप राग आला. मी म्हणालो, ''तुम्हाला माझ्याशी मैत्री करायची असेल तर तुम्ही माझ्या प्रतिष्ठेची काळजी घेतलीच पाहिजे. नाहीतर काहीही झाले तरी मी तुमचा मित्र होणार नाही.'' मग मी चालायला सुरुवात केली.

तिने माझा हात पकडला आणि ती म्हणाली, ''ठीक आहे...ठीक आहे....मी कोणालाही काहीही कळू देणार नाही. मी ते अगदी गुप्त ठेवेन. टॉप सिक्रेट. फक्त तुझ्या -माझ्यातली गोष्ट. तुझं-माझं गुपित.'' हे ऐकून मी खूप खूश झालो आणि म्हणालो, ''थँक यू व्हेरी मच. मग आपण मित्र आहोत ना?'' मी तिला विचारले आणि हस्तांदोलनासाठी माझा हात पुढे केला. तिने स्मित केले आणि ती म्हणाली, ''अर्थातच, मित्रा.'' तिने माझा हात धरला आणि हस्तांदोलन केले. मी म्हणालो, ''ओके मिस. आपण आता मित्र आहोत. त्यामुळे तुम्ही माझी काळजी घेतली पाहिजे.'' ती म्हणाली, ''ठीक आहे. पण आपण आता काय केलं पाहिजे?'' मी सांगू लागलो, ''तुम्ही मला वर्गात काहीही सांगणार नाही आणि मला अभ्यास करायलाही सांगणार नाही. परंतु

तास संपल्यावर तुम्ही गुलाबाच्या फुलांच्या बागेत या आणि मला इंग्लीश वाचायला आणि लिहायला शिकवा. ठीक आहे?''

ती म्हणाली, ''नक्कीच महाराज. मी ते करेन. परंतु मला असं दिसतं की तू खूप लवकर अस्वस्थ होतोस. त्यामुळे तूही मला एक वचन दे. तू स्वतःवर नियंत्रण ठेवशील आणि लवकर रागावणार नाहीस. ठीक आहे?'' मीही मैत्रीशी एकदम प्रामाणिक राहिलो आणि तिला न रागावण्याचे वचन दिले. मी म्हणालो, ''ठीक आहे, देवदूता.'' ती दचकली आणि तिने मला विचारले, ''काय?'' मी म्हणालो, ''देवदूता...'' तिने मला विचारले, ''तू असं का म्हणालास?'' मी स्मित करून म्हणालो, ''मॅऽऽम, तुम्ही खूप सुंदर आहात. त्यामुळे मॅऽऽम म्हणण्याऐवजी तुम्हाला देवदूत म्हणावं असं मला वाटलं.'' तिने स्मित केले आणि आपल्या उजव्या हाताने माझ्या केसांतून हात फिरवला. अशा प्रकारे मैत्रीपूर्ण संभाषण झाल्यावर ती वर्गात गेली आणि तिने उर्वरित मुलांना शिकवायला सुरुवात केली.

काही मिनिटे गेल्यानंतर मीही वर्गात परतलो आणि मी आधी ज्या कोपऱ्यात बसलो होतो त्याच कोपऱ्यात जाऊन बसलो. त्यानंतर मी तेच पुस्तक वाचत असल्याचे ढोंग करत राहिलो. परंतु यावेळी माझी देवदूत माझ्याकडे पाहून स्मित करत होती. तास संपल्यावर मी देवदूताला आमच्या गृहाच्या गुलाबाच्या बागेत घेऊन गेलो आणि मला शिकवायला सांगितले. परंतु त्या पहिल्या दिवशी तिला माझी माहिती हवी होती. त्यामुळे तिने मला काही प्रश्न विचारले. 'तू कुठून आला आहेस?' 'तुझे मॉम आणि डॅड कुठे आहेत?' मी तिला माझी कथा सांगितल्यावर तिला धक्का बसला आणि ती रडू लागली. तिच्या गालांवरून ओघळणारे अश्रू मला दिसले आणि मी विचार करू लागलो, ''ती माझी खरी मैत्रीण आहे, कारण तिला माझ्या भावना अगदी पूर्णपणे समजल्या आहेत.''

त्या पहिल्या दिवशी देवदूताने मला आणखी काही प्रश्न विचारले. ती म्हणाली, ''तू इंग्लीश कसा काय बोलू शकतोस?'' मी उत्तर दिले, ''कसे ते मला माहिती नाही. परंतु मी लहान असताना रस्त्यावर होतो तेव्हापासूनच मी इंग्लीश बोलू शकतो. तुम्हाला माहिती आहे का, एकदा मी नव्यानेच

भीक मागण्याचे काम करत असताना माझ्या मित्राने मला सांगितले होते की तुला जास्त पैसे मिळवायचे असतील तर परदेशी लोकांकडे भीक मागताना तू इंग्लीश बोल. त्यामुळे तो मला काही इंग्लीश शब्द बोलून दाखवू लागला. तो बोलत असतानाच मी त्याला अडवले आणि विचारले की तो जे काही बोलत होता ते इंग्लीश होते का? तो म्हणाला, ''होय.'' मी त्याला म्हणालो, ''मला ही भाषा येते.'' त्यालाही आश्चर्य वाटले आणि त्याने मला विचारले, ''तुला कशी काय येते, मला काहीच समजत नाही.'' माझ्याकडे त्यावेळीही एकच उत्तर होते, ''मला कसे ते माहिती नाही.'' मी तुम्हालाही तेच सांगतो की मला इंग्लीश कसे बोलता येते ते मला माहिती नाही.''

माझ्या देवदूताने मला सांगितले की, ''तुला माहिती आहे का बासु, तुझ्या एकूण पूर्वायुष्याच्या इतिहासानुसार तुझे मॉम आणि डॅड हे शिकलेले होते. त्यामुळे ते कदाचित तुझ्याबरोबर इंग्लीश बोलत असावेत आणि कदाचित तूही त्यांच्याशी इंग्लीशमधून बोलत असावास. म्हणून तुला इंग्लीश समजू शकतं.'' माझ्या भावना आणि विचार मी तिला सांगितल्यानंतर तिने मला सांगितले, ''बासु, तू भरपूर अभ्यास केला पाहिजेस. कारण तुझ्याकडे काहीतरी मिळवण्याचा किंवा जिद्दीने काही उद्दिष्टे प्राप्त करून घेण्याचा गुण आहे.'' त्यानंतर रोजच आम्ही मधल्या सुट्टीत किंवा तास संपल्यावर त्या गुलाबाच्या बागेत भेटू लागलो. ती मला लिहायला आणि वाचायला शिकवत असे. हळूहळू आमची मैत्री दाट झाली. ती एक मॉडेलही होती, त्यामुळे माझे मित्र तिला नेहमीच टी.व्ही.वर पहात असत. काही वेळा ते तिच्याविषयी असभ्य शेरेबाजी करत. त्यावेळी मी तिच्यासाठी त्यांच्याशी मारामारी करत असे. माझ्या मित्रांनी मला विचारले, ''अरे बासु, आम्ही मॅडमविषयी काहीही म्हटले की तू का एवढा चिडतोस?'' मी त्यांना म्हणालो, ''हे पहा. तुम्ही सगळेच जण माझे मित्र आहात. बरोबर?'' त्यांनी माना डोलावल्या. मी त्यांना म्हणालो, ''त्यात काहीच शंका नाही.'' त्यानंतर थोडासा थांबून मी त्यांना सांगितले, ''देवदूत तुमची मॅडम आहे. ती माझी गर्लफ्रेंड आहे. मी तिच्यावर खूप खूप प्रेम करतो. त्यामुळे तिच्याविषयी काहीही बोलण्याचे धाडस करू नका. ती तुमच्या वहिनीसारखी आहे. समजलं?'' मी त्यावेळी फक्त आठ वर्षांचा होतो.

माझे सगळे मित्र मला हसू लागले आणि म्हणाले, ''तुझ्या आणि तिच्या वयाचा तू कधी तरी विचार केला आहेस का? तिच्यासमोर तू अगदीच कुक्कुलं बाळ आहेस.'' एक वयाने लहान असलेला माझा मित्र म्हणाला, ''तू तिच्यावर प्रेम करतोस हे तू तिला कधी तरी सांगितलं आहेस का?'' मी म्हणालो, ''नाही. परंतु मी तिच्यावर प्रेम करतो.'' मला तिच्याविषयी खरोखरच प्रेम वाटत आहे आणि मी त्या बाबतीत गंभीर आहे, हे पाहिल्यावर माझ्या मित्रांनी माझ्यासमोर तिच्याविषयी काहीही बोलणे बंद केले. आम्ही रोज गच्चीवर जमत असू आणि बोलत असू त्यावेळी माझ्या आणि देवदूताच्या लग्नाचा आम्ही विचार करत असू. माझे काही मित्र म्हणत, ''अरे बासु, तुझ्या देवदूताशी तू लग्न करशील त्यावेळी आम्हाला बोलावशील ना?'' मी त्यांना विचारत असे, ''तुम्ही आम्हाला काय गिफ्ट द्याल रे?'' हे रोजच घडत असे. माझ्या आयुष्यातील ते सर्वाधिक आनंदाचे काही दिवस होते असे तुम्ही म्हणू शकता. परंतु तुम्ही एकदा का खूप खूप आनंदात असलात की त्या आनंदी दिवसांच्या पाठोपाठ वाईट दिवसही लगेच येतात. तुम्हाला त्यांना शांतपणे तोंड द्यावेच लागते. याचाच अर्थ जर पहाट असेल तर रात्र होतेच. एके दिवशी मला समजले की माझ्या देवदूताचा निरोप समारंभ होता. ती दूर चालली होती. मला खूप वाईट वाटले. गुलाबाच्या बागेत बसून मी रडलो. त्याच बागेत ती मला लिहायला आणि वाचायला शिकवत असे. परंतु त्या दिवशी आमच्या प्रेक्षागृहात ती भाषण देत होती.

मी फक्त बसून रडत होतो. माझ्या मित्रांच्या गँगला मी प्रेक्षागृहात दिसलो नाही. त्यांच्या लगेच लक्षात आले की मी बागेत असणार. ते माझ्याजवळ आले आणि म्हणाले, ''अरे बासु, तुझी गर्लफ्रेंड चाललेय.'' मी त्यांच्याकडे पाहिले. माझ्या डोळ्यांत अश्रू होते. मी त्यांना विचारले, ''मी काय करू शकतो?'' एका सहा वर्षांच्या छोट्या मित्राने मला सांगितले, ''हे बघ. 'आपण एकत्र राहू या का?' असं सिनेमात हिरो कसा हिरॉईनला विचारतो, तसं तू कर. तुला जर ती इथेच रहावी असे वाटत असेल, तर तू तसंच कर.'' माझे सगळे मित्र म्हणाले, ''होय. तो बरोबर बोलतोय. तू तसंच कर. तू तिला विचारलं पाहिजे.'' परंतु असे कसे विचारतात, त्याची मला काहीच कल्पना नव्हती. पुन्हा एकदा माझ्या त्या छोट्या मित्राने मला कल्पना दिली, ''इथलं

एक फूल तोड आणि थेट व्यासपीठावर जा आणि गुडघ्यावर बस. त्यानंतर तिला गुलाब दे आणि तिला विचार की ती तुझी आहे का?'' माझ्या मित्रांनी सांगितल्याप्रमाणे मी गुलाबाचे फूल तोडले आणि प्रेक्षागृहाच्या दिशेने गेलो.

मी व्यासपीठाजवळ पोहचलो तेव्हाही मी रडतच होतो. मी रडत असल्याचे पाहिल्यावर माझ्या देवदूताने मला व्यासपीठावर बोलावले. माझे मित्र माझ्या मागेच होते आणि मला प्रोत्साहन देत होते. मी व्यासपीठावर गेल्यावर मी म्हणालो, ''डिअर मॅऽऽम, मला तुम्हाला काहीतरी सांगायचं आहे.'' तिने मला विचारले, ''तुला काय सांगायचं आहे?'' माझ्या मित्रांनी मला पुन्हा एकदा प्रोत्साहन दिले आणि ''सांगून टाक,'' असे म्हटले. मी तरीही रडतच होतो. त्यानंतर मी तिच्याजवळ गेलो आणि गुडघ्यावर बसलो. त्यानंतर तिला गुलाबाचे फूल देऊ केले आणि अस्पष्ट आवाजात म्हणालो, ''मॅऽऽम, मी तुमच्यावर खूप प्रेम करतो आणि मला तुमच्याशी लग्न करायचं आहे.'' अचानकच माझ्या मित्रांनीही रडायला सुरुवात केली आणि ते म्हणाले, ''मॅम, बासुचं तुमच्यावर प्रेम आहे. तुम्ही इथे, या गृहात आल्यापासून तो तुमच्यावर खूप खूप प्रेम करत आहे.'' सगळ्याच शिक्षकांना मोठा धक्का बसला होता. त्यांच्यापैकी एक शिक्षक माझ्याजवळ आला आणि म्हणाला, ''तू थांब हं! मी बघतो तुझ्याकडे. काय पण मुलगा आहे. याला शिक्षकाबद्दल थोडासाही आदर नाही!'' त्याने मला व्यासपीठावरून दूर करण्याचा प्रयत्न केला. परंतु माझी देवदूतही रडू लागली आणि म्हणाली, ''माझंही तुझ्यावर खूप प्रेम आहे आणि मी तुझ्याबरोबर लग्नही केलं असतं. परंतु आता तू खूपच लहान आहेस. तू फक्त माझ्या कमरेइतकाच येतोयस. तू माझ्याएवढा मोठा होशील ना, त्यावेळी मी तुझ्याबरोबर लग्न करेन. तोपर्यंत आपण मित्र-मैत्रीण राहूया. तू मला पत्रं पाठवत रहा आणि मीही तुला पत्रं पाठवेन.'' त्यानंतर तिने मला तिचा फोन नंबर आणि पत्ता दिला. तिने मला घट्ट मिठी मारली आणि माझ्या गालांचे मुके घेतले. ती म्हणाली, ''तुला ज्यावेळी माझी आठवण होईल आणि फोन करावासा वाटेल, त्यावेळी मला फक्त फोनची रिंग दे. तुला मला कधीही भेटावंसं वाटलं तरी तू मला फोन कर. ठीक आहे?'' त्यानंतर ओलावलेल्या डोळ्यांनी ती तिथून निघून गेली.

त्यानंतर आम्ही बऱ्याचदा फोनवर बोलत असू. मी तिला पत्रे पाठवत असे आणि तीही माझ्या पत्रांना उत्तरे पाठवत होती. एक वर्षभर हे सारे सुरू राहिले होते. हळूहळू परंतु खात्रीने माझ्या लक्षात वास्तव येत गेले. त्यानंतर योग्य आणि अयोग्य गोष्टी मला समजू लागल्या. त्यानंतर एके दिवशी मी तिच्या घरी गेलो आणि म्हणालो, ''मॅम, माझ्या लक्षात आलंय की आपण फक्त मित्र-मैत्रीण आहोत. मी तुमचा प्रियकर असू शकत नाही, हे मला समजलंय.'' तिने स्मित केले आणि दोन्ही हात पुढे केले आणि ती गुडघे टेकून बसली आणि तिने मला जवळ घेतले आणि माझे मुके घेतले. ती म्हणाली, ''मला माहिती आहे की तू एक अत्यंत निष्पाप, निरागस आणि छान मित्र आहेस. माझे तुझ्या साधेपणावर प्रेम आहे. तू माझ्या वयाचा असतास तर मी तुझ्याशी नक्कीच लग्न केलं असतं.'' त्या दिवशी मी तिच्या खऱ्या मित्राला भेटलो आणि त्याच्याशी माझे छान संभाषण झाले. तो माझी चेष्टा करत होता आणि त्याने मला सांगितले, ''मला वाटतं की मी तुझ्याबरोबर मारामारी केली पाहिजे, कारण तू तर खूपच सुंदर आणि रुबाबदार आहेस. मला तुझा हेवा वाटतो. माझ्या गर्लफ्रेंडलाही माझ्याऐवजी तुझ्याशी लग्न करावंसं वाटतं म्हणजे काय? '' मी हे खूपच गंभीरपणे घेतले आणि म्हणालो, ''ठीक आहे. तुम्हाला मारामारी करायची आहे ना? कधीही आपण करूया.'' त्याने स्मित केले आणि तो म्हणाला, ''नाही...नाही. तू खूपच शूर आहेस. तुझ्याबरोबर मारामारी करण्याचं धाडस माझ्याकडे नाही, कारण तू तर माझ्या गर्लफ्रेंडचा सच्चा प्रेमी आहेस.''

मी लाजलो होतो. मी मान खाली घातली. तो हसला आणि म्हणाला, ''अरे देवा. हा शूर पुरुष लाजाळूसुद्धा आहे. चल, असा लाजू नकोस.'' माझ्या देवदूताने चहा तयार केला आणि तिच्या बॉयफ्रेंडला दिला. त्यानंतर तिने मलाही ग्लासभर दूध दिले. त्यानंतर मी निघालोच होतो. ती माझ्याबरोबर तिच्या कारपर्यंत चालत आली आणि ड्रायव्हरला म्हणाली, ''प्लीज याला गृहापर्यंत सोडा.'' ड्रायव्हरने उत्तर दिले, ''ठीक आहे. मॅडम.'' ती पुन्हा गुडघ्यावर बसली आणि तिने मला जवळ घेतले. परंतु मी गाडीत बसलो नाही. मी बाहेरच उभा राहिलो होतो. ती माझ्याकडे आली. तिच्या डोळ्यांत अश्रू होते. तिने माझा मुका घेतला आणि म्हणाली, ''ठीक आहे स्वीटहार्ट, बाय.

आपण कदाचित पुन्हा भेटू शकणार नाही, कारण मी आता लग्न करणार आहे आणि कायमचीच अमेरिकेला जाणार आहे. परंतु मला तुझी खूपच आठवण येत राहील.'' तो माझा हृदयभंग करणारा दिवस होता. त्या दिवशी तिने फोन करून बोलावल्यामुळे मी तिच्या घरी गेलो होतो. ती लग्न करून कायमची अमेरिकेला जाणार असल्याचे त्याआधी ती मला सांगू शकली नव्हती. मी निघालोच होतो, तेव्हा तिने मला हे सांगितले आणि ती धावतच तिच्या घरात गेली. मीही कारमध्ये बसलो. तिचा मित्र खिडकीतून हात हलवून माझा निरोप घेत होता. तो मला 'बाय' म्हणत होता. तिच्या ड्रायव्हरने मला गृहाजवळ आणले आणि मी कारमधून उतरल्याबरोबर धावतच झोपण्याच्या खोलीत गेलो.

संपूर्ण संध्याकाळभर मी तिच्यासाठी रडत राहिलो होतो आणि त्या रात्री काहीही खाल्ले नाही. मला रोजच तिची आठवण होत होती. परंतु हळूहळू मी तिचा विचार करणे थांबवले. अखेरीस तिचे लग्न झाले. त्यानंतर ती देश सोडून जात असताना विमानतळावरून तिने माझ्याशी दूरध्वनीवरून संपर्क साधला होता. त्यावेळीही मी खूपच रडलो होतो आणि फोनवरून तीही रडली होती. त्यानंतर कधीही मला तिचा फोन आला नव्हता; परंतु सुमारे दोन ते तीन महिने मी रोज सतत त्या फोनकडे लक्ष ठेवून होतो. परंतु त्यानंतर आयुष्याची वास्तविकता माझ्या लक्षात आली होती. आयुष्य काय असते ते माझ्या लक्षात आले होते. काही तरी हरवणे, गमावणे आणि मिळवणे म्हणजे आयुष्य असते.

मला जो अनुभव आला होता, तो असा होता : आपल्या वाढीच्या आणि विकासाच्या वयात प्रत्येक मुलाच्या मनात अशा प्रकारच्या भावना आपोआपच उसळतात. परंतु त्या भावनांच्या मार्गावरून प्रवास करत असताना अशा लहान मुलाना दुखावण्याऐवजी किंवा त्यांचे सुंदर आणि अत्यंत निष्पाप हृदय भंग करण्याऐवजी आपण त्यांच्या भावना योग्य मार्गावर ठेवत आहोत याची आपण खात्री करून घेतली पाहिजे. मुले जे जे करत असतात त्या गोष्टी अतिशय नैसर्गिक असतात आणि सहसा त्यात त्यांचा कसलाच स्वार्थ नसतो. ती एक दैवी कृती असते आणि त्यात कसलीही पूर्वसूचना किंवा सूचकता नसते. ती एक साधी कृती असते. म्हणून त्यांच्या भावनांचा आदर

राखून त्यांना प्रेमाने प्रज्वलित करणे हीच प्रौढ व्यक्तींची जबाबदारी असते. माझ्या देवदूताने माझ्या बाबतीत तेच केले होते. तुम्ही खरोखरचे मानव असाल तर अशा प्रकारच्या गोष्टींपासून तुम्ही दूर जाऊ शकत नाही. भावना आणि विचार मान्य करण्यास तुमचे स्वत्व आणि तुमच्यातील सत्य तुम्हाला भाग पाडते. तुम्ही अशा गोष्टींचा त्याग केल्याचा दावा तुम्ही करत असाल तर त्याचा अर्थ तुम्ही सच्चे मनुष्यप्राणी नाही.

२६

बालकामगारीविरोधात जागतिक मोर्चा

ती १५ जानेवारी १९९८ ची सकाळ होती. कोणी तरी माझ्या दरवाजावर टकटक केली आणि मला लॉबीत येण्यास सांगितले. मी तिथे गेल्यावर मला एक अविश्वसनीय दृश्य दिसले. माझ्यासमोर मुलांचा सागर पसरलेला होता. काही मुले गोरी होती आणि काही काळी होती. शिवाय आशियाई मुलेही होती. त्या मुलांसमवेत त्यांचे मार्गदर्शक होते. ती मुले आपापल्या स्थानिक संघटनांचे प्रतिनिधित्व करत होती. ती सर्वच मुले १० ते १५ वयोगटातील होती. विविध देशांतील त्या मुलांना पाहून मला आश्चर्य वाटले. माझ्यासाठी ते एक सुंदर आणि कधीही न पाहिलेले जग होते. ते स्वप्नवतही होते. त्या लहान आणि गतिमान, ऊर्जावान मानवतेच्या समुद्राचा मी एक भाग होतो. माझ्या आयुष्यातील तो सर्वाधिक सुंदर क्षण होता. फक्त मीच तेवढा आश्चर्यचकित झालो नव्हतो; तर तिथे उपस्थित असलेले प्रत्येक मूल नक्कीच तेवढेच चकित झाले होते. प्रत्येक जणच एकमेकांकडे पहात होता आणि तो कोण असेल त्याचा अंदाज बांधत होता. परंतु अचानकच एक माणूस तिथे आला. त्याचा चेहरा दाढीने झाकलेला होता आणि तो सुमारे सहा फूट उंच होता. तो अतिशय साध्या माणसासारखा दिसत होता. साधी राहणी आणि उच्च विचारसरणी हे माणसाचे उद्दिष्ट असले पाहिजे असे मी एकदा ऐकले होते. मी त्या माणसाला पाहिल्यावर माझ्या मनात हा विचार चमकून गेला. त्याचे नाव होते कैलाश सत्यार्थी. सत्यार्थींनी प्रत्येकाला 'गुड मॉर्निंग' म्हटले

आणि 'हॅलो'ही म्हटले. आम्हीही त्यांना तसेच अभिवादन केले. मी विचार करत होतो, की हा माणूस कोण आहे? मी फक्त त्यांच्याकडे बघत राहिलो होतो. मला त्यांची दाढी आवडली नव्हती. त्यांनी मला हेरले आणि विचारले, ''अरे, तुझे नाव काय आहे?'' मी खालच्या आवाजात उत्तर दिले. त्यांनी मला विचारले, ''तुझं वय काय आहे?'' मी म्हणालो, ''नऊ वर्षे.'' त्यांना अतिशय आश्चर्य वाटले. ते म्हणाले, ''अरे देवा! तू फक्त नऊ वर्षांचाच आहेस? या वयाचा आणखी कोणी मुलगा इथे आहे का?'' मला त्यांची भीती वाटली होती, कारण त्यांनी दाढी ठेवली होती. परंतु अचानकच त्यांनी मला जवळ घेतले, कारण मी त्या मोर्चाच्या केंद्रस्थानी असलेला सर्वात लहान मुलगा होतो. नंतर त्यांनी मला विचारले, ''माझ्या बाळा, तू कसा आहेस?'' मी स्मित केले आणि त्यांच्याशी बोलू लागलो. काही मिनिटांतच आम्ही चांगले मित्र बनलो. आता मला त्यांच्या दाढीची भीती वाटत नव्हती. त्यांनी मला आपल्या मांडीवर बसवले आणि बालकामगारीविरोधातील त्या मोर्चाच्या चळवळीची माहिती दिली. फिलिप्पिनो सिटीमध्ये आम्ही तेवढ्यासाठीच गोळा झालो होतो.

त्यानंतर कैलाशजी उठून उभे राहिले. बालकामगारीविरोधातील जागतिक मोर्चाचे कैलाशजीच संस्थापक होते. त्यांनी जमलेल्या मुलांना उद्देशून भाषण केले. त्यांनी आम्हा सर्वांचे स्वागत केले आणि ते म्हणाले, ''प्रिय मुलांनो, उद्याचा प्रकाश दाखवण्यासाठी तुम्ही हातात मशाल घेतली आहे. सर्व मुलांसाठी आपल्या क्षमतेने हे जग सुंदर बनवण्याचा इतिहास रचण्यासाठी तुम्ही इथे जमला आहात. तुमच्याकडे नैतिक ताकद आहे. तुम्ही पर्वतही हलवू शकता. जागतिक नेत्यांच्या सद्सद्विवेकबुद्धीला तुम्हीच आवाहन करू शकता. तुमच्या ताकदीवर, सामर्थ्यावर आणि क्षमतांवर माझा पूर्ण विश्वास आहे. मुलांनो, वीस वर्षांपूर्वी मी इंजिनिअरिंगची पदवी मिळवली. त्यानंतर ज्या मार्गावरून खूपच कमी जण चालले आहेत, तो मार्ग चोखाळण्याची स्फूर्ती मला तुमच्यापासूनच मिळाली आहे. बालकामगारी हा मानवतेच्या विरोधातील सर्वाधिक वाईट गुन्हा आहे असे मला नेहमीच वाटत आले आहे. त्याच्यामुळे बालपण नष्ट होते. म्हणूनच मी त्या विरोधात लढायचे ठरवले आहे.

मुलांनो, आपल्या आयुष्यातील सर्वाधिक मोठ्या आव्हानावर तुम्ही मात केली आहे. अद्यापही गुलामगिरीच्या सापळ्यात अडकलेल्या मुलांचा तुम्ही आवाज बनू शकाल. मी तुम्हाला सलाम करतो. जगभरातील संघटनांनी जागतिक मोर्चात सहभागी होण्यासाठी निवडलेल्या काही थोड्या मुलांपैकी तुम्ही आहात. बालकामगारीविरोधातील या सर्वात मोठ्या लढ्याचा भाग बनण्यासाठी तुम्ही स्वेच्छेने तयार झालात त्याबद्दल मी तुमचे आभार मानतो. यापुढे कदाचित आपल्या आयुष्यातील हा एक संस्मरणीय अनुभव असेल. तुमच्यासारखीच कित्येक नाजूक मुले बालकामगारीला बळी पडतात. त्यांना रात्रंदिवस काम करावे लागते. त्यांना आपल्या पालकांना भेटता येत नाही. त्यांना अत्यल्प प्रमाणात खायला मिळते. काही वेळा तर या मुलांना उपाशीपोटीच झोपी जावे लागते. आपल्या कामाचे पैसे त्यांना मिळत नाहीत. या मुलांना खेळू दिले जात नाही. मजा करता येत नाही. इतर मुलांप्रमाणे त्यांना शाळेत जाता येत नाही. किरकोळ चुकांसाठी आपल्या मालकांकडून त्यांना वरचेवर मारहाण केली जाते. जगाच्या विविध भागांतून तुम्ही सर्व जण आला आहात. आपल्या आयुष्यांत तुम्हाला अशाच प्रकारच्या कष्टांना आणि अडचणींना तोंड द्यावे लागले आहे. परंतु तुमच्याकडे जगण्याची स्फूर्ती आहे. जीवनेच्छेचे स्फुल्लिंग आहे. बालकामगारी आणि शोषणात अडकलेल्या लाखो मुलांना वाचवण्याची जबरदस्त इच्छाशक्ती तुमच्याकडे आहे.

ती मुले आपल्याकडे प्रचंड आशेने बघत आहेत. त्यांच्या आपल्याकडून मोठ्या अपेक्षा आहेत आणि आपण त्यांना निराश करणार नाही. इतर कोणत्याही नागरिकाप्रमाणे स्वाभिमानाचे आयुष्य जगणे हा प्रत्येक मुलाचा हक्क आहे. तुमच्यासारख्या निरागस मुलांकडून हा हक्क हिरावून घेणाऱ्यांविरुद्ध आपण एकत्रितपणे लढा देत आहोत. तुम्ही स्वतः हाच बालकामगारी आणि शोषण याविरोधातील मोठा आवाज आहात हे मला माहिती आहे. या जगातील धोरणकर्त्यांच्या कानांपर्यंत तुमचा आवाज पोहचवण्याची तुम्हाला मिळालेली ही संधी आहे. ज्यावेळी तुम्ही सगळे जण बोलू लागाल, त्यावेळी संपूर्ण जग ऐकेल हे मला माहिती आहे. बालकामगारीच्या विरोधातील या पहिल्याच जागतिक लढ्यात तुम्हाला मार्गदर्शन करण्यासाठी मी, माझे सहकारी आणि स्वयंसेवक इथे आहोतच. आपल्या दुःखाचे रूपांतर आपल्या सामर्थ्यात

करण्यासाठी यातनांमधून जगत राहणाऱ्या तुम्हा सर्वांची निवड करण्यात आली आहे. तुम्हीच खरा बदल घडवून आणू शकता''.

''बालकामगारीच्या लढ्यात आजचा दिवस कायमच स्मरणात ठेवला जाईल. बालकामगारीविरुद्धच्या जागतिक मोर्चाच्या मनिला येथील भागाच्या उद्घाटनाच्या कार्यक्रमाचा तुम्ही सारे जण भाग आहात. येत्या महिन्याभरात आपण सारे जण जगभर प्रवास करणार आहोत. या मोर्चाचे आणखी दोन भाग आहेत. या पाठोपाठ त्यांचेही उद्घाटन होत आहे. ब्राझीलमधील साओ पावलो आणि द. आफ्रिकेतील केप टाऊन हे ते भाग आहेत. पुढच्या सहा महिन्यांत आपण सारे जण मिळून सुमारे ८०,००० किलोमीटरचा प्रवास करणार आहोत. हे अंतर पृथ्वीच्या परिघाच्या सुमारे दुप्पट अंतराएवढे आहे. आगामी दिवस हे तुम्हाला मंतरलेले जादुई दिवस वाटल्याशिवाय राहणार नाहीत. आपण इथून पुढे जाऊ, त्यावेळी आपला परस्परांशी आणि इतरांशी मोठ्या प्रमाणात संवाद होईल. तुम्हाला कित्येक मुलांना भेटता येईल. ती तुम्हाला आपापले अनुभव सांगतील आणि तुमचे अनुभव ऐकतील. अत्यंत अनिष्ट असलेल्या बालकामगारीविरोधात जबरदस्त शक्तिशाली आंतरराष्ट्रीय कायदा तयार करण्याची मागणी करत आपण देश, शहरे, गावे, जिल्हे आणि खेडी ओलांडून पुढे जात राहू. विविध राष्ट्रीयत्व, पार्श्वभूमी, वंश, क्षमता इ. असलेल्या लोकांना तुम्ही भेटाल. आपल्या संख्येत किती झटपट वाढ होईल आणि बालकामगारीविरोधातील आपला आवाज किती झटपट मोठा बनेल ते तुम्ही पाहू शकाल. आपण पुढे जात राहू, तसे तुम्हाला मुलांचे जागतिक हक्क आणि ते ओळखण्याचे मार्ग यांविषयी समजत जाईल. या मोर्चाच्या दरम्यान तुम्हाला आयुष्यभराचे मित्र मिळतील याची मला खात्री आहे.

जागतिक मोर्चातील प्रौढ प्रतिनिधी आणि संघटनांचे सहकारी तुमच्या चौकशांना उत्तरे देतील. त्यामुळे कृपा करून प्रश्न विचारायला अजिबात बिचकू नका. तुम्हाला पद्धतशीरपणे उत्तरे आणि स्पष्टीकरणे दिली जातील याची मी तुम्हाला हमी देतो. त्या उत्तरानेही तुमचे समाधान झाले नाही, तर तुमच्या चिंता, शंका दूर करण्यासाठी सतत मी इथे तुमच्या आसपासच असेन.

तेव्हा माझ्या प्रिय छोट्या मित्रांनो, हा मुलांनी मुलांसाठी दिलेला लढा आहे. ही एकजुटीची ताकद आहे. जगातील अंधाऱ्या कोपऱ्यांत झुरत बसलेल्या मुलांची एकजूट दाखवून देण्याचा हा सर्वात मोठा कार्यक्रम आहे. या मुलांसाठी काम करण्याची ही वेळ आहे, त्यामुळे तुमच्याप्रमाणे भविष्यात इतर मुलांना त्रास सहन करावा लागणार नाही.''

कैलाशजींच्या स्फूर्तिप्रद भाषणामुळे आम्ही अवाक्‌ झालो होतो. आमच्या तोंडातून शब्दही फुटत नव्हता. आम्ही त्याच क्षणी त्यांच्या प्रेमात पडलो होतो. त्याच वेळी तिथे एक नवीन कुटुंब निर्माण झाले होते आणि तिथे आमच्यातच 'कैलाशजी' नावाचा एक हिरो होता.

मी ती सुरुवातीची भाषणे ऐकली त्यावेळी माझ्या मनात एक असीम उत्साह संचारला होता. मी या मोर्चाविषयी विचार करण्यास सुरुवात केली होती. बालकामगार म्हणून उदरनिर्वाह चालवण्याठी मला मोठ्याच यातना सहन कराव्या लागल्या होत्या. अशा प्रकारच्या मोहिमेसाठी मी आता अगदी योग्य होतो आणि सज्जही होतो. मला कैलाशजी खरोखरच आवडले, कारण आयुष्य जगण्याचे स्वप्न पाहण्याचे धाडसही न करणाऱ्या मुलांसाठी ते काम करत होते. त्यांनी मला ''माझ्या बाळा (*son*)'' असेही म्हटले होते. त्यानंतर मी आपला त्यांच्यामागे शेपटासारखा सगळीकडे जाऊ लागलो. काही वेळा तेही माझ्याकडे खरोखरच आकर्षित झाले होते. या कार्यक्रमानंतर आम्ही एकमेकांपासून दूर जाणार होतो, परंतु त्यावेळी मात्र आम्ही हॉटेलमध्ये जाऊन नाष्टा केला. ते मला खूपच छान वाटले. मला तिथे भरपूर खाद्यपदार्थ दिसले. त्यामुळे मी लगेच रोस्टेड चिकनची ऑर्डर दिली. मी टेबलावर बसलेला असताना माझ्या तोंडाला पाणी सुटले होते. मी बकाबका चिकन खाण्यास सुरुवात केली. माझ्या आयुष्यातील सर्वाधिक वाईट दिवस मला आठवला आणि पुन्हा एकदा मी गतायुष्यात हरवून गेलो.

२७

मुलांच्या फौजेची निदर्शने

मनिलातील त्या सकाळी माझ्या गतायुष्यातील यातनामय प्रसंगाचा विचार करत असताना मी हॉटेलमध्ये खात होतो आणि आजूबाजूला पहात होतो. ती किती सुंदर सकाळ होती, असे मला वाटत होते.

अशा सकाळीची मी स्वप्नातही कधी कल्पना केली नव्हती. माझ्या नव्याकोऱ्या आयुष्याची ती पहाट होती. बालकामगारीविरोधातील मोर्चा काढला जाण्याची ती सकाळ होती.

माझी निवड कशी झाली होती ते विचार माझ्या मनात येऊ लागले. नेपाळमधील बालकामगारांना या मोर्चात सहभागी होण्यासाठी प्रवृत्त करण्यात मी अत्यंत सक्रिय होतो. सीडब्ल्यूआयएनच्या कार्यकर्त्यांना मी अत्यंत आवडत होतो, कारण आता मी रस्त्यावरचे आक्रमक आणि हिंसक मूल नव्हतो. मी जीवनाच्या तत्त्वज्ञानाविषयी बोलणारे मूल होतो. नव्याने येणाऱ्यांना सीडब्ल्यूआयएनच्या आश्रयाला येऊन आयुष्याविषयी विचार करण्यास मी मदत करत होतो. त्याच वेळी रस्त्यावरच्या मुलांसाठी काम करणाऱ्या इतर संघटनांना मी मदत करत होतो. याशिवाय मी विविध प्रकारच्या नेतृत्त्व प्रशिक्षण कार्यशाळांमधून प्रशिक्षण घेत होतो. मुलांच्या हक्कांविषयी मला पहिले प्रशिक्षण मिळाले होते. ते रेड्ड बार्ना या संघटनेने आयोजित केले होते. मी सहभागी झालेला तो पहिलाच प्रशिक्षण कार्यक्रम असल्यामुळे आणि तो

मुलांच्या हक्काविषयी असल्यामुळे माझ्या तो चांगलाच लक्षात आहे. मुलांना एवढे हक्क असतात, हे मला तोपर्यंत कधीच माहिती नव्हते. त्या कार्यशाळेत सगळीकडून आलेली कित्येक मुले होती.

या क्षेत्रात सक्रिय असलेल्या नेपाळमधील कित्येक स्वयंसेवी संस्था त्यांत सहभागी झाल्या होत्या. कार्यशाळेच्या अखेरील माझी 'लीडर' म्हणून निवड झाली. मी केलेल्या भाषणाचे आणि त्यातून रस्त्यावरच्या मुलांच्या समस्यांविषयी मी मांडलेल्या दृष्टिकोनांचे सर्वांनी कौतुक केले. त्यानंतर सीडब्ल्यूआयएनमध्ये मी अत्यंत प्रसिद्ध बनलो. सीडब्ल्यूआयएनच्या बालकामगारीविरुद्धच्या जागतिक मोर्चाच्या दक्षिण आशियाच्या विभागीय सचिवालयाकडे या मोर्चाचे यजमानपद होते. कैलाशजी आणि त्यांचे प्रिय मित्र; सर गौरी प्रधान हे साऊथ एशियन कोॲलिशन ऑन चाईल्ड सर्व्हिट्यूड (एसएसीईएस)चे सहसंस्थापक होते. या संस्थेची स्थापना सन १९८८ मध्ये झाली होती. सर गौरी हे आधीच माझे मित्र बनले होते. परंतु आता ते माझे चाहते झाले होते. वर्षानुवर्षे मुलांमधील ज्या बुद्धिमत्तेविषयी ते बोलत होते तशा प्रकारची निसर्गदत्त बुद्धिमत्ता मूल म्हणून माझ्यात असल्याचे त्यांना जाणवले होते. रस्त्यावर बालकामगार म्हणून राबताना बेघर मुलांना कशा कशातून जावे लागते, ते सांगणारी सत्यकथा म्हणून ते माझ्याकडे पहात होते.

काही काळाने बालकामगारीच्या विरोधात जगभर काढण्यात येणाऱ्या मोर्चाच्या आंतरराष्ट्रीय कार्यक्रमात सहभागी होण्यासाठी नेपाळमधील मुलांना पाठवण्याविषयी सीडब्ल्यूआयएनमध्ये चर्चा झाली. विविध संघटना शोषणातून जगलेल्या आणि आंतरराष्ट्रीय धोरणकर्त्यांसमोर समर्थपणे आपला आवाज उठवण्याची क्षमता असलेल्या मुलांच्या शोधात होत्या. कित्येक बालकामगार मुलांच्या त्या मुलाखती घेत होत्या. लवकरच सीडब्ल्यूआयएनचे शिक्षक माझ्याकडे आले आणि माझ्याशी बोलू लागले. चळवळीत सहभागी होऊ शकणारा संभाव्य कार्यकर्ता म्हणून ते माझ्याशी बोलत होते. संघटनेच्या मूल्यमापन चाचणीत मी उत्तीर्ण झालो. बालकामगारी विरोधातील जागतिक मोर्चात सहभागी होण्यासाठी मी उत्तम मुलगा असल्याचे त्यांना वाटले. मुलाखतींच्या पहिल्या फेरीनंतर तारक धितल हे वरिष्ठ कार्यकर्ते माझ्याशी बोलले. मी बहुधा त्यांना दुसऱ्यांदा भेटत होतो. ते अगदी सहजपणे बोलत

होते. तरीही ते म्हणाले, ''अरे, बासु, मी तुझ्याविषयी बरंच काही ऐकलंय.'' त्यानंतर त्यांनी माझ्याशी बराच वेळ गप्पा मारल्या. त्यांच्या या चाचणीतही मी उत्तीर्ण झाल्यावर मला गौरी प्रधान सरांच्याकडे पाठवण्यात आले. सीडब्ल्यूआयएनच्या मुख्यालयात मी त्यांना जाऊन भेटलो.

मी स्वागत कक्षात पोहचल्यावर स्वागतिकेने मला बसायला सांगितले. त्यानंतर गौरी सरांनी मला त्यांच्या कार्यालयात बोलावले. त्यांनी मला बसायला सांगितले. मी यावेळी थोडासा नर्व्हस झालो होतो, कारण आंतरराष्ट्रीय मोहिमेचा प्रचारक बनण्यासाठी ते माझी मुलाखत घेत असल्याचे मला माहिती होते. मी खुर्चीवर बसल्यावर त्यांनी विचारले, ''कसा आहेस?'' ''छान आहे, सर!'' मी म्हणालो.

ते म्हणाले, ''आपण इथे कशासाठी बोलत आहोत ते तुला माहिती आहे. बरोबर?''

मी उत्तर दिले, ''होय सर. जगभरातील मुलांसमोर बऱ्याच समस्या आहेत. अद्यापही गुलामगिरीत खितपत असलेल्या आणि रस्त्यावर राहणाऱ्या लाखो अनाथ मुलांचे प्रतिनिधीत्व करू शकणाऱ्या मुलाची तुम्ही निवड करत आहात.''

त्यांनी स्मित केले आणि म्हणाले, ''होय. ते खरे आहे...मग मला सांग की यासाठी तुझी निवड का केली जावी?''

मी म्हणालो, ''माझी यासाठी निवड होईल किंवा नाही, ते मला खरोखरच माहिती नाही. माझ्या मनात फक्त एकच गोष्ट आहे की मी जर तिथे जाऊ शकलो तर माझ्या मनात या सरकारांसाठी कित्येक प्रश्न आहेत आणि संपूर्ण जगाला माझी कथा सांगण्याची माझी इच्छा आहे. लाखो मुलांना त्यांची आयुष्यं रस्त्यावर का घालवावी लागतात ते मला विचारायचं आहे. आमची काळजी घेण्याची जबाबदारी सरकारांवर असल्याचं मी ऐकून आहे. मग जगाच्या प्रत्येक भागात लाखो मुलं रस्त्यावरच का मरतात? माझी निवड व्हावी असे मला वाटतं, कारण रस्त्यावरच्या मुलांचं आयुष्य मी स्वतः जवळून अनुभवलं आहे. मी रस्त्यावर मुलांना मरताना पाहिलं आहे आणि रस्त्यावरच

अनाथ मुलांनाही पाहिलं आहे.'' मी खरोखरच पोटतिडकीने बोलत होतो हे सरांना माहिती होते. अनाथ आणि टाकून दिलेल्या बेघर मुलांविषयी मला वाटत असलेली चिंताही त्यांना आधीच माहिती होती.

त्यामुळे ते म्हणाले, ''ठीक आहे.....तू खूप लहान आहेस; परंतु बालकामगारीविरोधातील मोर्चात सहभागी होण्यासाठी तू योग्य मुलगा आहेस. तुला माझ्या सदिच्छा!'' त्यांनी स्मित केले आणि मला आनंद झाला, कारण मला जागतिक मोर्चाचे महत्त्व माहिती होते. या कार्यक्रमाच्या व्याप्तीविषयी मला सीडब्ल्यूआयएनच्या कित्येक कर्मचारी सदस्यांनी कल्पना दिली होती. या मोर्चासाठी नेपाळमधून माझी निवड झाली होती त्यामुळे मी स्वतःला नशीबवान समजत होतो आणि मी अत्यंत रोमांचित झालो होतो. मी उठलो आणि म्हणालो, ''सर, मला माहिती आहे त्यावरून स्वतः बळी पडलेली मुलंच हा इतिहास लिहिणार आहेत ना?''

ते म्हणाले, ''तशी आशा तरी करूया. आपल्या समस्यांविषयी जगभरच्या लोकांना मुलं जागरूक बनवतील अशी इच्छा तरी करूया. म्हणूनच तुला आम्ही निवडलं आहे. तुझ्याकडे नेतृत्त्वगुण आहेत, माझ्या मित्रा आणि तू आम्हाला मान खाली घालायला लावणार नाहीस, असं मला वाटतं.''

मी उत्तर दिले, ''नाही सर. मी तसं कधीच करणार नाही.''त्यानंतर मी कार्यालयातून बाहेर पडलो आणि मी कसा जाईन, वगैरे कल्पना करू लागलो. मी विमानाने जाईन की बसने जाईन? याशिवाय माझ्या मनात कित्येक गोष्टी येत राहिल्या. सर्व कर्मचारी, शिक्षक आणि अर्थातच मित्र यांना माझी निवड झाल्याचे ऐकून खूप खूप आनंद झाला. आता मी सीडब्ल्यूआयएनचा चँपियन बनलो होतो. गौरी सरांनी मला असेही सांगितले होते की विष्णू नावाचा सीडब्ल्यूआयएनचा आणखी एक मुलगाही या मोर्चात सहभागी होण्यासाठी निवडला गेला होता.

म्हणूनच त्या दिवशी सकाळी मी मनिलाच्या त्या हॉटेलमध्ये होतो.

नाष्टा झाल्यानंतर आम्ही लॉबीत पोहचलो. ती सगळी गोष्ट औरच होती. खरोखरच आम्ही सगळीच मुले होतो. परंतु आमच्या हृदयांत आत्यंतिक

यातना, दुःखे भरून राहिली होती. त्या लॉबीत असलेला आमच्यापैकी प्रत्येक जण जगाच्या वेगवेगळ्या कोनाकोपऱ्यातून आला होता. आम्ही प्रत्येक जणच काम करणारे मूल होतो. आमच्यापैकी प्रत्येकाकडे सांगण्यासाठी एकेक कथा होती. इतिहासाची निर्मिती करण्याच्या इच्छेने त्या लॉबीत जमलेला प्रत्येक जण हा बालकामगार होता. त्यामुळे माझ्या आसपास फिरणाऱ्या प्रत्येक मुलाच्या अंतर्यामीच्या वेदना मी जाणू शकत होतो. तिथे जमलेले लोक आणि मुले यांना एकमेकांच्या भाषा येत नव्हत्या. छोट्या छोट्या हातांनी खाणाखुणा करून आपल्या भावना दुसऱ्यापर्यंत पोहचवण्याची चाललेली धडपड मी पहात होतो. परंतु लवकरच बालकामगारीवरची आमची गाणी, नाटुकली, रोल प्लेज, कविता आणि घोषणा यांमधून आम्ही एकमेकांना ओळखू लागलो. जसजसे आम्ही एकमेकांना वैयक्तिक कथा, असह्य दुःखाच्या कथा सांगू लागलो, तसतसे आमच्यातील स्नेहबंध अधिकाधिक दृढ होत गेले. एकमेकांशी दुःख वाटून घेतल्यामुळे आणि बोलल्यामुळे आम्ही 'एक' बनलो होतो. ते विविधतेतील एकतेप्रमाणे होते. अशा प्रकारे आम्हाला 'एकजूट' या शब्दाचा अर्थ समजला होता. 'गो गो ग्लोबल मार्च, स्टॉप..स्टॉप चाईल्ड लेबर..., वि वाँट एज्युकेशन...नो मोअर टूल्स इन टायनी हँड्स... वि वाँट बुक्स अँड वि वाँट टॉईज...' अशा घोषणांनी आम्ही आसमंत दणाणून सोडला. या जागतिक मोर्चातील भागीदार, स्वयंसेवक आणि कर्मचारी यांनी आम्ही अगदी सहजरित्या काम करू शकू अशी खात्रीशीर व्यवस्था केली होती. कोणतीही अघटित घटना घडलीच तर असावा, म्हणून आम्हा सर्वांचा विमा उतरवण्यात आला होता. खूपच आधी पूर्वतयारी करून तयार करण्यात आलेल्या प्रत्येक कार्यक्रमामागचा आणि कृतीमागचा उद्देश आम्हाला स्पष्ट करून सांगण्यात आला होता. त्यामुळे सारे काही सुरळीतपणे सुरू होते.

फक्त एकाच दिवसात कित्येक कार्यक्रमांच्या मालिकेमुळे आम्ही एकमेकांच्या जवळ आलो होतो. आम्हाला भाषा आणि संस्कृतीविषयी माहिती नव्हती. वर्ण, वंश, धर्म आणि जातपात आम्ही जाणत नव्हतो. इथे आमचा एकच धर्म होता आणि तो होता मानवता. आम्हाला एकच एक विशिष्ट देश नव्हता, कारण आम्ही सर्व मुले म्हणजे कैलाश सत्यार्थी यांच्या नेतृत्वाखाली बालकामगारीविरोधात काढण्यात आलेल्या त्या जागतिक मोर्चाचे सैन्यदल

होतो, आम्ही त्यांचे लष्कर होतो. आमच्या मनात उत्साह भरून राहिला होता. आमच्यातील क्षमता ओसंडून वहात होत्या आणि आमच्या हृदयात आग होती. जगाच्या प्रत्येक कोपऱ्यातील मुलाला न्याय मिळावा, हीच आमची इच्छा होती. आम्हाला 'कोअर मार्चर' असे म्हटले जात होते आणि मी त्या सर्वांमधील सर्वात कमी वयाचा कोअर मार्चर होतो. अखेरीस प्रदीर्घ तयारीनंतर फिलिपिन्सची राजधानी असलेल्या मनिलापासून आम्ही मोर्चाला सुरुवात केली. आम्ही घोषणा देत होतो आणि रस्त्यांवरून चालत होतो. एकमेकांशी गप्पा मारत होतो. घोषणा देण्याच्या कल्पनेने मी तर अक्षरशः रोमांचित होऊन गेलो होतो. शाळा आणि आधारगृहांतील हजारो मुलांनी आमच्या या मोर्चात सहभाग घेतला. त्यांचे शिक्षक, सामाजिक कार्यकर्ते, कामगार संघटनांचे सदस्य आदी कित्येक जण त्यात सहभागी झाले. मी मेगॅफोन घेतला होता. त्यानंतर मी त्यावरून घोषणा देऊ लागलो. अगदी दमदार आवाजात मी ओरडलो, ''गो..गो...'' आणि बाकीचे सगळे जोरदार आवाजात ओरडले, ''ग्लोबल मार्च...'' ''स्टॉप...स्टॉप...'' ''चाईल्ड लेबर.'' ''वि वाँट..'' ''एज्युकेशन.'' ''नो मोअर'' ''टूल्स इन टायनी हँड्स..'' ''वि वाँट..'' ''बुक्स अँड टॉईज.'' या मोर्चाचे प्रतिनिधी, जगभरातील भागीदार संघटना आणि अशा एकमेवाद्वितीय मोर्चात सहभागी झालेली मुले या सर्वांशी चर्चा करून या घोषणा ठरवण्यात आल्या होत्या. आमच्या घोषणांनी सारे शहर दणाणून गेले होते. इलेक्ट्रॉनिक माध्यमे शांत बसली नव्हती. त्यांनी या मोर्चाची आणि कोअर मार्चर्सची शेकडो छायाचित्रे घेतली. लवकरच आम्ही मनिलाच्या संसदेत पोहचलो. तेथील लोकांनी आमचे अति महत्त्वाच्या व्यक्तींप्रमाणे स्वागत केले.

आम्ही संसदेत प्रवेश केल्यावर मी आजूबाजूला डोकावून पाहू लागलो. मला तिथे खांद्यावर मशिनगन्स अडकवून उभे असलेले कित्येक पाहरेकरी दिसले. आम्हा कोअर मार्चर्सना तिथल्या खुर्च्यांच्या रांगांवर बसण्यास सांगण्यात आले. त्यानंतर आम्ही घोषणा देण्यास सुरुवात केली. माजी राष्ट्राध्यक्ष कोरी ॲक्विनो आणि इतर नेते येऊन आमच्यासमवेत बसले. त्यानंतर कैलाशजी यांनी सुमारे अर्धा तास त्यांच्याबरोबर मुलांच्या या समस्यांवर चर्चा केली. देशातील बालकामगारीच्या प्रश्नाविषयी ते खरोखरच जागरुक नव्हते. काही

कोअर मार्चर्स आणि फिलिपिन्समधील स्थानिक मुलांनी त्यांना आपल्या कष्टप्रद, खडतर जीवनाच्या कहाण्या सांगितल्या. काही मुलांनी तिथे आपल्या जीवनकहाण्या सांगितल्या त्या ऐकल्यानंतर राजकीय नेत्यांनी बालकाम गारीची प्रथा नष्ट करण्यासाठी काम करण्याचे वचन आम्हाला दिले. कोअर मार्चर मुलांच्या धाडसाचे आणि धैर्याचे त्यांनी कौतुक केले. ते म्हणाले, की स्वतः बालकामगारीची झळ सोसलेली मुलेच बालकामगारीची प्रथा बंद व्हावी यासाठी, इतर मुलांवर अशी वेळ येऊ नये यासाठी त्यांच्या हक्कासाठी संघर्ष करत असल्याचे आणि जगाच्या उज्ज्वल भवितव्यासाठी शहरांतील रस्त्यांवरून मोर्चा काढत असल्याचे पाहून त्यांना समाधान वाटले होते. त्यांनी आम्हाला सुयश चिंतले. नेत्यांकडून हे ऐकल्यावर आम्हाला खूप आनंद झाला आणि आम्ही त्यांचे आभार मानले. त्यानंतर त्यांनी आम्हाला मिठ्या मारल्या. मलासुद्धा त्यांनी मिठी मारली आणि आमच्याशी हस्तांदोलन केले. त्यानंतर आम्ही हॉटेलवर परतलो. त्या दिवशी सगळेच खूपच रोमांचित झालो होतो आणि दमलोही होतो. आणि इतर सगळ्याच गोष्टींसाठी आमच्या मनात कृतज्ञताही दाटून आली होती.

दुसऱ्या दिवशी सकाळी मी उठलो त्यावेळी माझ्याकडे आमचा प्रवर्तक आला. त्याच्या हातात त्या दिवशीचे वर्तमानपत्र होते. त्याने स्मित केले आणि वर्तमानपत्र मला दिले. मी ते पाहिल्यावर एकदम स्तंभित झालो. 'अरे देवा! माझा त्यावर विश्वासच बसत नव्हता. एके दिवशी माझेही छायाचित्र वर्तम ानपत्रात येईल असे मला कधी स्वप्नातही वाटले नव्हते. माझे छायाचित्र एवढ्या मोठ्या वर्तमानपत्राच्या भल्या मोठ्या पहिल्या पानावर छापून आले होते. एवढा सुंदर क्षण दिल्याबद्दल देवाचे आभार!' वर्तमानपत्रात माझे छायाचित्र छापून आल्याचे पाहून मी खूप, खूप खूश झालो होतो. मला वाटले की आता मी फक्त रस्त्यावरचे मूल नव्हतो. मी आनंदात होतो. मी प्रसिद्ध बनत होतो. माझ्यावर प्रेम केले जात होते आणि मला आदराने वागवले जात होते. तिथल्या सर्व लोकांसाठी मी एक महत्त्वाचे मूल होतो.' अशी भावना मनात बाळगून आनंदाने मी कॅफेटोरियामध्ये गेलो. मी तिथे पोहचलो, त्यावेळी टी.व्ही.वर तीच बातमी दाखवली जात होती आणि मी स्वतःलाच इतर मुलांसोबत टीव्हीच्या पडद्यावर पहात होतो. आमच्या सगळ्यांचेच मनोधैर्य उंचावले होते आणि आम्ही उत्साहाने चित्कारत होतो.

फिलिपिन्समध्ये सुरुवात करून आम्ही व्हिएतनाम, कंबोडिया, थायलंड, मलेशिया, बांगला देश, नेपाळ, भारत, पाकिस्तान, इराण, टर्की, ग्रीस, इटली, स्वित्झर्लंड इ. देशांत अशाच प्रकारे मोर्चे काढले. रोजच आम्ही मोर्चा काढत होतो आणि रस्त्यांमधून, पदपथांवरून आणि शेजारची शहरे, गावे, जिल्हे आणि खेडी येथून चालत जात होतो. मोर्चातून चालत निघालेले असताना आमच्या हातात घोषणाफलक आणि बॅनर्स असत. तसेच तार स्वरात ओरडून आम्ही घोषणा देत होतो. लोकांचे लक्ष वेधून घेण्यासाठी आमच्यासोबत ढोलवाले आणि बँडपथक वगैरे होते.

किमान पाच ते सहा सार्वजनिक सभा, पथनाट्ये, कोपरा सभा आणि मोर्चे हे या जागतिक मोर्चादरम्यानचे आमचे रोजचे काम होते. आम्ही मोर्चा काढून फिरत असताना कित्येक लोक स्वेच्छेने आमच्या मोर्चात सहभागी होत आणि आमच्यासोबत चालू लागत. आम्ही जिकडे जात असू, तिकडे आमच्यासोबत ते मोर्चातून चालू लागत.

सर्वत्र मोर्चा काढल्यामुळे आम्हाला बालकामगारी, स्थानिक लोक, विविध समस्या, वेगवेगळ्या संस्कृती, पेहराव आणि विविध प्रकारच्या लोकांची चेहरेपट्टी आणि ते कसे दिसतात याविषयीची मोठीच माहिती मिळाली. परंतु वेगळेपणाऐवजी मला संपूर्ण जगात काहीतरी अगदी समान आणि सर्वसामान्य गोष्ट आढळली. त्या होत्या भावना, प्रेम आणि मानवता. जागतिक मोर्चाने हीच विशिष्ट गोष्ट प्रयत्नपूर्वक केली होती. आपण सहसा देशनिहाय, धर्मनिहाय आणि वंश व जातींच्या आधारांवर आपले विभाजन करून घेतो. परंतु बालकामगारी विरोधातील जागतिक मोर्चाच्या या छत्राखाली आम्ही इतर सर्वांसोबत उभे होतो. त्यावेळी आमचा धर्म एकच होता. प्रेमाचा आणि मानवतेचा धर्म. हे धर्म नैसर्गिक आणि देवदत्त होते. बाकीच्या सगळ्या गोष्टी मानवनिर्मित होत्या. त्यांच्यामुळे लोक एकमेकांपासून विभक्त होतात. या गोष्टी लोकांना प्रेम आणि मानवतेपासून दूर नेतात. आपण निसर्गातील जीव आहोत हे लोक विसरून जातात आणि युद्धांमध्ये दंग होतात. त्यामुळे मी खरोखरच एकच गोष्ट शिकलो, ती म्हणजे मला कोणताही मानवनिर्मित धर्म नसला पाहिजे. मी नेहमीच प्रेम आणि मानवता यांच्या मार्गावरूनच चालले पाहिजे, कारण इतर कोणत्याही गोष्टीहून महत्त्वाची श्रेष्ठ गोष्ट एकच आहे, की

मी मानव आहे. देव एकच आहे. लोक त्याच्या विविध रूपांची पूजा करतात आणि त्यामुळेच विविध धर्मांचा उदय होतो. म्हणून धर्मासाठी लढण्यापेक्षा आपण फक्त एकाच धर्माचे अनुसरण केले पाहिजे. तो धर्म आहे मानवता. हा धर्म फक्त प्रेमाचीच शिकवण देतो. कारण फक्त त्यासाठीच आपण भुकेलेलो असतो, आसावलेले असतो.

मी एका देशातून दुसऱ्या देशात असा प्रवास करत होतो. त्यावेळी मी प्रसिद्ध बनलो आणि लोक मला कोअर मार्चर्स, हिरो म्हणू लागले. मी अत्यंत व्यस्त असे आणि माझ्याभोवती इलेक्ट्रॉनिक माध्यमाच्या लोकांचा गराडा पडलेला असे. जागतिक मोर्चाने मोठ्या प्रमाणात, अगदी भव्य म्हणावी अशी तयारी केलेली होती. मुलांना आणि इतर कोअर मार्चर्सना माध्यमे आणि पत्रकार यांच्याकडून खोचक प्रश्न विचारले जाऊ नयेत यासाठी ही तयारी होती. प्रत्येक रेडिओ, टेलीव्हिजन आणि वर्तमानपत्र यांच्या प्रतिनिधीला आमच्याशी आणि इतर कोअर मार्चर्सशी बोलायचे होते. जागतिक मोर्चाच्या आयोजकांनी नियोजनबद्धतेने कार्यक्रमाची आखणी केलेली होती. त्यामुळे प्रत्येक कोअर मार्चर मुलाला किंवा मुलीला मुलाखती किंवा भाषणातून त्याचे किंवा तिचे प्रकरण प्रसिद्धीमाध्यमांसमोर आणता येणार होते. माध्यमांचे आमच्याकडचे लक्ष एवढे वाढले होते की अगदी आम्ही बसलो असलो किंवा खात असलो तरी ते आमच्या मुलाखती घेत होते. प्रत्येक पावला-पावलावर लोक आमची कित्येक छायाचित्रे घेत होते. अत्यंत महत्त्वाच्या व्यक्तीप्रमाणे आम्हाला वागणूक मिळत होती. एखाद्या प्रसिद्ध हॉलीवूड स्टारच्या अनुभवाहून तो कोणत्याही प्रकारे कमी दर्जाचा अनुभव नव्हता असे मी म्हणू शकतो. लवकरच मला या अति लक्ष दिल्या जाण्याच्या गोष्टीचा कंटाळा आला आणि कॅमेरा दिसला रे दिसला की मी पळून जाऊ लागलो.

काळ किंवा वेळ म्हणजे काय ते मला खरोखरच कधीच समजलेले नाही. कारण वेळ बदलली की आयुष्यात कित्येक अनपेक्षित अनुभव येऊ लागतात. माझ्या आयुष्यात तसेच घडले होते. एक काळ असा होता की मी रस्त्यावर होतो आणि लोक माझा तिरस्कार करत होते. आता लोकांना माझ्याबरोबर बोलायचे होते आणि ते माझ्यावर प्रेम करत होते. जागतिक मोर्चामुळे आम्हा सर्व कोअर मार्चर्सच्या आयुष्याचा कायापालट झाला होता. त्यातही सर्वाधिक

आश्चर्याची गोष्ट अशी होती की लोकांना आमच्याकडून बरेच काही शिकायचे होते. माझ्या आयुष्यात घडणाऱ्या प्रत्येक स्थित्यंतरातून माझ्या एक गोष्ट लक्षात आली आहे, की अत्यंत वाईट किंवा अत्यंत उत्तम अशा दोन्ही प्रकारच्या अनुभवांसाठी मी तयार राहिले पाहिजे.

आमची चळवळ वाढत चालली होती आणि जगातून बालकामगारी नष्ट करण्याचे उद्दिष्ट साध्य होत चालल्यासारखे दिसत होते. मुलांच्या हक्कासाठीच्या घोषणा देताना कोअर मार्चर्स थकत नव्हते. त्यांना शक्य होते तेवढ्या जोरदारपणे अगदी बेंबीच्या देठापासून ओरडून ते घोषणा देत होते. त्यानंतर आम्ही इटलीची राजधानी असलेल्या रोमला पोहचलो. आम्ही एका अत्यंत आरामदायी आणि ऐषारामी बसमधून प्रवास केला. बस सुटल्यानंतर आम्हाला आमच्या अवतीभवती अनेक सुंदर गोष्टी दिसू लागल्या. इमारती, कारंजे, बगीचे इ. अनेक गोष्टी. अचानकच मला एक मुलगा आणि मुलगी बस स्टँडवर उभी राहून एकमेकांना कुरवाळत असल्याचे दिसले. ते दृश्य पाहून प्रत्येक कोअर मार्चरच्या नजरा त्यांच्यावरच खिळून राहिल्या. मला लिटल मास्टर म्हटले जात असे आणि मी अत्यंत खोडकर होतो. मी त्या जोडप्याकडे पाहून ओरडलो, ''कॅरी ऑन यू सेक्सी गाईज.'' सगळी मुले खिदळली आणि रस्ताभर सगळे हसतच राहिले होते. माझा प्रवर्तक माझ्याकडे आला आणि त्याने मला विचारले, ''तू बाहेर काय पहात आहेस आणि हसत आहेस?'' मी एकदम शांत झालो आणि म्हणालो, ''नाही. मी इथे हसत नाही. पण बाकीचे सगळे हसत आहेत. मी फक्त एकेक सुंदर दृश्य पाहून त्याचा आनंद घेत आहे. ती सुंदर इमारत पहा सर. ती किती सुंदर आहे ना?'' माझ्या प्रवर्तकाने माझ्याकडे पाहिले आणि तो म्हणाला, ''रोममधील प्रत्येक इमारत, पुतळा आणि गल्ली सुंदर आहे. ते सगळे पाहून घे आणि त्याची मजा घे.'' त्यानंतर आमचा प्रवर्तक आपल्या सीटवर जाऊन बसला. थोड्या वेळाने आम्ही गेस्ट हाऊसवर पोहचलो. रोममध्ये आम्ही तिथेच राहणार होतो. आम्ही सगळेच जण बसमधून उतरलो आणि आपापल्या खोल्यांचे क्रमांक समजण्यासाठी स्वागतकक्षाकडे गेलो. एकदा आम्हाला खोल्यांचे क्रमांक समजल्यावर आम्ही आपापले सामान घेण्यासाठी आलो. परंतु तिथे आलम रहेमान नावाचा एक भल्या मोठ्या शरीरयष्टीचा माणूस मला दिसला. तो किमान पंधरा बॅगा

आपल्या शरीरावर ठिकठिकाणी अडकवून पाय ओढत निघाला होता. माझी बॅगही त्याच्याकडे होती. मी त्याच्याकडे धावत गेलो आणि म्हणालो, ''प्रिय भाऊ, काळजी करू नकोस. माझ्याकडे दे. मी तुला मदत करतो.'' तो खिदळला आणि म्हणाला, ''नाही...नाही. काळजी करू नकोस. मी ते करेन. तू स्वागत कक्षाकडे ये.'' त्यानंतर तो तसाच पाय ओढत गेला. त्यानंतर त्याने स्वागत कक्षाच्या फरशांवर त्या बॅगा फेकून दिल्या.

आता या आलम रहेमानविषयी थोडक्यात सांगतो. हा कॅनेडियन होता. तो एक अत्यंत बुद्धिमान, कष्टाळू आणि निष्ठावान माणूस होता. त्याने सन १९९६ मध्ये भारताला भेट दिली होती आणि बालकामगारीविरुद्धच्या जागतिक मोर्चाची संकल्पना कैलाशजींच्या मनात निर्माण झाली होती, तेव्हापासून तो त्यांच्याबरोबर होता. आलमने 'बचपन बचाओ आंदोलन' या भारतीय संघटनेबरोबर; कैलाशजींबरोबर काही कार्यक्रम पार पाडले होते. त्यानंतर लवकरच या जागतिक मोर्चाचा तो अविभाज्य भाग बनला होता. मी त्याला प्रथम बँकॉकमध्ये भेटलो होतो. मला त्याच्यापासून भरपूर स्फूर्ती मिळाली होती. जागतिक मोर्चाच्या चळवळीला प्रोत्साहन देणाऱ्या अतिमहत्त्वाच्या व्यक्तींमध्ये समावेश असलेल्या आलमला मुलांमध्ये मूल होऊन रहायला आवडत होते. कारण त्याचे मुलांवर प्रेम होते. जागतिक मोर्चाच्या दरम्यान आलम माझा अत्यंत जवळचा मित्र बनला.

जागतिक मोर्चाच्या स्थानिक संघटकांनी व्हॅटिकन सिटीमध्ये खास कार्यक्रमाची आखणी केली होती. पोप जॉन सेकंड यांनी जागतिक मोर्चाला आशीर्वाद दिले होते आणि या मोर्चाला यश लाभावे यासाठी खास प्रार्थना केली होती.

दुसरा दिवस हा कोअर मार्चर्ससाठी खूपच मोठा दिवस होता, कारण त्या दिवशी रोमच्या नगराध्यक्षांसमवेत आमची बैठक होणार होती. जागतिक मोर्चा आणि बालकामगारीच्या घातक परिणामांविषयी व्यासपीठावरून बोलण्यासाठी आमच्या टिममधून माझी निवड झाली. इतर कोअर मार्चर्स प्रेक्षकांसमवेत बसले होते. व्यासपीठावरील अतिमहत्त्वाच्या व्यक्तींसमवेत मी व्यासपीठावर बसलो होतो. मी जाग्यावर बसलो, तेव्हा तिथे मार्टिना नावाची एक मुलगी

होती. ती माझ्या शेजारी बसली. ती जवळजवळ माझ्याच वयाची एक अत्यंत सुंदर मुलगी होती. ती चाईल्ड राईट्स फोरमसाठी काम करत होती आणि मुलांच्या हक्कासाठी लढा देत होती. सूत्रसंचालकाने तिचे नाव घेतल्यावर तिने मुलांच्या हक्काचे महत्त्व आणि चाईल्ड राईट फोरम नेमके काय करत होते त्याविषयीची माहिती दिली. तिने आपले भाषण संपवल्यावर मी तिला म्हणालो, ''हाय, भाषण खूपच छान होते.'' तिने स्मित केले आणि ती म्हणाली, ''थँक यू व्हेरी मच.'' तिच्यानंतर माझे नाव घेतले गेले. मी मायक्रोफोन घेतला आणि बालकामगारी आणि ग्लोबल मार्चविषयी बोलू लागलो. माझे भाषण संपल्यावर खूपच उत्साहाने सर्वांनी टाळ्या वाजवल्या. मी सीटवर बसल्यावर मार्टिनाने मला विचारले, ''तुझं नाव काय आहे?'' तिने काय विचारले ते मला अजिबात समजले नव्हते. त्यामुळे मी दुभाषाला ते विचारले. त्यानंतर मी तिला उत्तर दिले, ''सॉरी. मी इटालियन चांगल्या प्रकारे बोलू शकत नाही. माझे नाव बासु राय आहे.'' तिने स्मित केले आणि माझ्याकडे पाहून ती म्हणाली, ''ओके.''

त्यानंतर मीही तिच्याकडे पाहून स्मित केले. सभागृहात त्यानंतरही भाषणे होत राहिली. मी सर्व भाषणे लक्षपूर्वक ऐकत होतो. तिने मला एक कागदाचा तुकडा दिला, परंतु माझ्या शेजारीच माझा प्रवर्तक बसला होता. त्यामुळे त्याने तो कागद घेतला आणि वाचला. त्यानंतर थोड्या वेळाने तो म्हणाला, ''बासु, या मुलीला तुझ्याशी मैत्री करायची आहे. वॉव! खूपच छान.'' मी प्रवर्तकाला म्हणालो, ''मग मी काय उत्तर द्यावे?'' ''ती जे काही म्हणेल, त्याला फक्त 'होय' म्हण, 'होय.' बस्स.'' तो म्हणाला. मी मान डोलावली आणि म्हणालो, ''ठीक आहे.'' मी तिच्याकडे वळलो आणि म्हणालो, ''होय.'' तिने स्मित केले आणि माझा हात पकडला. तिने माझा हात पकडला होता त्यावेळी ती बैठक संपलीच होती आणि प्रत्येक जणच उठून चालला होता. तिने मला विचारले, ''तू खूपच सुंदर आहेस. मला तू आवडलास. तू माझा बॉयफ्रेंड होशील का?'' मी लगेच म्हणालो, ''नक्कीच!'' आम्ही सभागृहाबाहेर चाललो असताना तिने माझा हात पकडला. आम्ही पार्कमध्ये गेल्यावर तिने माझा मुका घेतला. काही कोअर मार्चर्सनी ते पाहिले आणि ते उद्गारले, ''अरे देवा. त्यांच्याकडे पहा तरी!'' माझ्यासाठी ती खूपच संकोचाची गोष्ट होती,

कारण ती मुलगी माझे मुके घेत होती. माझ्या बाबतीत काय घडत होते, ते मला अजून समजले नव्हते. अगदी तासाभरापूर्वीच मी जिला भेटलो होतो, ती माझी मैत्रीण आता माझ्या बरोबर होती. त्यानंतर बऱ्याच वेळाने मला समजले की मी त्या नगराध्यक्षाच्या मुलीचा बॉयफ्रेंड बनलो होतो. अचानकच कोणीतरी तिला बोलवायला आले आणि ती कारमध्ये बसली आणि म्हणाली, ''बाय.'' त्यानंतर ती निघून गेली. आम्हालाही बसकडे जावेच लागले. मी बसमध्ये चढल्यावर प्रत्येक जणच माझी चेष्टा करू लागला आणि मला विचारू लागला, ''काय रे, मुका कसा होता?'' मी लाजलो होतो आणि काहीही उत्तर देऊ शकत नव्हतो. त्याच वेळी इंडोनेशियाच्या प्रवर्तकाने मला विचारले, ''तू तिचा पत्ता आणि फोन नंबर घेतला आहेस का?'' तिने मला हा प्रश्न विचारल्यावर मला जोरदार धक्का बसला. मी झटकन म्हणालो, ''नाही, नाही. मी, अं..मी तिचा पत्ता आणि फोन नंबर घेतला नाही.'' ती उद्गारली, ''काय? तू तिचा पत्ता घ्यायला विसरलास? अरे देवा, काय पण मुलगा आहेस!'' प्रत्येकालाच माझ्याविषयी वाईट वाटले, कारण मला एक सुंदर, देखणी मैत्रीण मिळाल्यामुळे सगळ्यांनाच आनंद झाला होता.''

त्यानंतर आम्ही मुक्कामाच्या जागी पोहचलो आणि मी मारिया रोझाचा हात पकडला. ती *MANITESE* चे प्रतिनिधीत्व करत होती आणि इटलीतील ग्लोबल मार्चची राष्ट्रीय समन्वयिका होती. मी तिला विचारले, ''तुम्ही मला कृपया, माझ्या शेजारी बसलेल्या त्या मार्टिना नावाच्या मुलीचा पत्ता मिळवून द्याल का?'' ती म्हणाली, ''ते शक्य होईल असे मला वाटत नाही. तरी पण मी प्रयत्न करते.'' मला आनंद झाला होता. मात्र अखेरीस मारिया रोझाला तिचा पत्ता मिळवता आला नाही. मला दुःख झाले. तो आमचा इटलीतील अखेरचा दिवस होता आणि ती संपूर्ण रात्र मला झोप आली नाही. दुसऱ्या दिवशी सकाळी आम्ही नाष्टा करत असताना प्रत्येक जणच मला विचारत होता, ''बासु, तुला काय झालंय? तू आज अगदीच दुःखी आणि कोमेजल्यासारखा दिसतोयस.'' मी उत्तर दिले, ''काहीही घडलेलं नाही.'' नेपाळमधील कबिता नावाच्या एका प्रवर्तिकेने त्यांना सांगितले, ''काल त्याचा मुका घेणाऱ्या त्या मुलीचाच विचार तो करत असला पाहिजे.'' त्यावर इतर सगळे कोअर मार्चर्स जोरात हसले.

नाष्टा संपवल्यानंतर प्रत्येक जण आपापल्या खोलीत गेला आणि आपल्या सामानाची बांधाबांध करू लागला. मीही खोलीत जाऊन आवराआवर करू लागलो. आम्ही बसच्या दिशेने निघालो होतो आणि आमच्या बॅगा आम्ही ठेवून दिल्या. कोअर मार्चर्स एकत्र जमले होते. प्रवर्तक आम्हाला सांगत होते, ''चला मुलांनो, घाई करा. आता झटपट बसमध्ये बसा, कारण आपल्याला शक्य तितक्या लवकर बंदरावर पोहचायचं आहे. चला...'' मिनिटभरातच प्रत्येक कोअर मार्चर बसमध्ये जाऊन बसला. आता आम्ही निघण्याच्या तयारीतच होतो. बस सुरू झाल्यावर माझ्या डोळ्यांतून अश्रू ओघळू लागले. मी एकटाच रडत होतो. अनपेक्षितपणे त्या महिला प्रवर्तिकेने माझ्याकडे पाहिले आणि ती झटकन माझ्याकडे आली. त्यानंतर तिने मला अगदी घट्ट जवळ घेतले आणि विचारले, ''तू का रडत आहेस? तू त्या मुलीसाठी रडत आहेस का?''

मी म्हणालो, ''होय.'' ती म्हणाली, ''ठीक आहे.... ठीक आहे... आता माझे बोलणे लक्ष देऊन ऐक. तुला माहिती आहे की हे आयुष्य आहे. या जगात कोणीही आपल्यासोबत कायमचं रहात नाही आणि एका विशिष्ट टप्प्यावर, विशिष्ट वेळी आणि विशिष्ट ठिकाणी एकमेकांपासून दूर जावंच लागतं. हे पहा. सध्या आपण सगळे कोअर मार्चर्स एकत्र आहोत. परंतु लवकरच आपल्याला आपापल्या ठिकाणी परतावं लागणार आहे, हे मी तुला आताच सांगून ठेवते. त्यामुळे तिच्यासाठी अजिबात रडू नकोस. परंतु ते काही का असेना; ती सुंदर होती. नाही का? तिने घेतलेला मुका कसा होता?'' तिने स्मित करत मला तो प्रश्न विचारला. त्यावेळी मला लाज वाटली आणि माझे अश्रू मी पुसू लागलो. त्यानंतर ती मला चिडवू लागली, ''कसला रे तू लाजाळू मुलगा आहेस!'' त्यानंतर ती खिदळू लागली आणि हसू लागली. त्यानंतर ती माझ्याशी बराच वेळ बोलली. बंदर येईपर्यंतच्या लांबलचक रस्ताभर आम्ही गप्पा मारत होतो. अखेरीस आम्ही बसमधून उतरलो आणि आमच्या प्रवर्तकांबरोबर बंदराकडे जाऊ लागलो.

आपण कधी समुद्र पार करू असा विचारही मी कधी केला नव्हता.

काही वेळा आयुष्य हे पूर्णपणे अविश्वसनीय आणि चकित करणारे असते,

कारण तुम्ही कधी स्वप्नातही कल्पना केली नसेल अशा प्रकारचे अनुभव आणि ज्ञान ते तुम्हाला देऊन जाते. अनुभव हे अत्यावश्यक असतात, कारण वरवरच्या ज्ञानापेक्षा त्यांच्यातून आपल्याला सखोल आणि विशुद्ध ज्ञान मिळते आणि मी असे म्हणेन की सखोल, गाढ ज्ञान हेच परिपूर्ण ज्ञान असते. ज्या लोकांचा पूर्ण ज्ञानावर विश्वास असतो ते विशिष्ट अनुभवांतून जातात, कारण ज्ञान आणि अनुभव यांमध्ये खूप मोठा फरक असतो. पुस्तकातून, ऐकीव गोष्टीतून आणि आजूबाजूला पाहून आपल्याला माहिती किंवा ज्ञान मिळू शकते. परंतु अनुभवांसाठी आपल्याला विशिष्ट मार्गावरून जाण्याची गरज असते आणि विशिष्ट परिस्थिती आणि विशिष्ट गोष्टींना सामोरे जावे लागते. या मार्गावरून चालणे तितकेसे सोपे नसते. उदाहरणार्थ, तुम्ही समुद्र किनाऱ्यावर जाऊ शकता. तुम्हाला विशाल समुद्र आणि सर्वत्र पसरलेले चमकते, निळेशार पाणी दिसते. तुमची नजर पोहचेल तिथपर्यंत पाणीच पाणी पसरलेले असते. परंतु समुद्राविषयीचे ते संपूर्ण ज्ञान नसते. यामुळे तुम्हाला समुद्राविषयीची माहिती कदाचित मिळू शकेल. परंतु ते समुद्राविषयीचे परिपूर्ण सत्य नसते. समुद्रात फक्त पाणी नसते; त्या पाण्याखाली एक वेगळेच जग अस्तित्वात असते. त्यामुळे तुम्हाला समुद्राचे विशुद्ध ज्ञान हवे असेल, तर तुम्हाला समुद्रात खोलवर बुडी मारण्याची गरज असते आणि पहिल्याच दृष्टिक्षेपात तुम्हाला दिसणाऱ्या पाण्याच्या पृष्ठभागाच्या पलीकडे काय आहे ते पहावे लागते.

मी बसमधून उतरून सर्वत्र सगळ्या दृश्यांकडे पाहिले आणि गंधही घेतले. मला आजूबाजूला कित्येक लोक फिरताना दिसले. मला समोरच कित्येक बोटी आणि जहाजे दिसत होती. तिथे कित्येक दुकानेही होती. नंतर माझ्या लक्षात आले की आम्ही जहाजामधून प्रवास करणार होतो. आम्ही खरोखरच कोणत्या जहाजातून प्रवास करणार होतो, ते मला जाणून घ्यायचे होते. ते लहान असणार होते की मोठे? अशा अनेक प्रकारचे विचार माझ्या डोक्यात पिंगा घालत होते. आमच्या प्रवर्तकाच्या मागे आम्ही रांग लावून उभे होते. त्यावेळी मी हळूच मान वर करून पाहिले. आमच्यासाठी एक प्रचंड मोठे जहाज तिथे उभे होते. एवढे भले मोठे जहाज पाहिल्यावर आमच्या प्रवर्तकाला मी विचारले, ''याच जहाजातून आपण प्रवास करणार आहोत का?'' त्याने

कोरडेपणाने उत्तर दिले, ''होय.'' मी ते ऐकल्यावर माझ्या मनात टायटॅनिक बोटीवरचे दृश्य तरळू लागले. अनाथाश्रमात असताना तो चित्रपट मी पाहिला होता. मी त्या जहाजाकडे पाहिले आणि मी चित्रपटात पाहिले होते, तसेच गोरे आणि उंच लोक मला दिसले. ते एकमेकांशी बोलत होते आणि डेकवर फिरत होते.

जहाजावर चढण्यासाठीच्या फळीवर मी पाऊल ठेवले, तेव्हा मी त्या जहाजाच्या भोवतीही पाहिले. ते फक्त भव्य आणि भव्यच होते. माझ्यासाठी तर एवढ्या भव्यतेची कल्पनाही करणे कठीण होते. मी कधीच एवढी प्रचंड मोठी वस्तू पाहिली नव्हती. ती खोटी असल्यासारखे वाटत होते. जहाजात पंचतारांकित हॉटेल होते. आतमध्ये एक तरंगते शहरच होते. तिथे प्रत्येक गोष्ट होती. काय नव्हते? वेगवेगळ्या प्रवाशांसाठी वेगवेगळ्या खोल्या होत्या. कॅसिनो आणि डिस्को होता. पोहण्याचा तलाव होता. मुलांसाठी खेळायचा हॉल होता. काही दुकाने होती आणि डायनिंग हॉलही होता. सारे काही अद्भुत, आश्चर्यजनक होते. मी थोडा वेळ इकडे तिकडे भटकलो. प्रत्येक गोष्टीकडे मी पहात होतो आणि त्यानंतर मला तिथे सरकता जिना दिसला. मी त्यावर चढलो. काही लोक खाली जात होते. आम्ही खालच्या डेकवर पोहचल्यावर मला तिथे कित्येक वाहने आणि विक्रीसाठी पाठवलेले कित्येक ट्रक दिसले. माझ्या मनात एक खोडकर कल्पना आली. मी झटकन त्या सरकत्या जिन्यावर चढलो आणि वरच्या डेकवर पोहचलो. धावत पळत माझ्या खोलीत मी गेलो आणि माझ्या खोलीतील विष्णूला विचारले, ''तुला माझ्याशी फूटबॉल खेळायचा आहे का?'' त्याला वाटले की मी वेडा झालो आहे. जहाजावर फूटबॉल? त्यानंतर त्याने मला विचारले, ''तू वेडा बिडा झाला आहेस की काय? या जहाजावर तू कुठे फूटबॉल खेळणार आहेस?'' मी त्याच्याकडे पाहून उपहासाने हसलो आणि म्हणालो, ''तू इतका वेडा आहेस की तुला काय सांगणार? तू हे भले मोठे आणि मन चक्रावून टाकणारे खूप सुंदर जहाज नीटपणे पाहिलेलेच नाहीस. माझ्याबरोबर चल. आपण फूटबॉल खेळू शकू असे अगदी योग्य मैदान मी तुला दाखवतो.'' तो माझ्याकडे आ वासून पहातच राहिला होता. नंतर तो मला म्हणाला, ''ठीक आहे. चल जाऊया.''

उत्साहाच्या भरात मी म्हणालो, ''चल, लगेच जाऊया.'' आम्ही दोघेही फूटबॉल खेळण्यासाठी सरकत्या जिन्यावरून खालच्या डेकवर आलो. तिथे ट्रक उभे करण्यात आले होते. ते पाहून विष्णू म्हणाला, ''अरे देवा! हे जहाज केवढं मोठं आहे? इतकी वाहनं आणि ट्रक इथे पडलेले आहेत.'' मी स्मित करत होतो आणि जणू काही मी कधीच चकित झालोच नव्हतो असे त्याला भासवत होतो. मी त्याला म्हणालो, ''हे काहीच नाही! आपल्या अख्ख्या आयुष्यात तू कधीच पाहिल्या नसशील अशा कित्येक गोष्टी इथे आहेत. समजलं का?''

मग आम्ही दोघांनी तिथे फूटबॉल खेळायला सुरुवात केली. तिथे आम्ही जोरजोरात दंगा करत होतो. विविध वाहनांचे समोरचे आरसे आणि काचांवर बॉल आदळत राहिला. लवकरच आम्हाला घाम आला आणि आम्ही कंटाळलो. एवढ्यात पाठीमागच्या बाजूने आम्हाला गुरकावल्यासारखा आवाज ऐकू आला. आम्ही थांबलो आणि मागे वळून पाहिले. मला एक उंच आणि जाडजूड माणूस दिसला. तो आम्हा दोघांकडे भयानकपणे पहात होता. म्हणून मी त्या माणसाला विचारले, ''काय झालं सर?'' आणि मी जोरात हसलो. तो जाड माणूस रागावला आणि म्हणाला, ''तुम्ही कार्ट्यांनो, थांबा. मी आलोच. माझ्या कारच्या काचा फुटल्या तर कोण भरून देणार?'' त्यानंतर तो दुष्टपणाने आमच्याकडे येऊ लागला. मी लगेच झटकन हातात बॉल घेतला आणि सरकत्या जिन्याकडे धावत सुटलो. विष्णुही माझ्या पाठोपाठ धावत आला. त्यानंतर आम्ही आमच्या खोल्यांत पळून गेलो. आम्ही खोलीत पोहचलो, तेव्हा आमची हृदये जोरजोरात धडधडत होती आणि त्याच वेळी आम्ही जोरजोरात हसत सुटलो होतो. मला आता भीती वाटत होती आणि आपल्याबरोबर कोणीतरी प्रौढ व्यक्ती असावी असे मला वाटत होते. आता मी नेपाळवरून आलेल्या प्रवर्तिकेकडे धावत गेलो. तिचे नाव कबिता होते. मी तसाच धावत तिच्या खोलीत गेलो. खोलीच्या उघड्या दरवाजातून मी आत घुसलो. मी दरवाजावर टकटक केली नव्हती. त्यामुळे एका सुरात दोन आवाज माझ्या कानांवर आदळले, ''नो, नो..थांब जरा.'' मी गोंधळलो आणि नंतर कबिता मॅडमच्या खोलीतील त्यांच्या मैत्रिणीकडे पाहिले. ती अमेरिकन स्त्री होती आणि तिचे नाव किंबर्ले होते. तिने आपल्या कमरेभोवती टॉवेल गुंडाळला होता. ती माझीही मैत्रीण होती.

मी त्यांच्याकडे आश्चर्याने पहात म्हणालो, ''काय झालं?'' क्षणभर थांबून त्या दोघीही मला हसू लागल्या. किंबर्ले म्हणाली, ''दुसऱ्या कोणाच्याही खोलीत जाण्याआधी दरवाजावर टकटक करायला तू शिकलं पाहिजे.'' प्रत्येक जणच माझ्यावर खूप प्रेम करत होता. अगदी किंबर्लेसुद्धा त्याला अपवाद नव्हती. परंतु सर्वांनाच माझ्या खोडकरपणाची माहिती होती आणि मला वाटते, त्यामुळेच प्रत्येकाचे हृदय जिंकण्यास मला त्याचीच मदत झाली होती. किंबर्लीने मला विचारले, ''काय झालं?'' मी सहजपणे म्हणालो, ''काहीच नाही. मला तुम्हा दोघींची आठवण झाली. म्हणून मी इकडे आलो. ठीक आहे. मी बाहेर जातो. बाय...आणि मिस किंबर्ली तुमचा टॉवेल पुन्हा खाली घसरला आहे.'' सगळ्यांच्या नजरा किंबर्लीकडे वळल्या होत्या आणि मी खोडकरपणे खिदळत त्यांच्या खोलीतून धावत बाहेर पडलो. माझ्या खोलीत मी परतलो त्यावेळी विष्णू झोपला होता. मी त्याला उठवले आणि म्हणालो, ''चल रे उठ. झोपू नकोस. आता आपल्याला पोहायला जायचं आहे.'' त्याने खालच्या आवाजात उत्तर दिले, ''काय रे? आता थोडीशी थंडी वाजतेय. बरं ते ठीक आहे. पण आपण पोहायला कुठे जाणार आहोत?''

मी म्हणालो, ''चल लवकर. तू अजूनपर्यंत जहाजावरचं काहीही पाहिलेलं नाहीस. ते डेकवर आहे. समजलं?'' त्याची पोहण्याची इच्छाच नव्हती. परंतु तरीही तो म्हणाला, ''ठीक आहे. चल जाऊया.'' मग आम्ही काही टॉवेल घेतले आणि डेककडे पळत गेलो. आम्ही तिथे पोहचलो तेव्हा कित्येक लोक कॉफी घेत होते.

तिथे चांगलीच थंडी पडली होती. योग्य प्रकारे कसे पोहतात, ते मला माहिती नसले तरीही मला पोहायचे होते. मी बुडणार नाही, एवढे तर मला नक्कीच माहिती होते. म्हणजे आपण कसे बुडू नये एवढे तरी मला माहिती होतेच, असे मला म्हणायचे आहे. आम्ही तलावाच्या काठावर उभे राहून आमच्याकडे कोणी पहात आहे का त्याचा अंदाज घेतला. काही मिनिटे अशीच गेली आणि त्यानंतर मी कपडे काढले आणि पोहण्याच्या तलावात उतरलो. परंतु मी जसा आत शिरलो, तसा ताबडतोब तलावाच्या बाहेर पडलो. पाणी अत्यंत थंड होते आणि आमचे जहाज समुद्राच्या मध्यभागी होते. तिथे आम्हाला निळसर पाण्याखेरीज काहीही दिसत नव्हते. लोकांच्या तोंडातून बोलताना वाफा बाहेर

पडत असल्याचे मला दिसत होते. माझे डोके आणि शरीर गारठले होते. थंड आणि खरे तर शरीर गोठवणाऱ्या बर्फासारख्या पाण्यात उडी मारून पोहण्याचा प्रयत्न करण्याच्या शौर्यपूर्ण बाबीसाठी तलावाच्या कठड्यावरून झुकून पाहणाऱ्या लोकांनी टाळ्या वाजवून आमची प्रशंसा केली. मला खूपच थंडी वाजत होती आणि तलावातून बाहेर पडून खोलीत पळत जावे अशी उत्कट इच्छा मला झाली होती. परंतु तोपर्यंत लोकांचे आमच्याकडे लक्ष गेले होते. ते आमच्यासाठी टाळ्या वाजवत होते आणि या प्रशंसेमुळे मी पुन्हा एकदा तलावात उडी मारली. त्यानंतर मी तलावात उडी मारणे आणि बाहेर येणे हा प्रकार सुरू ठेवला. विष्णुला एवढी थंडी सहन होत नव्हती. त्याने आपले कपडे घातले होते. परंतु मी मात्र तरीही पोहत राहिलो होतो. हळूहळू लोक तलावावरून निघून गेले. ज्यावेळी सगळे जण निघून गेले त्यावेळी मी तलावाच्या बाहेर आलो आणि धावतच माझ्या खोलीत गेलो. मला जोरदार हुडहुडी भरली होती. माझे दात आपोआपच वाजत होते. खोलीत गेल्यावर मी टॉवेलने अंग चांगले स्वच्छ पुसून काढले आणि नंतर गरम कपडे घातले. त्यानंतर मी अंगाभोवती ब्लँकेट गुंडाळून घेतले. तरीही मी कुडकुडत होतो आणि मला सारख्या शिंका येत होत्या.

थोड्या वेळाने रात्रीच्या जेवणासाठी बोलावले गेले. आम्ही कॅफेटेरियात जमल्यावर तिथे एक चांगली बातमी सांगितली गेली. सर्व कोअर मार्चर्ससाठी जेवण मोफत दिले जाणार होते. वर्तमानपत्रे आणि इलेक्ट्रॉनिक माध्यमे यांमध्ये आलेल्या वार्तांकनामुळे त्या जहाजाच्या कॅप्टनने आमच्या गटाला ओळखले होते. आम्हाला भेटून त्याला खूपच आनंद झाला होता. तो म्हणाला, ''तुम्ही सारी मुले आमच्या जहाजातून प्रवास करत आहात, ही गोष्ट आमच्या दृष्टीने खूपच मोठी आहे. आज मला अत्यंत आनंद झाला आहे, कारण तुम्ही सारे जण आमच्या जहाजावर आहात. मला तुम्हा साऱ्या मुलांचा आणि जगाचे भवितव्य सुरक्षित करण्यासाठी तुम्ही करत असलेल्या उमद्या कामाचा खूप अभिमान वाटतो.'' त्यानंतर कॅप्टनने आम्हा सर्वांशी हस्तांदोलन केले. आम्ही जेवणाच्या टेबलाभोवती बसल्यावर आमची ऑर्डर घेण्यासाठी एक मुलगा आला. एका टेबलाभोवती आम्ही पाच जण बसलो होतो. मी माशाची ऑर्डर दिली आणि योगायोगाने त्या दिवशीची ती खास

डिश होती. आमच्या टेबलावर आलेल्या त्या भल्या मोठ्या माशाकडे पाहून आम्ही आश्चर्यचकित झालो होतो. आम्ही पाच कोअर मार्चर्सनी दहा किलो वजनाच्या त्या शिजवलेल्या माशाचा चट्टामट्टा केला. त्या सोबत आम्हाला फळांचे रस आणि सॉसेसही दिले गेले होते.

ते चवदार जेवण संपल्यावर मी ढेकर देऊ लागलो आणि त्याबद्दल बाकीचे सगळे तक्रारी करू लागले. ''तुला काय झालंय? ढेकर देणे थांबव,'' ते म्हणू लागले. ते मला हसू लागले. त्यावेळी मी नेहमीच्या उद्धटपणे त्यांना उत्तर दिले, की 'अरे काय बोलताय? लघवी, संडासला जाणे, पादणे आणि ढेकर देणे या गोष्टी तुम्ही रोखू शकत नाही. मी बरोबर बोलत आहे की नाही?'' सगळे जण जोरजोरात हसू लागले आणि सर्व कॅफेटोरियात त्या हास्याचे पडसाद उमटले. त्यानंतर मी म्हणालो, ''ठीक आहे मग स्त्री-पुरुषहो, मला आता कंटाळा आलाय. मी दमलो आहे आणि मला खूप झोपही येत आहे. त्यामुळे मी झोपायला जात आहे. सर्वांना गुड नाईट!'' मी खोलीकडे निघालो, परंतु मी दरवाजा उघडण्याचा प्रयत्न केला तरी दरवाजा उघडला नव्हता. त्या दरवाजाची चावी म्हणजे एक कार्ड होते. ते आत सरकवले की दरवाजा उघडत होता. परंतु दरवाजा उघडण्यात मला यश आले नव्हते. मग मी स्वागत कक्षात गेलो आणि मदत मागितली. स्वागत कक्षातील कर्मचाऱ्याला अखेरीस दरवाजा उघडण्यात यश आले.

मी अंथरुणावर पडलो आणि अहाहा! काय पण सुंदर वाटत होते! माझ्या मनात अत्यंत दिलासादायक आणि शांत भावना निर्माण झाल्या होत्या. मला जहाज तरंगत असल्याचे जाणवत होते. त्यामुळे पाळण्यात झुलत चालल्यासारखे मला वाटत होते आणि त्याच वेळी मला पाणी कापत पुढे निघालेल्या हलत्या जहाजाचा अत्यंत मंद आवाज ऐकू येत होता. जणू काही माझी आई माझ्या शेजारी होती आणि मला अंगाई गात होती. मला खूपच छान वाटत होते आणि हळूहळू मला झोप लागली. ग्रीसला पोहचेपर्यंत मी झोपलो होतो.

२८

'आयएलओ'च्या खुर्च्यांच्या रांगांतून..

एखादी छोटीशीच मेणबत्ती अगदी गडद अंधारही दूर करू शकते आणि बुडत्याला काडीचा आधार म्हणतात, ते काही खोटे नाही. एखादा लहानसा ओंडका तर बुडणाऱ्याला किनाऱ्यावर पोहचवतो. एखाद्या घाणेरड्या पाण्यात सुंदर कमळ उगवते आणि कोळशाच्या खाणींमध्ये हिरे सापडतात. छोटीशी मुंगी हत्तीला ठार मारू शकते आणि छोटेसे, असाहाय्य मूल क्रांती घडवून आणू शकते आणि मनुष्यप्राणी म्हणून आम्हालाही स्वतःला अभिव्यक्त करण्याचा हक्क आहे, असे सांगून समाजाला प्रकाश दाखवू शकते. परंतु यातील समस्या अशी आहे की यासाठी जाणे आवश्यक असलेल्या काही विशिष्ट ठिकाणी सर्वसामान्य व्यक्ती जाण्याची कल्पनाही करू शकत नाही. मानवी इतिहासात प्रथमच आम्ही मुले आणि तीही समाजाच्या विविध कनिष्ठ स्तरांतील आणि सामाजिक पूर्वग्रहांना बळी पडलेली आम्ही मुले एकत्र जमलो होतो आणि आम्ही सर्वसामान्य आणि असाहाय्य नसल्याचे जगासमोर सिद्ध करून दाखवत होतो. आम्हा मुलांमध्ये रस्त्यावरची मुले, अनाथ मुले, लैंगिक शोषणाचे बळी, वेठबिगारी करणारी मुले, फटाक्यांच्या कारखान्यांत धोकादायक वातावरणात काम करणारी मुले होती. मालकांच्या दुर्लक्षामुळे फटाक्यांच्या कारखान्यांतील काही मुलांना त्यांचे हात गमवावे लागले होते. घरगडी म्हणून काम करणारी मुलेही आमच्यात होती. बालकामगारीच्या विरोधातील पहिल्या जागतिक मोर्चात आम्ही सहभागी

झालो होतो. आम्ही 'नकोशी' मुले होतो आणि समाजाने आम्हाला नाकारले होते. परंतु तरीही चमत्कार घडवण्याच्या आणि समाज बदलण्याच्या, जगाला हलवून टाकण्याच्या क्षमता आमच्यात होत्या, हे आम्हाला सिद्ध करून दाखवायचे होते. बालकामगारीचे उच्चाटन करण्याचा आमचा ठाम निर्धार होता आणि एक उत्साही, आपखुशीने मोहिमेत सहभागी झालेला मुलगा म्हणून काम करण्याची संधी मला मिळाली होती. त्या दृष्टीने मी स्वतःला नशीबवान होतो.

ग्रीसमधून आम्ही स्वित्झर्लंडला गेलो. प्रत्येक कोअर मार्चरच्या दृष्टीने ती मजा लुटण्याची सहल होती. स्वित्झर्लंड उत्तम होते असे मी म्हणेन, कारण कोअर मार्चर्सच्या इतर सर्व गटांच्या भेटीचे ते संकेतस्थळ होते. आशिया, आफ्रिका आणि दक्षिण /लॅटिन अमेरिका अशा जगाच्या विविध कोपऱ्यांतून या मोर्चाला सुरुवात झाली होती. मुलांच्या हक्कांसाठी लढणारे सगळे लढवय्ये जिनिव्हाला जमले तेव्हा आमच्या जोरदार घोषणांनी आम्ही स्वित्झर्लंड दणाणून सोडले.

मुलांच्या दुःखभरल्या आवाजांनी युरोपमधील लोकांना जगाचे खरे भवितव्य असलेल्या मुलांना किती किंमत आहे, त्याचे भान आले. जगभरच्या सर्व मुलांसाठी नवीन कायदा आणि नियम बनवण्याचे ठराव केले जात होते.

दोन जून, १९८८ या दिवशी मंगळवार होता. त्या दिवशी शेकडो छोटी पावले आयएलओ इमारतीजवळ पोहचली. आम्ही घोषणा देत होतो आणि उत्साहाने भारले गेलो होतो. नेमके काय सुरू होते ते जगाला समजत नव्हते. प्रत्येकासाठी तो एक आश्चर्याचा धक्का देणारा क्षण होता. आपल्या पायांवर स्थिरपणेही उभी न राहू शकणारी आम्ही मुले होतो. पुढची वाटचाल करण्यासाठी आमच्या निरागस नजरांनी आधाराचा शोध घेतला होता. आमचे शब्द बाहेर पडताना बिचकत होते. आमचे आवाज भेदरलेले, भीतीयुक्त होते. परंतु सहा महिन्यांपूर्वी कैलाशजींनी आम्हाला जे काही शिकवले होते ते आमच्या लक्षात होते. ते म्हणाले होते, की बालकामगारांच्या मूक यातनांकडे या जगातील लोक, यंत्रणा आणि सरकारे सोईस्करपणे डोळे झाकून आणि कान बंद करून घेऊन दुर्लक्ष करतात. त्यामुळे धाडसी असलेल्या थोड्या जणांनी पाऊल पुढे टाकले पाहिजे आणि बळी पडलेल्यांच्या हक्कांसाठी लढा दिला

पाहिजे. म्हणूनच आमचे नेते कैलाशजी यांच्यासह आम्ही आयएलओच्या दिशेने मोर्चातून निघालो होतो. अन्न, शिक्षण, न्याय आणि समता या हक्कांची आमची मागणी होती. जगाच्या विविध कोपऱ्यांतील ज्या मुलांना काम करावेच लागत होते आणि शिक्षणाची सोय उपलब्ध नव्हती आणि जी मुले फक्त यातना भोगत होती आणि ज्यांना कसलीच मदत मिळू शकत नव्हती त्या लाखो मुलांसाठी आमचा हा लढा होता. आम्ही प्रसिद्धीच्या प्रकाशझोतात आलो होतो, आंतरराष्ट्रीय प्रसिद्धी माध्यमांचे लक्ष आमच्याकडे वेधले गेले होते, ही आश्चर्यजनक गोष्ट होती. आमची त्याला काहीच हरकत नव्हती आणि त्यामुळे आम्ही त्यातच हरवूनही गेलो नव्हतो. आम्ही एकच जप सुरू ठेवला होता. 'वि वाँट...एज्युकेशन! गो गो ...ग्लोबल मार्च,- स्टॉप स्टॉप... चाईल्ड लेबर, नो मोअर टूल्स इन टायनी हँड्स...वि वाँट बुक्स अँड वि वाँट टॉईज.' मला अजूनही आठवते की बांगला देशातून आलेला खोकोन नावाचा एक मुलगा कोअर मार्चर होता. त्याला एक पाय नव्हता; परंतु त्याने आमच्याबरोबर मोर्चातून चालणे कधीच सोडून दिले नव्हते, कारण त्याच्या हृदयात आग भडकलेली होती आणि बालकामगारीला आणि नाजूक मुलांच्या आयुष्यावर बालकामगारीच्या होणाऱ्या विपरीत परिणामांना त्याचा प्रखर विरोध होता. बालकामगारीच्या शापामुळे कोणते भयंकर परिणाम होऊ शकतात, त्याचे तो जिवंत उदाहरण होता. त्याचा एक पाय गुडघ्यापासून कापावा लागला होता. काही वेळा तो धडपडत आणि ठेचकाळत असे. विशेषतः गर्दीत धक्काबुक्की झाली की असे होत असे. परंतु त्याच्या मनातील दुर्दम्य इच्छाशक्तीमुळे तो पुढे जात राहिला होता. या मोर्चातील प्रत्येक दिवस मला स्पष्टपणे आठवतो आहे. या पदयात्रेची संकल्पना आखून तिची अंमलबजावणी करणारी आणि तिचे नेतृत्त्व करणारी व्यक्ती मात्र या पदयात्रेत क्वचितच आघाडीच्या ओळीत दिसत असे. प्रसारमाध्यमांनी किंवा स्थानिक संघटनांनी बोलावल्याशिवाय ते कधीही पुढे जात नसत. खोकोनने या मोर्चाचे नेतृत्त्व करावे, याविषयी ते नेहमीच दक्ष असत. त्याच्या मागे इतर मुले असत. सर्व नेते आणि प्रवर्तक अशा सगळ्या प्रौढ व्यक्ती पदयात्रेच्या मागच्या भागात असत.

आज तो दिवस होता. तीव्र मनस्ताप भोगलेल्या आणि टाकून दिल्या गेलेल्या सर्व मुलांचे प्रतिनिधित्व आम्ही करत होतो आणि त्या दिवशी संपूर्ण

जगाने त्या कथा ऐकण्याची गरज होती. सर्व १३० देशांच्या सरकारांनी बालकामगारीविरोधात कायदे करण्याची आणि मुलांना संरक्षण देण्याची गरज होती. मी फक्त नऊ वर्षांचाच होतो. त्यामुळे तिथे बोलल्या गेलेल्या सगळ्याच गोष्टी माझ्या लक्षात नाहीत. परंतु तरीही मला एक गोष्ट आठवते, की मी तारक धितल या प्रवर्तकाला विचारले होते, ''सर, लोकांमध्ये संवेदना निर्माण करण्याची, त्यांना जागरूक करण्याची ही अखेरची मोहीम आहे का? बालकामगारी किती विनाशकारी आहे, याविषयी त्यांच्यात पूर्णपणे जागृती झाली आहे का?'' ते म्हणाले होते, ''बाळा, विविध सरकारे याच व्यासपीठावर बालकामगारीचे निर्मूलन करण्यासाठी कायदे करणार आहेत.'' मी तारकजींना विचारले, ''आतापर्यंत कधीही त्यांनी मुलांच्या हक्कांविषयी विचार का केला नव्हता? आमच्या स्वतःच्या हक्कांसाठी आम्हा लहान मुलांनाच का लढा द्यावा लागत आहे? प्रौढांचे आणि सरकारांचे आमच्याविषयीचे कर्तव्य काय आहे?

तारकजींनी माझ्याकडे पाहिले आणि ते हसले. ''कितीतरी वर्षांपासून आम्हीही त्यांना तोच प्रश्न विचारत आहोत. परंतु आम्हाला अद्यापही त्याची उत्तरे मिळालेली नाहीत. आपले स्वतःचे हक्क मिळवण्यासाठी तुम्ही मुले इथे आहात. यावेळी ते तुमच्याकडे दुर्लक्ष करू शकणार नाहीत.'' आमचे संभाषण संपले तेव्हा तिथून बांगला देशाची लिली ही कोअर मार्चर असलेली मुलगी गेली. ती ओरडत होती, ''गो...गो..ग्लोबल मार्च! स्टॉप...स्टॉप... चाईल्ड लेबर!! नो मोअर टूल्स इन टायनी हँड्स...वि वाँट बुक्स अँड टॉईज!!'' तिच्या पाठोपाठ मीही जोरात ओरडून त्या घोषणा दिल्या. नंतर नेपाळमधील गोविंद खनाल नावाच्या दुसऱ्या एका कोअर मार्चर मुलांबरोबर मी घोषणाफलकाजवळ गेलो. तो नेपाळचा असला तरी भारतातून आला होता आणि भारताचे प्रतिनिधित्व करत होता. त्याने घोषणा देण्यास सुरुवात केली आणि आम्ही 'आयएलओ'मधील खुर्च्यांच्या रांगांमधून मार्ग काढत पुढे पुढे जाऊ लागलो. कैलाशजी आमचे नेतृत्त्व करत होते आणि आम्ही हळूहळू व्यासपीठाकडे निघालो होतो. विविध देशांच्या सरकारांचे प्रतिनिधी खुर्च्यांवर बसले होते आणि आमच्याकडे पहात होते. त्यांच्यापैकी काही जण उठून उभे राहिले आणि आमच्याकडे आश्चर्याने पाहू लागले. आमच्याविषयी त्यांना

काय वाटत होते ते मला खरोखरच माहिती नाही, परंतु एक गोष्ट अगदी स्पष्ट होती. ती म्हणजे एके काळी बालकामगार असलेल्या मुलांच्या या चळवळीमुळे त्यांना खूपच आश्चर्य वाटत होते.

सुरक्षारक्षक आणि सरकारे रोखू न शकणारे आम्ही सैन्य होतो; एक लढवय्या दल होतो. आम्ही ऐकून घेण्याच्या मनःस्थितीत नव्हतो. लाखो बालकामगारांच्या आणि वंचित मुलांच्या दुःखांविषयी, त्यांना सोसाव्या लागणाऱ्या छळांविषयी आणि सामाजिक पूर्वग्रहांविषयी आम्ही बोलतच राहिलो होतो, कारण आम्हीच या मुलांची एकमेव आशा होतो. त्या दिवशी आमच्या हक्कांची भीक आम्ही मागत नव्हतो. कैलाशजींचा ज्याप्रमाणे नेहमीच परिस्थितीवर संपूर्ण ताबा असे, त्याप्रमाणे आमचाही त्या दिवशी परिस्थितीवर पूर्ण ताबा होता. समाजाने आमच्यापासून हिरावून घेतलेल्या हक्कांची आम्ही मागणी करत होतो. या हिरावल्या गेलेल्या हक्कांमुळेच आमचा छळ झाला होता, आमचे शोषण झाले होते. आम्ही जोरात व्यासपीठाकडे गेलो आणि नंतर सर्व कोअर मार्चर्सनी एका सुरात गाणे म्हटले. कबिता अऱ्याल यांनी ते गीत लिहिले होते. त्याही नेपाळमधून आलेल्या एक प्रवर्तिका होत्या. त्यांच्यासोबत ज्या लोकांनी त्या गाण्याची चाल बांधली होती आणि त्याला ठेका दिला होता, त्यांच्यामध्ये मीही एक होतो.

'म्ऽऽम..हंऽऽऽऽ वि आर चिल्ड्रेन फ्रॉम डिफरंट कंट्रीज...
वि आर चिल्ड्रेन फ्रॉम डिफरंट कल्चर्स...
बट अवर प्रॉब्लेम इज द सेम...दॅट इज चाईल्ड लेबर...
अवर व्हॉईस इज सेम...दॅट इज चाईल्ड लेबर.
स्टॉप चाईल्ड लेबर...
स्टॉप चाईल्ड लेबर...
स्टॉप चाईल्ड लेबर...
वि सिंग टुगेदर...अँड डान्स टुगेदर
वि वाँट एज्युकेशन अँड वि वाँट टू स्टॉप चाईल्ड लेबर.
बट अवर प्रॉब्लेम इज द सेम...
दॅट इज चाईल्ड लेबर.
अवर व्हॉईस इज सेम...दॅट इज चाईल्ड लेबर.

स्टॉप चाईल्ड लेबर...
स्टॉप चाईल्ड लेबर...
स्टॉप...स्टॉप... चाईल्ड..... लेबर...'

(याचा अनुवाद असा करता येईल.
आम्ही विविध देशांतून आलेली मुले...
आम्ही विविध संस्कृतीतून आलेली मुले...
परंतु आमची समस्या एकच आहे...बालकामगारी...
आमचा आवाज एकच आहे....बालकामगारी....
बालकामगारी रोखा....
बालकामगारी रोखा....
बालकामगारी रोखा....
आम्ही एकत्र गातो आहे...आम्ही एकत्र नाचतो आहे...
आम्हाला शिक्षण हवे..आम्हाला बालकामगारी रोखायची आहे
परंतु आमची समस्या एकच आहे
ती आहे बालकामगारी.
आमचा आवाज एकच आहे.
तो आहे बालकामगारी.
बालकामगारी रोखा....
बालकामगारी रोखा....
रोखा...रोखा...बालकामगारी... रोखा....)

२९

सत्याचा क्षण

अखेरीस आम्ही जिनिव्हातील संयुक्त राष्ट्रसंघाच्या युरोपियन मुख्यालयांमध्ये पॅलेइस डेस नेशन्समध्ये प्रवेश केला.

त्यानंतर आम्ही सारे जण श्वास रोखून वाट पहात होतो, तो क्षण आला. आम्हा सर्व कोअर मार्चर्ससह कैलाश सत्यार्थींना व्यासपीठावर बोलावण्यात आले. जगभरातील सरकारी प्रतिनिधी, तसेच कामगार संघटना आणि कर्मचारी संघटनांच्या प्रतिनिधींसह आंतरराष्ट्रीय कामगार परिषदेच्या ८६ व्या सत्रात आता कैलाशजी व्यासपीठावर होते. त्यांचे बोलणे ऐकण्यासाठी सारे जण आतुर झाले होते.

कैलाशजी ग्लोबल मार्चचे अध्यक्ष होते. त्यांनी अत्यंत प्रभावी भाषण केले. मी ते मंत्रमुग्ध करणारे भाषण सगळेच्या सगळे देऊ शकलो असतो तर बरे झाले असते. परंतु आता माझ्या जेवढे लक्षात आहे आणि त्यावेळी उपस्थित असलेल्या माझ्या मित्रांकडून आणि सहकाऱ्यांकडून मी जेवढे भाषण तपासून घेतले आहे, तेवढेच इथे देत आहे.

सत्यार्थीजींनी त्यांच्या भाषणाची सुरुवात अशी केली :

''आज खरे हिरो इथे उपस्थित आहेत. पृथ्वीच्या परिघाच्या दुपटीएवढे अंतर पार करून ते इथपर्यंत पोहचले आहेत. अत्यंत निरागस बळींच्या

नैतिक शक्तीचे जागतिक चळवळीत झालेले रूपांतर म्हणजे ग्लोबल मार्च होय. आता आपण या शक्तीला थांबवू शकत नाही. पृथ्वी आणि आकाश यांमधील अवकाश निनादून सोडणाऱ्या त्यांच्या घोषणा जर तुम्हाला ऐकू येत नसतील तर इतिहास ते कधीच विसरणार नाही आणि तुम्हाला माफही करणार नाही. आजचा दिवस हा प्रतिज्ञा करण्याचा, शपथ घेण्याचा आहे आणि आताचा क्षण हा कृती करण्याचा आहे.

ही मुले इथे स्वतःसाठी आलेली नाहीत. परंतु संपूर्ण मानवतेचे सध्याचे आणि भविष्यकालीन भवितव्य वाचवण्यासाठी ती इथे आली आहेत. प्रत्येक पाऊल हे इतिहासातील नवीन कथा नाही, तर एक जोरदार रुदन आहे. तातडीच्या कृतीसाठी दिलेली एक कर्कश, जोरदार, आरोळी आहे. तातडीची हाक आहे. २५ कोटी बालकामगारांच्या वतीने आम्ही तुम्हाला हे सांगू इच्छितो की बालपण आणखी वाट पाहू शकत नाही. त्यांच्या हातातून हत्यारे, हातोडे, चिमटे आणि बंदुका काढून घेण्यास आणि त्याऐवजी त्यांना पुस्तके आणि पेन्सिली देण्यास जग खरोखरच असमर्थ आहे, असे तुम्हाला वाटत असेल तर मी आताच्या आता इथून परत फिरू इच्छितो. संयुक्त राष्ट्रसंघाच्या आणि आयएलओच्या इतिहासात प्रथमच तुम्ही आम्हाला इथे प्रवेश दिलात त्यामुळे मी तुमचा अत्यंत विनम्रपणे निरोप घेईन. परंतु मला आणि तुम्हालाही माहिती आहे की आपल्या ८५० अब्ज अमेरिकन डॉलर या प्रचंड वार्षिक लष्करी खर्चातून तुम्ही थोडासा भाग बाजूला काढला तर या जगातील मुलांच्या चेहऱ्यावर स्वातंत्र्य, स्मित आणि संधी मिळाल्याचा आनंद आणता येईल. आता लढाईसाठी आणि लोकांना ठार मारण्यासाठी तुम्हाला सैनिक हवे आहेत की आपल्याला वाचवण्यासाठी आणि उभारणी करण्यासाठी शिक्षक हवे आहेत ही निवड तुम्ही करायची आहे. तुम्हाला कशाची निर्मिती करायची आहे? बॉंब आणि बंदुका की पुस्तके आणि खेळणी? तुम्हाला एक साधे आवाहन करण्यासाठी आम्ही इथे आलो आहोत. आयएलओच्या नूतन ठरावाद्वारे बालकामगारीच्या सर्व स्फोटक प्रकारांशी लढा देण्यासाठी आंतरराष्ट्रीय कायदा बनवावा असे आमचे आवाहन आहे.

ग्लोबल मार्चच्या माध्यमातून सर्व स्तरांतील आणि सर्व प्रकारच्या लोकांमध्ये अभूतपूर्व जागृती करणे शक्य झाले आहे. ज्या देशांमध्ये याआधी ही समस्या

असल्याचे कधीच मानले गेले नव्हते, तिथेही जागृती झाली आहे. ही आग विझणार नाही, याची मला खात्री आहे. या पदयात्रेत सहभागी झालेल्या लहान मुलांच्या अविश्वसनीय सहभागामुळे, ग्लोबल मार्चच्या माध्यमातून बालकामगारीच्या विरोधात कित्येक मुलांच्या चळवळी उभ्या राहतील, याची मला खात्री आहे. या पदयात्रेतून सहकार्याच्या संस्कृतीला आणखी एक मिती लाभली आहे. १३० देशांतील स्वयंसेवी संघटना, कामगार संघटना, धार्मिक गट, मुलांच्या समित्या, सरकारे, आंतर सरकारी संस्था आणि संघटना, व्यावसायिक समाज आणि इतर संबंधित गट यांनी परस्पर सहकार्य केले आहे. मानवतेच्या चेहऱ्यावरून बालकामगारीची दुष्ट प्रथा पूर्णपणे पुसली जाईपर्यंत आणि प्रत्येक मुलाला मुक्त आणि अर्थपूर्ण शिक्षण मिळेपर्यंत आम्ही ही चळवळ सुरूच ठेवू.''

तिथे कमालीची शांतता होती. अगदी टाचणी पडली, तरी आवाज ऐकू यावा, एवढी विलक्षण शांतता तिथे पसरली होती. प्रत्येक जण लक्षपूर्वक ऐकत होता. कैलाशजींनी आपले भाषण संपवल्यावर संपूर्ण सभागृहात टाळ्यांचा गजर झाला. सर्वांनी त्यांना उभे राहून मानवंदना दिली. मी पापणीची एकदाही उघडझाप केली नव्हती. कैलाशजी बोलत असताना मी अत्यंत आतुरतेने ऐकत होतो. ते अगदी संमोहित करणारे भाषण होते. ग्लोबल मार्च हा आमच्या काळातील नक्कीच सर्वाधिक मोठ्या गटांपैकी एक गट होता. तब्बल ८०,००० किलोमीटरहून अधिक अंतराचा प्रवास करून १३० देशांतील माझ्यासारखी मुले आणि लोक आयएलओपर्यंत पोहचले होते. त्या दरम्यान पाच कोटींहून अधिक लोकांच्या आम्ही संपर्कात आलो होतो आणि बालकामगारी नावाच्या गुन्हेगारी स्वरूपाच्या व सामाजिक दुष्ट प्रथेविषयी त्यांच्यामध्ये आम्ही जागृती केली होती.

गुलामगिरीत खितपत पडलेल्या लाखो मुलांच्या एकजुटीचे प्रतीक म्हणून ७२ लाख लोकांनी देणगी म्हणून कित्येक गोष्टी दिल्या. सात ट्रक भरून आम्हाला त्या मिळाल्या होत्या. सर्व प्रकारच्या आणि सर्व थरांतील लोकांकडून आमच्या ग्लोबल मार्चला भरघोस प्रतिसाद मिळाला होता. या ऐतिहासिक पदयात्रेचा एक हिस्सा बनलेल्या काही महत्त्वाच्या व्यक्तींमध्ये अमेरिकेचे अध्यक्ष बिल

क्लिंटन, इंग्लंडचे अध्यक्ष टोनी ब्लेअर, फ्रेंच राष्ट्राध्यक्ष जॅक्विस रेनी चिरॅक, भारताचे राष्ट्राध्यक्ष के. आर. नारायणन, स्पेनच्या राणी, बेल्जियमचे राजे, व्हॅटिकन सिटीचे पोप यांचा समावेश होता.

मोर्चाचा आमचा कार्यक्रम संपल्यानंतर आणखी दोन आठवडे आम्ही युरोपमध्ये राहिलो. त्या काळात मी कित्येक मित्र जोडले. अखेरीस तो कार्यक्रम संपला होता. आम्हाला खूपच वाईट वाटले. आता आपापल्या देशात परतण्याची वेळ आली होती.

३०

काठमांडूतून भारतात

मुलांचे हक्क आणि बालकामगारी याविषयी बहुतांश लोक जागरूक असल्याचे अलीकडच्या काळात आपल्याला आढळते. आज ज्यावेळी मी कधी शांतपणे बसतो, त्यावेळी मुलांच्या चळवळीचा मी एक भाग होतो याचे मला समाधान वाटते. इतर बेघर मुलांना आपले आयुष्य अधिक चांगल्या प्रकारे जगता यावे यासाठी अखेरीस आम्ही या जगात एक प्रकारची क्रांती घडवून आणली होती. माझ्या आयुष्यात मी खरोखरच काही मिळवले असेल तर ते हेच आहे आणि मला त्याचा अभिमान वाटतो, कारण बालकामगार म्हणून मी जगाला काहीतरी देऊ शकलो.

समाज अंधःकारात गुरफटलेला असतो आणि स्वार्थीपणा मानवतेला दडपून टाकतो, त्यावेळी जगाला त्यातून बाहेर पडण्यासाठी एका छोट्याशा मार्गाची गरज असते. सर्वसामान्य लोकांना आपल्या हक्कांचे संरक्षण करता यावे आणि 'जगा आणि जगू द्या' यांसारख्या विधानांचे मूल्य त्यांना समजावे यासाठी एका छोट्याशा छिद्राची गरज असते. समाजात न्याय प्रस्थापित करण्यासाठी आणि वंचिताना, छळ आणि शोषण झालेल्यांना आणि तळागाळातील लोकांना मार्ग दाखवण्यासाठी अंधार दूर करणाऱ्या एका समर्थ, ताकदवान मेणबत्तीची गरज असते. अशा प्रकारे त्यांना आशेचा किरण दिसतो आणि त्यांना आवश्यक असलेल्या मुक्ततेची ओझरती झलक दिसते.

कैलाश सत्यार्थी हे अशीच फडफडती, लुकलुकती मेणबत्ती होते. ही मेणबत्ती जळत होती आणि चमकत होती. तिच्यातून स्वातंत्र्याचा प्रकाश बाहेर पडत होता. त्याचे नाव होते मुक्ती आश्रम.

ज्या व्यक्तीने माझी सतत प्रशंसा केली होती आणि ग्लोबल मार्च चळवळीत माझ्याविषयी जी व्यक्ती बोलली होती, तिचा हात घट्ट पकडून ठेवण्याचे मी ठरवले होते. मला ते खूपच आवडू लागले होते. खरे तर त्या पदयात्रेच्या दरम्यान सुरुवातीपासून अखेरीपर्यंत मी त्यांच्या मागे मागेच जात राहिलो होतो. त्यांना चिकटून राहिलो होतो. त्यांनी माझ्यात काय पाहिले होते ते मला माहिती नाही. मला आजही त्याविषयी आश्चर्य वाटते. परंतु त्यांना मी आवडत होतो आणि त्यांनी नेहमीच मला खास व्यक्ती म्हणून वागवले होते. कैलाश सत्यार्थी हे ग्लोबल मार्च अगेन्स्ट चाईल्ड लेबरचे अध्यक्ष होते आणि बचपन बचाओ आंदोलनाचे संस्थापक होते. ते भारतात, दिल्लीत रहात होते. मी काठमांडूत रहात होतो. त्यामुळे सन १९९९ मध्ये मी मनाची तयारी केली आणि नवी दिल्लीत पोहचलो. भारताची राजधानी असलेली दिल्ली. त्यांच्याजवळ राहण्यासाठी मी तिथे पोहचलो होतो. माझ्या मनात कुठेतरी ही माहितीही दडलेली होती, की माझे वडील भारतीय होते. भारतातच कुठेतरी माझे कुटुंबीय रहात होते. मला भारतात जावेच लागणार होते.

मी फक्त दहा वर्षांचा होतो. मी छोटा मुलगा होतो. परंतु कैलाशजींच्या शोधात नेपाळवरून एकट्याने भारतात येण्याचे मी ठरवले होते.

सुमारे सहा महिने आम्ही जगभर फिरलो होतो. त्यानंतर सीडब्ल्यूआयएनची टिम, प्रवर्तक आणि नेपाळमधील मुले यांच्यासमवेत मी सीडब्ल्यूआयएनमध्ये परतलो होतो. तोपर्यंत मी खूपच प्रसिद्ध झालो होतो. नेपाळमधील टेलीव्हिजन, रेडिओ आणि वर्तमानपत्रे अशा सर्व प्रसारमाध्यमांनी मला भरपूर प्रसिद्धी दिली होती. रोजच्या रोजच माझ्या मुलाखती घेतल्या जात होत्या. मला सगळीकडे भाषणे द्यायला जावे लागत होते. जणू काही मी कोणीतरी प्रसिद्ध व्यक्ती होतो. त्यानंतर मला जाहिरात क्षेत्रात काम मिळाले. टीव्हीवर ही जाहिरात रोज येत असे. बालकामगारीचे निर्मूलन करण्याच्या संदर्भातील ती जाहिरात होती. या जाहिरातीत

हॉटेलमध्ये काम करणारा मुलगा दाखवला गेला होता. शिवाय घरगडी म्हणून काम करणारा आणि चिंध्या, कागद गोळा करणारा मुलगाही दाखवला गेला होता. जणू काही मला प्रसिद्ध जीवनाचा लाभ झाल्यासारखे दिसत होते. अचानक काही शिक्षकांना आणि कार्यकर्त्यांना असे वाटू लागले की सीडब्ल्यूआयएन या संघटनेऐवजी मलाच सगळीच्या सगळी प्रसिद्धी मिळत आहे. मला गृहातून हाकलून द्यावे, अशा प्रकारचे सल्ले देण्यास त्यांनी सुरुवात केली. आता एवढ्या सुंदर आयुष्याचा लाभ झाल्यानंतर पुन्हा रस्त्यावर जाण्याची कल्पना तरी मी कशी काय करू शकलो असतो?

एखादे सुंदर स्वप्न संपुष्टात यावे तसे ते होते. मला धमकी मिळाल्यासारखे वाटू लागले. आपल्याला माघार घ्यावी लागत आहे, आपण पराभूत होत आहोत आणि असुरक्षित आहोत असे मला वाटू लागले. माझ्या खऱ्या भावना लपवण्यासाठी मला भारतात जायचे आहे, असे मी प्रत्येकाला सांगत फिरू लागलो. मी चित्र काढले आणि त्यात भारताचा तिरंगा दाखवला. मी काढलेल्या प्रत्येक चित्रात मी नेपाळ ते भारत मार्गाचे चित्र रेखाटत राहिलो. सगळीकडे मी भारताचा झेंडा रेखाटत होतो. यामुळे तर ती नेपाळी स्वयंसेवी संस्था अधिकच दुखावली गेली. निराश झाली. त्यावेळी मला राष्ट्रीयत्वाविषयी कसलीच माहिती नव्हती. मला एवढेच माहिती होते की भारत हा माझा देश होता, कारण कुठेतरी मला माहिती होते की तो माझ्या डॅडचा देश होता, कारण ते भारतीय होते. त्यामुळे मला भारतात जायचे होते. मी भारताचा विचार केला, तेव्हा माझ्या नजरेसमोर कैलाशजींचा चेहरा आला. त्यामुळे एके दिवशी सकाळी माझ्या डॅडच्या देशात जाण्यासाठी मी नेपाळ सोडण्यासाठी मनाची तयारी केली.

त्यावेळी मला कोणत्या मार्गाने जावे लागेल याची आधीच कल्पना होती. एकदा मी विराटनगरला बसमधून गेलो होतो. याशिवाय ग्लोबल मार्च गटाचा भाग म्हणून सीडब्ल्यूआयएनच्या टिमबरोबर मी बांगला देशाहून नेपाळला आणि तिथून भारतात खुष्कीच्या मार्गाने प्रवास केला होता. ग्लोबल मार्चच्या वेळी आम्हा सर्व सहभागी मुलांना आठवड्याला सात डॉलर्स पॉकेट मनी दिला जात होता. ते पैसे मी साठवले होते. मी काठमांडूला परतल्यानंतर

मला शक्य होती तेवढी सर्वात महागडी सायकल खरेदी केली होती. ती माझी स्वप्नातील सायकल होती. परंतु आता तर मी भारतात जायचे ठरवले होते. त्यामुळे माझ्या मनात पहिल्यांदा असा विचार आला की ती सायकल विकून प्रवासखर्चाचे पैसे गोळा करावेत. ग्लोबल मार्चच्या दरम्यान, मला खूप भेटवस्तूही मिळाल्या होत्या. माझ्याकडे स्केट्स होती. मला ती इटलीतून मिळाली होती. शिवाय भरपूर कपडे आणि जगभरातील कित्येक स्मरणिका मिळाल्या होत्या. ते सगळे भारतात कसे घेऊन जावे याचा मी संपूर्ण आठवडाभर विचार करत होतो. माझ्या सगळ्या वस्तू एकत्र करून घेऊन गेलो असतो तर त्यांचे वजन खूपच झाले असते. मी एकटाच तेवढे सगळे घेऊन कसा काय जाणार होतो? म्हणून मी फक्त डायरी घेतली. तिच्यात माझे रोजचे विचार आणि घडलेल्या घटना मी टिपून ठेवत असे. शिवाय महत्त्वाच्या व्यक्तींचे पत्तेही मी लिहून ठेवले होते. त्या डायरीत एका पानावर कैलाशजींचा पत्ता आणि त्यांचे छायाचित्रही होते.

पहिल्यादा मी सायकल विकली. नंतर एके दिवशी पहाटे मी सीडब्ल्यूआयएनच्या सेंटर ए मधील तात्पुरत्या पुनर्वसन केंद्रातून पळून जाण्याचे ठरवले.

मी काठमांडूहून भैरव आणि तिथून सुनौलीकडे जाणाऱ्या बसमध्ये बसलो. तिथे पोहचल्यावर भारतातील गोरखपूरला जाणाऱ्या जीपमध्ये जागा मिळवण्यात मी यशस्वी झालो. दिल्लीला जाणारी बस कुठे आहे, ते मी लोकांना विचारले. त्यांनी मला बस दाखवली. परंतु मी बसच्या कंडक्टरकडे गेल्यावर दिल्लीचे तिकीट काढण्यासाठी मी खिशात हात घातला त्यावेळी मला पाकिटात एकही पैसा नसल्याचे आढळले. यावेळी मात्र मी खूपच घाबरलो होतो.

त्याआधीच्या आयुष्यात काठमांडूच्या रस्त्यांवर मी अज्ञानातून फुशारक्या मारत आलो होतो. आता मला जाण आली होती. आता मी बालकामगारीविरोधात जागतिक पदयात्रेत सहभागी झालेला मुलगा होतो. त्यामुळे मी अत्यंत लहान आणि दुर्लक्ष करण्याजोगा व्यक्ती होतो ते माझ्या लक्षात आले होते. हरवलेल्या मुलांच्या कित्येक कथा मी ऐकल्या होत्या. त्यांची अवैधरित्या झालेली वाहतूक आणि अपहरण याविषयीही मी ऐकले होते. मला मार्शल आर्ट माहिती होते. त्यामुळे माझे अपहरण करायला कोणी

आले तर आपण त्याच्याबरोबर मारामारी करू शकू असे मला वाटत होते. परंतु दुसऱ्या बाजूने विचार केला तर मी लहान होतो आणि जर पाच मोठी माणसे मला पळवण्यासाठी आली तर मी त्यांच्याबरोबर कसा काय मारामारी करणार होतो? मला तेवढे भान आले होते. माझ्या डोक्यात हे प्रश्न घोळत राहिले होते. बस स्टँडवर ज्या ज्यावेळी लोक माझ्याजवळ येत होते, त्या त्यावेळी मी त्यांना टाळत होतो. काही वेळा लोकांनी माझ्याशी बोलण्याचा प्रयत्न केला. त्यांनी मला विचारले, ''तुला कुठे जायचं आहे?'' मी काहीच बोलत नव्हतो. मी तिथून पळून जात होतो. काही वेळा मी चिडत होतो आणि त्यांना उत्तर देत होतो. ''तुम्हाला काय करायचं आहे?'' माझ्या मनात कुठेतरी बचावात्मक अंतःप्रेरणा निर्माण झाली होती.

माझ्याकडचे पैसे संपल्याचे माझ्या लक्षात आले होते. म्हणून मी बस स्टँडवरून बाहेर पडलो आणि गोरखपूर रेल्वे स्टेशनवर पोहचलो. तिथून मी धाब्यावर पोहचलो. तिथे थोडेसे अन्न आणि पैसे मागावेत असा विचार मी केला होता. तिथे कोणीतरी चांगली व्यक्ती भेटेल आणि मला मदत करेल असे मला वाटत होते. परंतु कित्येक लोकांनी मला हाकलून दिले. ते म्हणाले, ''आम्हाला मूर्ख बनवू नकोस. तुम्ही लोक आम्हाला मूर्ख बनवायलाच टपलेले असता.'' इतर काही लोकांनी असे म्हटले की 'पैसे फुकट मिळत नाहीत. तुला ते मिळवावे लागतील.' याचा अर्थ लोक मला मदत करणार नाहीत, हे मला समजले होते. त्यानंतर मी काहीतरी काम शोधावे असा विचार केला. परंतु मी कामाची चौकशी केल्यावर लोकांनी माझ्याकडे आश्चर्यचकित होत पाहिले होते. मी बेघर दिसत नव्हतो; तर चांगल्या खात्या-पित्या घरचा वाटत होतो.

दिसण्यावर बरेच काही अवलंबून असते. मी भीक मागितली होती. मी काम केले होते. परंतु आता मी थोडाफार शिकलो होतो. मी जगभर फिरून आलो होतो. बालकामगारी विरोधातील जागतिक पदयात्रेतून मी कित्येक देशांचा प्रवास केला होता.

मी लहान मूल होतो, परंतु तरीही मी मध्यमवर्गीय कुटुंबातील मुलासारखा दिसत होतो. त्यामुळे मी तिथल्या तिथे कित्येक कथा तयार केल्या. माझ्या समस्येविषयी मी लोकांशी बोललो. मी त्यांना सांगितले की माझ्याकडचे

पैसे संपले होते आणि मला माझ्या काका –काकूच्या घरी जायचे होते. मी त्यांना कैलाशजींचें छायाचित्र दाखवले. एका व्यक्तीने कसा कोण जाणे; परंतु माझ्यावर विश्वास ठेवला. त्याला आपली भांडी घासण्यासाठी एका लहान मुलाची नितांत आवश्यकता होती. तो धाबा चालवत होता आणि त्याने मला एक महिनाभर काम करू देण्याची परवानगी दिली. महिनाअखेरीस तो पैसे देणार होता. त्याने मला खाऊ घालण्याचे मान्य केले होते आणि मला तो धाब्यातच झोपूही देणार होता. मला त्याने भांडी घासण्याची जागाही दाखवली. त्याने मला खायला दिले आणि माझे काम सकाळी चार वाजता सुरू होईल, असे सांगितले. पुन्हा एकदा आपण त्याच चक्रात अडकल्याची जाणीव मला झाली.

मी खाल्ल्यानंतर माझे ताट घासले आणि ते ठेवण्यासाठी काऊंटरजवळ गेलो. मी काऊंटरच्या मागे पाहिले. तर तेथील ड्रॉवर उघडा होता आणि त्याच्यातील पैसे दिसत होते. मी चोर नव्हतो. परंतु मी प्रामाणिकपणे पैसे मागितले तर लोक मला देणार नाहीत हे मला माहिती होते. मी आधीच सोडून दिलेला मार्ग मला पुन्हा एकदा चोखाळायचा नव्हता. म्हणून कोणीही बघत नसताना आपल्या गरजेपुरतेच पैसे घेण्याचे मी ठरवले. ज्या क्षणी मला संधी मिळाली त्याच क्षणी मी हजार रुपयांची नोट उचलली आणि माझे सामान उचलून बस स्टँडच्या दिशेने धावत सुटलो, कारण ट्रेनमधून दिल्लीला कसे जायचे ते मला माहिती नव्हते. मी फक्त एक रस्त्यावरचे मूल होतो, परंतु या विचारापेक्षाही भीतीने त्यावेळी माझे हृदय जोरजोरात धडधडत होते. माझ्या मनात कित्येक विचार घोळत होते. ते बहुतेक सगळे भीतीदायकच होते. मला खूप भीती वाटत होते. मी पैसे चोरले होते आणि माझा पाठलाग केला जात असेल अशी भीती मला वाटत होती. एक माणूस ओरडला, ''हॅलो!'' आणि मला वाटले की 'मी आता मेलोच!' मी धावणे थांबवले नव्हते. त्यानंतर अचानकच मी एका माणसाच्या अंगावर आदळलो आणि खाली पडलो. तो माणून ओरडला, ''अरे, अरे, अरे! एवढ्या घाईघाईने कुठे निघालायस?'' मला काय बोलावे ते सुचत नव्हते. मला वाटले की कोणीतरी मला पकडले. परंतु मी मागे वळून पाहिले, तर कोणीही माझा पाठलाग करत नव्हते. म्हणून मी उत्तर दिले, ''या बाजूने दिल्लीची बस सुटते, असे कोणीतरी मला

सांगितले, म्हणून मी जरा गडबडीत होतो.'' त्या माणसाने स्मित केले आणि तो म्हणाला, ''नाही, नाही. ती बस बघ. ती दिल्लीला जाणार आहे. तुला पळण्याची काहीच गरज नाही.'' त्यानंतर मी बसमध्ये बसलो. आत बसून मी तसाच बाहेर बघत राहिलो होतो. मला पकडायला कोण येत तर नाही ना, ते मी पहात होतो.

बस सुटल्यावर मी लपण्याचा प्रयत्न करू लागलो. तेवढ्यात कंडक्टर आला आणि म्हणाला, ''तुझ्याकडे पैसे नाहीत की काय?'' मी स्मित करण्याचा प्रयत्न केला आणि म्हणालो, ''तुम्हाला काय वाटतं? मी दिल्लीला काय तुमच्यापासून लपूनछपून चाललोय की काय? हाऽहाऽहाऽ! खरे तर माझ्या पोटात दुखतंय.'' मी त्याला पैसे दिले आणि म्हणालो, ''दिल्लीच्या तिकिटाचे हे पैसे घ्या. किती तिकीट आहे?'' तो म्हणाला, ''काही काळजी करू नकोस. मी तुझ्याकडून इतरांपेक्षा जास्त पैसे घेणार नाही.'' मी स्मित केले आणि म्हणालो, ''मला माहिती आहे की तुम्ही माझ्याकडून जास्त पैसे घेणार नाही, कारण इकडे येण्याआधी माझ्या डॅडींनी माझ्याकडून सगळी तयारी करवून घेतली आहे. त्यांनी मला बसचं भाडं आणि मला दिल्लीला जाण्यासाठी कुठून कुठल्या बसमध्ये बसावं लागेल अशी प्रत्येक गोष्ट व्यवस्थित सांगितली आहे.'' त्याने मला विचारले, ''तू एकटाच आहेस का?'' मी म्हणालो, ''होय. मी मोठा मुलगा आहे. मी एकट्याने प्रवास करू शकतो.'' माझ्या शेजारची बाई खिदळल्यासारखी हसली आणि म्हणाली, ''होय. तू किती मोठा आहेस ते आम्हाला दिसतंय.'' त्या स्त्रीने मला विचारले, ''तू दिल्लीत कुठे चालला आहेस?'' मी तिला कैलाशजींचे छायाचित्र दाखवले आणि सांगितले, ''माझ्या काका-काकूंच्या घरी मी चाललो आहे, कारण मला त्यांची खूप आठवण येत आहे. म्हणून माझ्या वडलांनी मला पाठवलं आहे. मला न्यायला त्यांना कुठे यायला लागेल ते त्यांनी कळवले आहे.''

कंडक्टरने मला तिकीट दिले. आता यापुढे कोणाशीही बोलायचे नाही असे मी ठरवून टाकले आणि झोप आल्याचे नाटक करून डोळे मिटून पडून राहिलो. खाण्यासाठी म्हणून बस थोडा वेळ थांबली. मी काहीही खाल्ले नाही. मी फक्त लघवी करायला खाली उतरलो आणि नंतर बसमध्ये बसलो. त्यानंतर मी

झोपी गेलो. दिल्लीतील वसंत विहार बस स्टॉपवर पोहचल्यावर मी बसमधून खाली उतरलो, परंतु कैलाशजींकडे कसे जावे आणि तिथून कुठे जावे ते मात्र मला माहिती नव्हते.

३१

मुक्ती आश्रम

ग्लोबल मार्चच्या एका छायाचित्राच्या मागच्या बाजूला फोन नंबर होता. तो मुक्ती आश्रमचा होता. ग्लोबल मार्चमधील एका सहभागी मुलाकडून मी तो घेतला होता आणि आश्रमाचा पत्ताही घेतला होता. तो बचपन बचाओ आंदोलनाच्या पुनर्वसन केंद्रातून आला होता. उत्तर दिल्लीतील या केंद्राचेच नाव होते मुक्ती आश्रम.

एका एसटीडी बुथच्या व्यक्तीला मी तो नंबर फिरवायला सांगितले. आश्रमाच्या एका कर्मचाऱ्याने फोन घेतला. मुक्ती आश्रमाकडे कसे यायचे ते त्याने मला नीट सांगितले. गोरखपूर–दिल्ली बस मार्गावरून मी आयएसबीटी दिल्लीच्या बसमधून यावे असे मला सांगितले गेले होते. आयएसबीटीवरून मी नथुपुराच्या बसमध्ये चढलो. तिथेच मुक्ती आश्रम आहे. तिथून कैलाशजीना शोधून काढणे कठीण नव्हते. मी मुक्ती आश्रमात पोहचलो आणि नंतर कैलाशजींच्या घरी मला सोडण्यात आले.

आपल्या घराच्या दरवाजात मला पाहिल्यावर कैलाशजी आणि त्यांच्या कुटुंबीयांना मोठेच आश्चर्य वाटले. कैलाशजींनी मला घरी राहण्यास सांगितले आणि मला आपला मुलगा म्हणूनच हाक मारली. ते मला 'माय सन' म्हणतात. मी तिथे काही दिवस राहिलो. मला त्या कुटुंबीयांसमवेत खूपच चांगल्या प्रकारे राहता आले. माझा वेळ छान चालला होता. परंतु

मी खरोखरच्या घरात राहिलेला मुलगा नव्हतो. माझे आयुष्य भरकटलेले, बिघडलेले होते. त्यामुळे मी त्यांना सांगितले, की मला घरात रहायचे नव्हते. मग त्यांनी मला मुक्ती आश्रमात पाठवण्याचा निर्णय घेतला. मुक्ती आश्रम हे बचपन बचाओ आंदोलनाचे अल्प काळाचे पुनर्वसन केंद्र आहे. वेठबिगारीच्या कामातून सोडवलेल्या मुलांच्या पुनर्वसनाचे काम तिथे केले जाते. वेठबिगार मुले तिथे राहतात आणि अडचणींवर व शोषणावर कशा प्रकारे मात करावी याविषयी तिथे समुपदेशन केले जाते. बालकामगारीतून सुटका केलेल्या बालकामगारांना तिथे लिहिणे, वाचणे आणि आकडेमोड करणे यांचे प्राथमिक ज्ञान दिले जाते. मुलांना त्यांच्या पालकांकडे परत पाठवण्याआधी त्यांना या गोष्टी शिकवल्या जातात.

मुक्ती आश्रम ही खरोखरच सुंदर जागा होती. नवीन मूल म्हणून तिथल्या इतर मुलांनी माझे तिथे उत्साहाने स्वागत केले. माझे डोके गरगरत होते. मला तिथे सगळीकडे कुंपणावर लावलेली फुले आणि झाडेच झाडे दिसत होती. ते एखाद्या थंड हवेच्या ठिकाणासारखे दिसत होते. राहण्याच्या खोल्या माती आणि विटांनी बनवलेल्या होत्या. पारंपरिक झोपड्यांसारख्या त्या दिसत असल्या तरीही त्या खूपच सुंदर होत्या. मुक्ती आश्रमात राहणारी मुले निसर्गाच्या मूल्यांविषयी आणि निसर्गाच्या प्रत्येक स्रोताचा आदर राखण्यास शिकत होती. निसर्ग स्वतःच आपल्याला स्वातंत्र्याविषयी शिकवतो. निसर्गापासून आपल्याला हाच खरा धडा शिकायचा असतो. मी त्या पुनर्वसन केंद्रात रहायला सुरुवात केल्यानंतर माझ्या लक्षात आले की स्वार्थी आणि दुसऱ्याचा बळी घेणाऱ्या जगापासून तिथे मी आणि माझ्यासारखी मुले मुक्त बनू शकत होती. तिथल्या शिक्षकांनी स्वतःला मुलांच्या कामासाठी वाहून घेतले होते. मी तिथे खूपच आनंदात रहात होतो. मी इतर मुलांनाही आवडत होतो. त्यांनी मला आशा मिळवून दिली आणि माझ्या अस्तित्वाच्या महत्त्वाविषयी मला शिकवले.

रोज इतर मुले माझ्याकडे काहीतरी नवीन शिकण्यासाठी येत, कारण मी जसा होतो तसा त्यांना मी आवडत होतो. त्यातील सर्वाधिक महत्त्वाचा भाग म्हणजे मी त्यांच्यापैकीच एक होतो. ती मुले माझ्याकडे एक आधीचा बालकामगार म्हणूनच बघत होती. त्यांनाही माझ्यासारखे होण्याची इच्छा

होती. स्वतःला समजून घेणे आणि आपल्या अस्तित्वाचे महत्त्व जाणून घेणे यासाठीच सत्यार्थीजींनी मला तिकडे पाठवले होते. मला मुक्ती आश्रमात पाठवण्यामागे तेच खरे कारण होते. फक्त आपल्या स्वतःसाठी जगणे निरर्थक असते, हे त्यांनी मला समजून घ्यायला लावले. इतरांच्या आयुष्यासाठी संघर्ष केल्यामुळे माणसाला महत्त्व प्राप्त होते. त्यांना कसे कोणास ठाऊक; परंतु माझ्यातील बुद्धिमत्ता जाणवली होती. ते माझे खरोखरचे पाठिराखे आणि सल्लागार आणि हिरो बनले. बचपन बचाओ आंदोलन या त्यांच्या संघटनेच्या प्रत्येक कार्यक्रमात त्यांनी मला सहभागी करून घ्यायचे ठरवले होते. सन १९८० मध्ये त्यांनी या संस्थेची स्थापना केली होती. या संस्थेच्या माध्यमातून 'मुलांची संसद' या कार्यक्रमासारखे कित्येक कार्यक्रम ते पार पाडत होते. त्या वर्षी नवी दिल्लीत संसद भरली होती आणि भारताच्या विविध भागांतून तिथे मुले आली होती. तिथे आम्ही शिक्षणाचे महत्त्व आणि सरकारी शाळांची निकृष्ट स्थिती यावर चर्चा केली. खेड्यांमधील कित्येक शाळांना छपरेच नसल्याचे आम्हाला समजले. तिथली मुले शाळेत जात नाहीत. शिक्षक फक्त त्यांच्या उपस्थितीचे तक्ते भरत राहतात, असेही आम्हाला समजले. या चर्चांनंतर आम्ही उच्चस्तरीय समितीसमोर प्रेझेंटेशन केले. तिथे प्रसिद्ध व्यक्तीही उपस्थित होत्या. त्या उच्चस्तरीय बैठकीत मीही प्रेझेंटेशन केले होते. माझ्या शेजारीच शिक्षणमंत्री बसले होते. अशा प्रकारचे कित्येक कार्यक्रम आणि मोहिमा पार पाडल्यानंतर मी या चळवळीचे नेतृत्त्व करण्यास सुरुवात केली. या प्रक्रियेत मी खूप काही शिकलो.

कैलाशजींनी मला कित्येक संधी दिल्या आणि मार्गदर्शन केले. त्यांनी खरोखरच मला स्वतःच्या मुलासारखी वागणूक दिली. मुक्ती आश्रममध्ये मी अशीच काही वर्षे घालवली आणि त्या ठिकाणाची खरी किंमत मला समजली. इतर केंद्रांप्रमाणे आणि निवारागृहांप्रमाणे ती सर्वसामान्य जागा नव्हती. हे केंद्र वेगळे होते. आपल्या आयुष्यातील कित्येक दुःखद, तणावपूर्ण प्रसंगांमुळे आत्मविश्वास गमावून बसलेल्या मुलांना या केंद्राने आत्मविश्वास मिळवून दिला होता. या ठिकाणाने आवाज हरवलेल्या आणि भयभीत झालेल्या कित्येक मुलांना त्यांचा आवाज परत मिळवून दिला. डोळ्यांत अश्रू घेऊन, घाबरलेल्या, विदीर्ण मनःस्थितीत आलेल्या मुलांच्या चेहऱ्यावर या आश्रमाने स्मित परत

आणले. मुक्ती आश्रममध्ये असताना घडलेला एक प्रसंग मला अजूनही आठवतो. एके दिवशी मी वर्गात बोलत होतो. नव्यानेच आश्रमात आलेली मुले त्या वर्गात होती. त्या मुलांना वेठबिगारीतून सोडवून तिथे आणण्यात आले होते. मी एका मुलाला लाईट बंद करायला सांगितले. त्याने लाईट बंद करण्यासाठी बल्बवर स्लिपर फेकून मारली. एकविसाव्या शतकातही विजेविषयी लोक अनभिज्ञ आहेत, हे पाहून मी खूपच आश्चर्यचकित झालो होतो. काही वेळा रेफ्रिजरेटरमध्ये आम्हाला स्लिपर्स आणि शूज ठेवल्याचे आढळत असे. अत्यंत मागास भागातून आणि थरातून आलेली सात मुले मी पाहिली होती. शिक्षणाच्या माध्यमातून त्यांना जीवनाच्या मुख्य प्रवाहात आणले गेले होते. कैलाशजी ज्या प्रकारे आंतरक्रिया करत होते आणि या मुलांमध्ये गुंतलेले होते ते मला खूपच आकर्षक वाटले.

या तात्पुरत्या पुनर्वसन केंद्रात विविध संस्कृतींमधून आलेली, विविध धर्मांची आणि देशाच्या विविध भागांतून आलेली मुले रहात होती. काहींना वीटभट्ट्यांमधून सोडवून आणण्यात आले होते. काहींना गालिचांच्या उद्योगातून बाहेर काढून आणले गेले होते. घरगड्याच्या कामातून सोडवलेले काही जण होते. काहींना दगडांच्या खाणीच्या कामातून बाहेर आणण्यात आले होते. आश्रमात प्रवेश करताना त्यांच्या चेहऱ्यावर चांगलेच भय दिसत असे. त्यांची जगण्याची आशा आणि स्वप्न हरवले असावे अशी ती दिसत असत. परंतु मुक्ती आश्रमात काही दिवस राहिल्यावर हळूहळू आश्रमात घडणाऱ्या प्रत्येक गोष्टीत आणि कार्यक्रमात ती सहभागी होत. ती गात होती. नाचत होती. बागडत होती. अभ्यास करत होती आणि विनोद करत होती. खेळत होती. त्यांना पुन्हा एकदा नवी कोरी करकरीत आयुष्ये मिळत होती. कदाचित त्यांच्या आयुष्यात पहिल्यांदाच त्यांना आपणही जिवंत असल्यासारखे, जगत असल्यासारखे वाटत होते. मला या मुलांबरोबर राहताना खूपच आनंद होत होता. ती मुकी नव्हती. सर्वसामान्य माणूस करू शकणारी प्रत्येक गोष्ट ती करू शकत होती. त्यांना फक्त एका संधीची आवश्यकता होती आणि चमत्कारांची ती शक्यता तिथे प्रत्यक्ष त्यांच्यासमोर दिसत होती.

त्यांच्याही मनात स्वप्ने होती. दुःखाने भरलेल्या त्यांच्या कथा मी ऐकल्या. परंतु त्या कथेच्या अखेरीस ती मला आपली स्वप्ने सांगत. कोणी तरी

म्हणत असे की 'मला डॉक्टर, शिक्षक किंवा वकील व्हायचं आहे.' मी
त्यांचे प्रत्येक शक्य असलेले स्वप्न पहात होतो. मी त्यांना चांगल्या प्रकारे
समजून घेऊ शकत होतो, कारण कुठे तरी भावनिकदृष्ट्या मी त्यांच्याशी
जोडला गेलो होतो. ती मला जे काही सांगत होती, तेही मला समजत
होते, कारण माझ्यासाठी ती माझीच कथा होती. मीही कधीतरी ती कथा
त्यांच्याप्रमाणेच कोणाला ना कोणाला सांगितलेली होती. मला असाच एक
दिवस अजूनही आठवतो. त्यावेळी मी तिथे बसून त्यांच्याबरोबर बोलत होतो.
अश्रफ अली नावाच्या आठ वर्षांच्या मुलाने मला सांगितले की तो एका वरिष्ठ
पोलीस अधिकाऱ्याच्या घरात घरकामात मदत करण्याचे काम करत होता.
एके दिवशी त्याला खूपच भूक लागली होती, कारण त्याला कोणीही काहीही
खायला दिले नव्हते. म्हणून तो उरलेले थोडे दूध प्यायला. त्यासाठी त्याला
हिंस्रपणे मारहाण करण्यात आली होती. त्यानंतर काही दिवसांनी, बीबीएच्या
(बचपन बचाओ आंदोलनाच्या) लोकांनी त्याची सुटका केली होती आणि
त्याला मुक्ती आश्रमात आणले होते. माझी कथा त्याच्या या कथेशी जुळत
होती. कैलाशजी आणि त्यांच्या भारतीय संघटनेची हीच गोष्ट मला सर्वाधिक
भावली होती. ती म्हणजे निराश छोट्या मुलांच्या चेहऱ्यांवर त्यांनी त्यांचे
हास्य परत आणले होते. कैलाशजी मला आपल्या स्वतःच्या मुलाप्रमाणे
वागवत असल्यामुळे मुक्ती आश्रमातील काही लोकांना खूपच असूया वाटू
लागली. कैलाशजी मला नेहमीच सांगत की, ''अरे बाळा, माझे शब्द लक्षात
ठेव. लवकरच तू प्रसिद्ध आणि नावाजलेली व्यक्ती बनशील. तो दिवस फारसा
दूर नाही. भरपूर काम करत रहा, कारण माझे अंतःकरण मला सारखे सांगत
असते की काहीतरी करून दाखवण्याची क्षमता तुझ्यात आहे.'' मी करू
शकत असलेल्या सगळ्या गोष्टी त्यांना माहिती होत्या. नृत्य, अभिनय, लेखन
आणि मार्शल आर्ट्स मला येत होते. माझे एक स्वप्न होते. मला अभिनेता
बनायचे होते. या कलांमधील आपल्या कौशल्यात वाढ व्हावी यासाठी मी
जोरदार प्रयत्न करत होतो. भरपूर काम करत होतो. एके दिवशी मी हे जग
हलवून टाकेन असा आत्मविश्वास माझ्याकडे होता.

अशा प्रकारे मी कित्येक लोकांशी आंतरक्रिया केल्या. माझ्या मतांमुळे त्यांना
खूपच आश्चर्य वाटत असे आणि ते माझे कौतुकही करत असत, कारण

आमच्या वयात दुप्पट किंवा तिप्पट अंतरही होते. यामुळेही आपण या जगातील एक महत्त्वाची व्यक्ती आहोत असे मला वाटू लागले. लवकरच मी परदेशी लोकांच्याही संपर्कात आलो. आलम रेहमान हे त्यांच्यापैकीच एक होत. ते माझे चांगले मित्र बनले होते. ग्लोबल मार्चच्या दरम्यान आम्ही कित्येक देशांना भेटी दिल्या होत्या. मी त्यांना 'ब्रदर' म्हणत असे. त्यांनी मला कित्येक गोष्टी शिकवल्या. मी त्यांच्याबरोबर क्रीडा संकुलात जात असे आणि आम्ही तिथे खूप गंमत करत असू. त्यांनी मला जे जे शिकवले होते, त्या साऱ्याचीही मला मजाच वाटली होती.

३२

आयुष्याचे बूमरँग

मी आलमना भेटलो होतो; त्याप्रमाणेच ग्लोबल मार्चने मला आयुष्यभरासाठी एक मैत्रीण मिळवून दिली. मी डोरी सँटोलयाना भेटलो. डोरी या नवी दिल्लीच्या ग्लोबल मार्च इंटरनॅशनल सेक्रेटरिअॅटचा स्वयंसेविका होत्या. कित्येक स्थानिक स्वयंसेवकांच्या बाजूला केव्हाही किमान बारा तरी आंतरराष्ट्रीय स्वयंसेवक असत होते. डोरी माझी चांगली मैत्रीण बनल्या. एके दिवशी त्या मला म्हणाल्या, ''बासु, मी कित्येक मुलं पाहिली आहेत; परंतु ती तुझ्याएवढी नशीबवान नसतात. तुला आयुष्याचा भरपूर अनुभव मिळाला आहे. तू डायरी लिहायला सुरुवात कर. कोणास ठाऊक; एके दिवशी रस्त्यावरची मुलं म्हणजे नेमकं काय असतं आणि बेघर मुलांना प्रत्यक्ष कोणत्या परिस्थितीला तोंड द्यावं लागतं ते तू जगाला सांगू शकशील.'' त्या दिवसापासून मी डायरी लिहिण्यास सुरुवात केली. डोरींनी मला अभ्यासातही मदत केली. सन २००५ मध्ये मी मुक्ती आश्रमातून बाहेर पडण्याचे ठरवले, कारण त्या केंद्राच्या संचालकाशी माझे काही मतभेद झाले होते. तोपर्यंत मी हायस्कूलमध्ये शिकत होतो आणि भूतकाळाच्या तुलनेत मी खूपच अधिक आत्मविश्वासू बनलो होतो. मी आणि इतर काही किशोरवयीन मुले मुक्ती आश्रमाच्या जवळच्याच दुसऱ्या निवासस्थानी राहू लागलो. तरीही आम्ही संस्थेअंतर्गतच रहात होतो.

काही दिवसांनी आम्ही आपले स्वतःचे मार्ग निवडण्याचे ठरवले.

मी तिथून निघून जाण्याचा निर्णय घेतल्याचे समजल्यावर कैलाशजींना अतिशय वाईट वाटले. मी नेहमीच त्यांच्या संपर्कात राहीन, असे वचन त्यांनी माझ्याकडून घेतले. शिवाय ते मला ज्यावेळी बोलावतील, त्यावेळी मी त्यांच्याकडे जाईन असा शब्दही त्यांनी माझ्याकडून घेतला.

मी लहान मूल असताना माझे आयुष्य रस्त्यावर आले होते. मी रस्त्यावरचे मूल म्हणून जगत होतो. परंतु आता मात्र मी शिकलो होतो आणि प्रतिष्ठित बनलो होतो. हायस्कूलच्या किशोरवयीन मुलाचे आयुष्य कसे असावे ते मला माहिती नव्हते. किंवा व्यावसायिक जगात ते मूल तग धरू शकेल का तेही मला माहिती नव्हते. आता पुन्हा एकदा माझ्या आयुष्याची मला नव्याने सुरुवात करायची होती. एखाद्या नवजात अर्भकाप्रमाणे माझे नूतन जीवन माझ्यासमोर होते. परंतु मी नक्कीच जगेन अशी मला खात्री वाटत होती. एके काळी मी रस्त्यावर होतो आणि मला जगण्यासाठी कित्येक वेगवेगळी कामे करावी लागली होती. मी ती कशी केली होती ते मला माहिती होते. आज मला आत्मभान आले होते. स्वतःची किंमत समजली होती. मी किती महत्त्वाचा होतो हे मला समजले होते. मला माणसाची किंमत समजली होती, परंतु मी ज्या जगाला तोंड देणार होतो ते पूर्णपणे नवीन होते आणि माझी स्वप्नेही नवी कोरी होती.

त्यामुळे आपल्या स्वप्नांची पूर्तता करण्याच्या आशेने मी आयुष्याच्या नव्या प्रवासाला सुरुवात केली. माझ्या स्वप्नांचे आता काय होईल असा विचार मी करत होतो. मी यशस्वी होईन का? असा विचारही माझ्या मनात येत होता. काही करण्यासाठी एखादे स्वप्न पाहिल्याप्रमाणे ज्यावेळी तुम्ही एखादे पाऊल पुढे टाकता, त्यावेळी ते स्वप्न सत्यात उतरवणे कठीण असते; मात्र अशक्य नसते.

आयुष्याचा प्रवास माझ्यासाठी कधीच अत्यंत सोपा नव्हता. परंतु आता सन २००५ मध्ये मी प्रवासाचा दुसरा टप्पा सुरू केला होता. मुक्ती आश्रममधील माझ्या वास्तव्याच्या कालखंडात आणि ग्लोबल मार्च सेक्रेटरीएटमध्ये मी नियमितपणे जात होतो, त्यावेळी मी जगभरच्या काही लोकांशी संपर्क निर्माण केले होते. स्पेनमधील डोरी सँटोलया, स्वित्झर्लंडमधील ॲलेक्स संगारा

आणि कॅनडातील आलम रहेमान हे माझे अत्यंत जवळचे मित्र- मैत्रिणी होत्या. या मित्र–मैत्रिणींना मी नेहमीच माझ्या मनातील विचार सांगत असे आणि ते मला पाठबळ देत असत. ते सायबर आणि इंटरनेटचे युग होते. त्यामुळे मी संगणकाच्या वापरात तरबेज बनलो होतो. काहीही झाले तरी ज्या लोकांना मी त्यांच्या संपर्कात असावे असे वाटत होते, त्यांच्या संपर्कात राहण्याचा तो एकमेव मार्ग होता. त्यामुळे ते मला ई–मेल पाठवत होते आणि मी त्यांना उत्तरे पाठवत होतो.

माझ्याविषयी ज्यांनी ज्यांनी थोडेसे का होईना; परंतु प्रेम, काळजी आणि कळकळ दर्शवली होती, ते सारे माझे कुटुंबीय होते असे मी आधीच ठरवून टाकले होते. कुटुंबीयांप्रमाणे त्यांनी मला मदत करावी असा विचार मी कधीच केला नव्हता. मी एक अनाथ मुलगा आहे याची मला पुरेपूर जाणीव होती. मी फक्त एका कुटुंबाची कल्पना केली होती. मुसळधार पाऊस पडत असताना माझ्या अंगावर पाण्याचा एक थेंबही पडला नसावा असा तो प्रकार होता. माझ्या बाहेरच्या जगात गर्दी होती, परंतु मी एकटाच चालत राहिलो होतो. मी लोकांमधून चालत असे. आपण चालता चालता आपल्या आजूबाजूच्या वस्तूंकडे पाहतो, तसे त्यांनी फक्त माझ्याकडे पाहिले होते. अशा वेळी आपण जे काही पाहतो त्यात आपल्याला ना स्वारस्य असते; ना आपल्याला ते नंतर आठवते. फक्त स्वतःसाठीच मी जगत होतो. मला कोणत्या ना कोणत्या शहाणपणाच्या, सूज्ञ मार्गाने स्वतःमध्ये बदल घडवून आणण्याची गरज आहे हे माझ्या लक्षात आले होते, कारण मला आयुष्यात फक्त बदल घडवून आणायचा नव्हता. त्यापेक्षाही मला ज्ञानाची आणि आकलनाची, समजून घेण्याची गरज होती.

मी मुक्ती आश्रम सोडल्यावर सुरुवातीला काही रात्री मला पुन्हा एकदा रस्त्यावर काढाव्या लागल्या. काहीच हेतू नसलेली, काहीही नसलेली एक अत्यंत महत्त्वाची व्यक्ती असल्याप्रमाणे मी वागत होतो. बालकामगारी विरोधातील जागतिक मोर्चात मी सहभागी झालो होतो ते दिवस मला आठवत होते. त्यावेळी मी महत्त्वाची व्यक्ती असल्याचे लोकांनी ओळखले होते. जगातील अत्यंत महत्त्वाच्या आणि आपापल्या देशांसाठी मोठमोठे निर्णय घेणाऱ्या व्यक्तींसमवेत मी बसलो होतो. माझी खूप तारीफ झाली होती आणि

मला मोठाच आदर मिळाला होता. मला पंचतारांकित हॉटेल्समध्ये राहता आले होते. तिथे गरम पाणी होते. त्या त्या देशांनुरूप, बेडरुम्स आणि कार्स होत्या. माझी मुलाखत घेण्यासाठी सगळ्या वर्तमानपत्रांचे आणि इलेक्ट्रॉनिक माध्यमांचे प्रतिनिधी माझ्या मागे धावत होते. मी त्यांच्यापसून कसा पळून जात असे, तेही मला आठवत होते. आयुष्य माझ्याशी सारखे लपंडाव खेळत राहिले होते आणि ही विचित्र गोष्ट होती. माझ्या आयुष्यात आलटून पालटून उत्तम कालखंड आणि अत्यंत वाईट, खडतर कालखंडाचा खो-खो सुरू होता. खरे तर तो सी-सॉ होता. यावेळी मी रस्त्याच्या कडेला झोपलो होतो त्यावेळी तिथे कोणत्याच प्रसारमाध्यमाचा प्रतिनिधी आला नव्हता. अगदी एखाद्या कुत्र्यानेही माझ्याकडे ढुंकूनही पाहिले नव्हते. बसचा निवारा ही मला मिळू शकत असलेली सर्वाधिक आरामदायक खोली होती. जणू काही माझा भूतकाळ मला सोडून जायला तयारच नव्हता. काठमांडूच्या रस्त्यावर असताना मला भेटलेल्या त्या सगळ्या मित्रांची आता मला जोरदार आठवण येत होती. बालपणीचा बराच काळ मी त्यांच्यासमवेत घालवला होता.

मला एकाच गोष्टीची चिंता सतावत होती. माझ्या आयुष्याची अखेरही अशीच होणार होती का?

परंतु यावेळी माझ्याकडे माझे स्वतःचे उत्तर होते. मी काहीतरी करणारच होतो. माझ्या संपर्कात असलेल्या विविध देशांतील लोकांनी आणि त्या अभूतपूर्व चळवळीचा भाग असलेल्या लोकांनी मला काहीतरी शिकवण्याचा प्रयत्न केला होता आणि करत होते. माझ्या आयुष्यात नेहमीच एक आश्चर्यकारक गोष्ट असते. मला पहिल्यांदा परीक्षा द्यावी लागते आणि नंतर त्यापासून मी धडे शिकतो. लोक शाळेत, महाविद्यालयात जातात; ते तिथे पहिल्यांदा शिकतात आणि मग परीक्षा देतात. परंतु माझ्या आयुष्यात हा क्रम उलटा होता. मला मार्गदर्शन करण्यासाठी पालक आणि शाळा नसल्यामुळे काळाने त्यात हस्तक्षेप केला होता. काळाने विविध प्रकारे मला शिकवले होते. तुला जगायचे असेल, तर परीक्षा प्रथम द्यावी लागेल; नंतर तुला ज्ञान मिळेल, असे काळाचे तत्त्व होते.

३३

यशस्वी वाटचाल

जागतिक मोर्चानंतर, समाजात बदल घडवून आणण्यासाठी मोर्चात सहभागी झालेल्या मुलांना शिक्षण पुरवण्याची विनंती करत फिरण्यात मी बराच काळ घालवला होता. तरीही मी त्या मुलांमध्ये आपला समावेश करून घेऊ शकलो नव्हतो. माझ्यासाठी मी त्यावेळी कधीच कशाचीच अपेक्षा केली नव्हती. मला निदान जगभर प्रवास करण्याची संधी मिळाली आणि पदयात्रेदरम्यान, कित्येक सुंदर लोकांचे प्रेम प्राप्त झाले असे वाटून मी आनंदी झालो होतो. सगळेच लोक स्वार्थी नसतात, हे या पदयात्रेमुळे माझ्या लक्षात आले होते. गरजूंची आणि त्रास सोसत असलेल्यांची काळजी घेणारे काही लोक तरी या जगात आहेत हे मला समजले होते. या लोकांमुळेच मानवता अद्याप टिकून होती, याचे आकलनही मला झाले होते.

काही दिवस बागेत आणि बस स्थानकावर राहिल्यावर मला डोरीकडून एक मेल मिळाली. तिने म्हटले होते की तिने माझ्या राहण्याची व्यवस्था व्हावी म्हणून मला काही पैसे पाठवले होते. मला अत्यंत आनंद झाला आणि मी तिला अंतःकरणापासून धन्यवाद दिले. मी क्वचितच प्रार्थना करतो आणि मी कधीच माझ्यासाठी प्रार्थना केली नव्हती. यावेळी मी फक्त डोळे मिटले आणि देवाचे नाव घेतले. या जगातील लोकांनीच माझी त्याच्याशी ओळख करून दिली होती. मी देवाला हाक मारली आणि डोरीसाठी प्रार्थना केली. मला पैसे मिळाल्यावर मी जागेचा शोध घेतला आणि शाळेतही जाऊ लागलो. तोपर्यंत

मी काय करणार आहे आणि कसा जिवंत राहणार आहे, याचाच विचार करत होतो.

कोणीतरी मला बिझनेस प्रोसेस आऊटसोअर्स (बीपीओ) कंपन्यांविषयी सांगितले. त्यामुळे मी तिथे प्रयत्न करून पाहिला. मी मुलाखतींसाठी गेलो. माझी निवड झाली नव्हती, कारण मी पदवीधर नव्हतो. दहा मुलाखतींमध्ये मला अपयश आले. मी मोडून पडलो.

मी खोटे बोलण्याचे ठरवले आणि सायबर कॅफेत गेलो आणि माझ्या माहितीत (रिझ्युमे) बदल केला. आता मी फक्त हायस्कूलचा विद्यार्थी नव्हतो. मला प्रामाणिकपणे वागायचे होते; परंतु मला त्याहूनही अधिक कामाची गरज होती. मला पुन्हा रस्त्यावर जावे लागण्यापासून स्वतःचे संरक्षण करायचे होते. बालपणी मी गुंतलो होतो, त्याप्रमाणे वाईट उद्योगांत मला पुन्हा गुंतण्याची इच्छा नव्हती. मी आता हायस्कूलचे शिक्षण पूर्ण करत होतो आणि भारतात पदवीखेरीज काम मिळवणे अवघड होते. अत्यल्प पगारावर मी काम करू शकत नव्हतो आणि मला स्वतःला सुशिक्षित आणि प्रतिष्ठित मुलगा म्हणून जगासमोर यायचे होते. त्यामुळे अकराव्या वेळी मी बीपीओ मुलाखतीसाठी गेल्यावर मी औपचारिक कपडे घातले होते आणि माझ्या ओठांवर स्मित होते.

मानव संसाधन विभागाच्या महिला अधिकाऱ्याने मला बसायला सांगितले आणि लगेच मला प्रश्न विचारण्यास सुरुवात केली. तिने मला आधी स्वतःविषयी काहीतरी सांगण्यास सांगितले.

मी स्मित केले आणि नंतर माझी मुलाखत घेणाऱ्या मानव संसाधन विभागाच्या कर्मचाऱ्यांना अभिवादन केले. त्यानंतर मी म्हणालो, ''तुम्हाला माहिती आहे त्याप्रमाणे माझे नाव बासु राय आहे. जोसेफ अँड मेरी पब्लिक स्कूलमधून मी हायस्कूलचे शिक्षण पूर्ण केले आहे. दिल्ली युनिव्हर्सिटीतून मी पदवी मिळवली आहे आणि त्याच विद्यापीठातून मी आता पदव्युत्तर पदवीचे शिक्षण घेत आहे. माझ्या कुटुंबाविषयी सांगतो. त्यांनी इंग्लंडमधील नॉरविच येथे खेळण्यांची फॅक्टरी आहे. माझा जन्म तिथे झाला आणि मी तिथेच मोठा झालो. मला

मार्शल आर्ट्स, संगीत आणि नृत्य यांची आवड आहे. माझ्याविषयीची हीच सगळी माहिती आहे, मॅऽम!''

तोपर्यंत दुसऱ्या पुरुष कर्मचाऱ्याने मला पुढचा प्रश्न विचारला, ''मग तू भारतात का आला आहेस?'' मी शांतपणे उत्तर दिले, ''सर, माझे आजोबा आणि आजी इथेच दिल्लीत राहतात आणि मला त्यांच्यासमवेतच कायमचे रहायचे आहे, कारण माझे त्यांच्यावर खूपच प्रेम आहे.'' त्या महिला कर्मचाऱ्याने ग्राहक अधिकारी (कस्टम एक्झिक्यूटिव्ह) पदाचे ऑफर लेटर मला दिले. त्या दिवशी मी एक गोष्ट शिकलो. ती म्हणजे जगायला शिकण्यासाठी तुम्ही खरोखरच हुशारीने वागले पाहिजे. आयुष्यात पहिल्यांदाच मी जगत नव्हतो; परंतु माझे हे हुशारीचे धोरण नवीन होते. काही वेळा तुमचा प्रामाणिकपणा तुम्हाला रस्त्यावर आणतो आणि तुम्हाला बेरोजगार ठेवतो. तुमच्या क्षमतांचा शोध घेण्याऐवजी लोक तुमच्या पदव्यांचा शोध घेतात. माझा प्रश्न असा आहे की किशोरवयीन असूनही जर मी कस्टमर एक्झिक्यूटिव्ह म्हणून अत्यंत चांगल्या प्रकारे काम करू शकत होतो, तर मग हे काम मिळवण्यासाठी मला खोटे का बोलावे लागले होते?

मी कॉल सेंटरमध्ये काम करण्यास सुरुवात केली. तिथे बऱ्याच अडचणी होत्या. मी यूके प्रोसेसमध्ये काम करत होतो आणि तिथे मला गहाण मालमत्ता विभागात काम करावे लागत होते. त्यामुळे माझ्या लक्षात आले की इंग्लंडमध्ये राहणारे कित्येक लोक हे मालमत्ता गहाण टाकून रहात होते आणि या गहाण मालमत्ता हडपण्यासाठी कित्येक बँकर्स त्यांना खोटी आश्वासने देत होते. फक्त पैसा मिळवण्यासाठी ते हे सारे करत होते. अगदी लोक आजारी असताना किंवा त्यांच्या कुटुंबातील कोणी मरण पावल्यावरही ते त्यांना त्रास देत होते. कॉल सेंटरमधील मुलगा म्हणून मला त्यांना फोन करून त्यांचा छळ करत रहावेच लागत होते. एकदा एका सभ्य गृहस्थाने फोन उचलला आणि त्याने ''हॅलो'' म्हटले. मी त्याला लगेच माहिती देऊ लागलो. ''हाय, मी श्री. डेव्हिड यांच्याशी बोलत आहे का?'' मी विचारले. मला लगेच खालच्या आवाजात उत्तर मिळाले. जणू काही ती व्यक्ती अत्यंत दुःखी असावी. परंतु त्याने मला सांगितले, ''होय.'' मी पुढे बोलू लागलो, ''हाय डेव्हीड, मी

बँकेकडून मार्टिन बोलतोय. तुम्ही आपली मालमत्ता गहाण टाकली आहे. बरोबर?'' त्याने तशाच दुःखी आवाजात उत्तर दिले, ''होय.'' त्या माणसाने अद्यापही त्याची मालमत्ता गहाण टाकलेली होती ते मला समजले होते. मी लगेच माझ्या पाठ केलेल्या संभाषणातील पुढची ओळ टाकली, ''मालमत्ता गहाण टाकून तुम्ही मिळवलेल्या पैशावरचा व्याजदर खूपच उच्च असल्याचे आम्हाला माहिती आहे. तुम्ही कष्टाने मिळवलेल्या पैशाची किंमत आम्ही जाणतो आणि तुम्हाला त्या पैशाची काळजी घेतली पाहिजे याचीही आम्हाला कल्पना आहे. जर तुमची गहाण टाकलेली मालमत्ता तुम्ही आमच्या बँकेच्या ताब्यात दिली, तर तुम्हाला कमी व्याजदर भरावा लागेल आणि तुमच्या गहाण मालमत्तेची त्यामधून सोडवणूक करण्याचा आकारही तुमच्यावर लादला जाणार नाही. तो आम्हीच सोसू.'' मी बोलणे संपवल्यावर तो माणूस रडू लागला. तो म्हणाला, ''तुम्हा लोकांना समजत कसं नाही? माझी पत्नी आज मरण पावली आहे आणि तिचा दफनविधी करून मी आताच घरी परतलो आहे. सध्या मी मोठ्या दुःखातून जात आहे. तुम्हा नालायक लोकांना याची थोडी तरी जाण आहे का की तुम्हाला फक्त फोन करायला आणि पैसे लाटायला मजा वाटते?'' त्या माणसाकडून हे ऐकल्यावर मी स्वतःवर ताबा ठेवू शकलो नाही. माझ्या डोळ्यांतून अश्रू ओघळले. त्यानंतर मी त्याला त्याच्या दुःखात सहभागी असल्याचे सांगितले आणि माफीही मागितली. परंतु तो फक्त रडतच राहिला होता. काही मिनिटांनंतर तो म्हणाला, ''मला माफ करा. सध्या तरी गहाण मालमत्तेविषयी काहीही बोलण्याच्या मनःस्थितीत मी नाही.'' मी उत्तर दिले, ''काहीच हरकत नाही, सर. कृपा करून स्वतःची काळजी घ्या.'' त्यानंतर मी फोनचा रिसीव्हर ठेवून दिला. आपण मोठ्या दुःखात असतानाही ती सज्जन व्यक्ती माझ्याशी बोलली होते हे माझ्या लक्षात आले.

ज्या ज्यावेळी मी कॉल करायला बसत असे, त्या त्यावेळी मला ही घटना अस्वस्थ करत असे. लवकरच मी ते काम सोडले. माझ्या उदरनिर्वाहासाठी मी भरपूर कष्ट करत असलो तरीही भरपूर कौटुंबीक जबाबदाऱ्या असलेले ते इंग्लीश लोक सापळ्यात अडकलेले होते आणि आमचे बँकर्स त्यांच्या

या असाहाय्यतेचा गैरफायदा घेऊन त्यांचे पैसे लाटत होते. आम्ही कॉल सेंटरवरून त्यांना फक्त रिंग करत असू, परंतु त्यांच्या समस्यांची आम्हाला कसलीच जाणीव नव्हती.

त्यानंतर मी एका अमेरिकन कंपनीत काम करू लागलो आणि व्हायग्रा आणि सिलीस आणि अशाच प्रकारच्या कित्येक औषधांची विक्री करू लागलो. या कॉल सेंटरमधील आयुष्य माझ्यासाठी खूप, खूपच विचित्र होते. मला संपूर्ण रात्रभर जागे रहावे लागत असे आणि दिवसा झोप काढावी लागत असे. त्यामुळे मला कानदुखी, अंगदुखी आणि डोकेदुखी यांसारखे कित्येक त्रास सुरू झाले. जागे राहण्यासाठी तेथील मुले, मुली दारू पीत असल्याचे आणि सिगरेट ओढत असल्याचे मी पहात होतो. मी दारू पिऊ शकत नव्हतो, कारण पुस्तकांतून मला जे शिकवले जात होते, त्याचे मी अनुकरण करत होतो. तोपर्यंत मी फक्त १८ वर्षांचा होतो. तरीही मी अल्कोहोल, बिअर आणि सिगरेटच्या दुष्परिणामांविषयी भरपूर वाचन केले होते. जागा राहण्यासाठी त्यांपैकी कशालाही मी स्पर्शही केला नाही. भारतातील इन्फ्रास्ट्रक्चर स्वस्त असल्यामुळे आणि बेरोजगारी, प्रचंड लोकसंख्या यांमुळे इथे आठवड्यातील सातही दिवस २४ तास काम करण्यास लोक तयार असतात. त्यामुळे अमेरिकन बीपीओ भारतात उघडण्यात आली होती हे मला लवकरच समजले. या कंपन्या कर्मचाऱ्यांचे फक्त शोषण करत होत्या, कारण आम्ही अमेरिकेसाठी काम करत असलो, तरी आम्हाला वेतन मात्र भारतीय किमान वेतन कायद्यानुसारच मिळत होते. फक्त किमान वेतनच आम्हाला दिले जात होते. कंपन्या कामाचे आठच तास दाखवत असल्या तरी आमची टार्गेट्स पूर्ण करण्यासाठी आम्हाला १२-१२ तास काम करावे लागत होते. काही वेळा तर त्याहूनही अधिक तास काम करावे लागत असे. रात्रपाळीत काम करताना कर्मचाऱ्यांना आरोग्याच्या कित्येक समस्यांना तोंड द्यावे लागत होते.

कॉल सेंटरमध्ये मी तीन वर्षे काम केले. त्यानंतर मी ते काम सोडून दुसरे काहीतरी करण्याचे ठरवले. मी इंग्लीश शिकवण्याचा निर्णय घेतला. दिल्लीतील लोकांना इंग्लीश भाषेविषयीच्या कोणत्या समस्या त्रस्त करतात, त्याविषयी मी थोडेसे संशोधन केले. लोकांना अमेरिकन आणि इंग्लीश उच्चार लवकर समजत नव्हते. शिवाय स्पेलिंग्जविषयीही अडचणी होत्या. म्हणून मग मी 'द

अमेरिकन अँड ब्रिटिश इन्स्टिटट्यूट ऑफ लिंग्वा फ्रँका' या नावाने एक संस्था सुरू करण्याचा निर्णय घेतला. ठीक आहे...मला चांगलेच माहिती होते की मी शिक्षकासारखा दिसत नव्हतो, कारण माझी उंची कमी होती. मी कोणत्याही दृष्टीने शिक्षक वाटत नव्हतो. परंतु माझ्याकडे एक महत्त्वाची गोष्ट होती. ती होती आत्मविश्वास आणि माझे अभिनय कौशल्य.

३४

इंग्लीश शिक्षक

माझ्याकडे अत्यल्प पैसा होता. म्हणून मी काही मित्रांच्या मदतीने ही संस्था सुरू केली. ते माझ्या क्लासला येऊ लागले. तीन महिन्यांतच त्यांचे चांगले निकाल आले. त्यामुळे मला आणखी आत्मविश्वास आला आणि मी तीन महिन्यांत इंग्लीश शिकवण्याची हमी देऊ लागलो. लवकरच माझ्याकडे विविध क्षेत्रांतील विद्यार्थी येऊ लागले. काही शालेय विद्यार्थी होते; तर काही पदवीधर होते. काही कंपन्यांचे व्यवस्थापक आणि कर्मचारीही माझ्याकडे येऊ लागले. ते जवळजवळ माझ्या दुप्पट वयाचे होते आणि माझ्याहून अधिक शिकलेले होते. सुरुवातीला मी काहीसा नर्व्हस झालो होतो. परंतु माझ्या रस्त्यावरच्या आयुष्याची आठवण मी केली. मी एका महिन्यासाठी एक हजार रुपये फी घेऊ लागलो. हळूहळू विद्यार्थ्यांची संख्या वाढत गेली आणि मला चांगले पैसे मिळू लागले.

मी खरोखरच बुटका आहे. माझी उंची फक्त पाच फूट तीन इंच आहे आणि त्यामुळे त्यावेळी मी शालेय विद्यार्थ्यासारखा दिसत होतो. माझे विद्यार्थी मला काही प्रश्न विचारत असत. 'तुम्ही कुठून आला आहात?' हा प्रश्न नेहमीच विचारला जात असे आणि मी त्यांना उत्तर देत असे, ''मी इंग्लंडहून आलो आहे.'' त्यावर विश्वास ठेवणे कठीण होते. परंतु मी गोरा होतो आणि त्याचाच फायदा मी घेत होतो. ''तुमचे आई, वडील काय करतात?'' असा पुढचा प्रश्न असे. मी त्यांना उत्तर देत असे, ''माझ्या पालकांची खेळण्याची

खरोखरच मोठी फॅक्टरी आहे. तिथून ते जगभर सर्वत्र इलेक्ट्रॉनिक आणि इतर सर्व प्रकारची खेळणी पाठवतात.'' ते मला इंग्लंडविषयी कित्येक गोष्टी विचारत. मी इंटरनेटवर सर्फिंग करून इंग्लंडविषयीची भरपूर माहिती मिळवत असे. काही वेळा मी असेही सांगत असे, ''तुम्हाला माहिती आहे का? मला इंग्लंड कधीच आवडलं नाही. मला नेहमीच भारत आवडला. भारताच्या तुलनेत इंग्लंडबद्दल मला अधिक माहिती असू शकेल, परंतु ते स्वाभाविक आहे.'' त्यांनी कधीच माझ्या डॅडच्या कंपनीचे नाव विचारले नव्हते, त्याबद्दल मी देवाचे आभारच मानतो. नाहीतर तिथे संभ्रम निर्माण झाला असता. मला खात्री आहे की मी त्यांना सांगितले असते की बिल गेट्स जी सॉफ्टवेअर्स वापरतो, ती माझे वडीलच त्याला विकत होते. हा हा हा! मी ज्या प्रकारे कपडे घालत असे आणि मोडक्यातोडक्या हिंदीत बोलत असे त्यावरून त्यांचा माझ्यावर विश्वास बसत असे. तो माझ्या अभिनयाचा एक भाग होता. काही वेळा ते मला हिंदी बोलायला सांगत. त्यावेळी मी बोलत असे ''आप की नाम की हे?'' ते हसत आणि माझी वाक्ये दुरुस्त करत. ''हा...हा... नाही सर. असे नाही. हे चुकीचे आहे. 'आप का नाम क्या है' असे म्हणा.'' मी म्हणत असे, ''ओह! मी तर त्याच्या खूपच जवळचे उच्चार केले होते.'' माझे विद्यार्थी हसत असत.

बालपणापासूनच मला नेहमीच अभिनेता व्हायचे होते. परंतु जगण्यासाठीच मी अभिनय करेन असे मात्र मला कधीच वाटले नव्हते. माझ्या खऱ्या आयुष्यात इंग्लीश शिक्षकाचे पात्र मला साकारावे लागत होते. माझे हिंदी खराब होते, हे खरे नव्हते. मी उत्तम हिंदी बोलू शकतो, परंतु मी तसे ढोंग करत असे. ती एक गंमत होती आणि तेही करताना मला भीती वाटत असे, कारण अंतर्यामी मला माहिती होते की मी लोकांना मूर्ख बनवत होतो. त्यावेळी मी बासु राय म्हणून ओळखला जात नव्हतो. माझे नाव मी बदलले होते आणि ॲलेक्स रॉजर असे ठेवले होते. माझ्या मनात ते नाव कसे आले त्याची मला काहीच कल्पना नाही. यामुळे लोकांना असे वाटत असे की मी भारतीय नव्हे; तर खरोखरच इंग्लीश व्यक्ती आहे. एके दिवशी माझ्या एका विद्यार्थ्याने माझ्याकडे माझ्या पासपोर्टची मागणी केली. मी स्मित केले आणि त्याला म्हणालो, ''मला तुम्हाला पासपोर्ट दाखवता आला असता तर मलाही आनंद झाला

असता. परंतु मला तो सापडत नाही.'' विद्यार्थ्यांनी मला झटकन विचारले, ''का सर? का?'' ''का? ती एक दुःखद गोष्ट आहे. माझी आजी मला लहान मुलासारखी वागवते. मी खरोखरच लहान दिसतो का?'' ''नाही सर,'' विद्यार्थ्यांनी उत्तर दिले. मी स्मित केले आणि म्हणालो, ''परंतु दुर्दैवाने, माझ्या आजीला तसेच वाटते आणि तिला मी पासपोर्ट हरवेन अशी सारखी भीती वाटत राहते. त्यामुळे तिने माझा पासपोर्ट स्वतःकडेच ठेवून घेतला आहे. ज्यावेळी मी इंग्लंडला जातो त्यावेळी ती दूतावासात माझ्याबरोबर येते. मी विमानात चढेपर्यंत ती तिथेच थांबते. मागच्या वेळी मला सेल फोनचे सिम कार्ड घ्यायचे होते. त्यासाठी बासु राय या माझ्या मित्राची कागदपत्रे मला वापरावी लागली. त्यामुळे तुम्ही सिम कार्डच्या कॉल सेंटरकडे चौकशी केली तर ते ॲलेक्स रॉजरऐवजी हा फोन बासु रायचा असल्याचे सांगतील. त्याची कागदपत्रे वापरल्यामुळे त्याला काही त्रास होणार नाही, असे वचन त्याने माझ्याकडून घेऊन मला ती दिली.'' त्यानंतर माझे विद्यार्थी हसू लागले. त्यामुळे काही वेळा लोकांना माझ्याविषयी संशय येत असे. परंतु अत्यंत हुशारीने मी त्यांचे संशय दूर करत असे.

मी मुलींमध्येही प्रसिद्ध होतो. त्यांना मी आवडत होतो. त्यामुळे मी पार्ट्यांना जात असे. लोक मला दुपारच्या आणि रात्रीच्या जेवणांना बोलावत होते. एके दिवशी माझ्या एका विद्यार्थ्याने आणि त्याच्या मित्रांनी मला दुपारच्या जेवणाचे आमंत्रण दिले. मी तिथे पोहचलो त्यावेळी माझ्या विद्यार्थ्याबरोबर दोन सुंदर स्त्रियाही होत्या. मी त्यांच्याबरोबर जेवण केले. त्यांच्यापैकी एक मुलगी मूळची हिमाचल प्रदेशची होती. ती परदेशी व्यक्तीसारखी दिसत होती. ती माझ्याशी मैत्रीपूर्ण पद्धतीने बोलू लागली. ती मुलगी खूपच बांधेसूद होती आणि तिचा रंग गोरा होता. तिचे केस थोडेसे तपकिरी होते आणि ती नक्कीच माझ्याहून उंचही होती. आमच्या संभाषणाच्या दरम्यान, तिच्यावर माझा खूपच प्रभाव पडला. माझा हा विद्यार्थी माझ्याहून वयाने मोठा होता. त्याने आम्हाला एकमेकांचे फोन नंबर घ्यायला सांगितले. आम्ही ते सारे काही केले. ती मला रोजच फोन करू लागली. मी अत्यंत व्यस्त असे, तरीही काही वेळा मी तिच्याशी बोलत असे. कारण काहीही झाले तरी ती सुंदर होती!

परंतु एकदा माझ्या संस्थेचा सुट्टीचा दिवस होता. त्यावेळी मी दरवाजावर टकटक झाल्याचे ऐकले. मला उंच, भक्कम शरीरयष्टीची सहा माणसे माझ्या दरवाजाबाहेर उभी असल्याचे दिसले. सौजन्याचा भाग म्हणून मी त्यांना विचारले, ''मी तुम्हाला काय मदत करू शकतो?'' त्यांच्यापैकी एका उंच व्यक्तीने मला सांगितले, ''आम्हाला ॲलेक्स रॉजरबरोबर बोलायचे आहे.'' मला आनंद झाला. आणखी विद्यार्थी मिळाले असे मला वाटले होते. त्यामुळे मी त्यांना आत बोलावले. ते खोलीत आले आणि त्यांच्यापैकी एकाने मला विचारले, ''तू मीनाला ओळखतोस का?'' मला किंचितसा धक्का बसला होता. मी उत्तर दिले, ''होय. मी तिला ओळखतो.'' त्यांनी एकमेकांकडे पाहिले आणि मला विचारले, ''तू तिला कसा काय ओळखतोस?'' मी उत्तर दिले, ''त्याचा तुमच्याशी काहीही संबंध नाही. तुम्ही इथे का आला आहात ते मला सांगा.'' एक मुलगा पुढे आला आणि म्हणाला, ''मीना माझी गर्लफ्रेंड आहे.'' याचा अर्थ ती मुले मला तिथे मारायला आली होती हे माझ्या लक्षात आले. मी घाबरलो. मला इतरांसमोर मारहाण झाली असती, याची मला भीती वाटली. मी एक चांगला शिक्षक होतो आणि माझ्या संस्थेत येणाऱ्या लोकांना मी आवडत होतो. त्यामुळे आतून दरवाजा बंद करून चावी बाहेर कुठेतरी कोपऱ्यात टाकावी आणि पुन्हा माझ्या खुर्चीवर जाऊन बसावे असे मला वाटले. ती मुले माझ्याकडे विचित्र नजरेने पहात होती. माझ्या खुर्चीवर बसल्यावर मी त्यांना प्रश्न विचारला, ''मुलांनो, मला एक गोष्ट सांगा. माझ्या संस्थेच्या बाहेर भिंतीवर टांगलेला फलक तुम्ही पाहिला नाही का?'' त्या मुलांनी एकमेकांकडे पाहिले आणि ते म्हणाले, ''होय. आम्ही तो पाहिला आहे. परंतु ते तुम्ही आम्हाला का विचारत आहात?'' मी स्मित केले आणि म्हणालो, ''जर तुम्ही तो पाहिला असेल, तर मी स्वसंरक्षणाचे वर्गही घेतो.''

''परंतु कोणताही निष्कर्ष काढण्याआधी मी तुम्हाला एक प्रश्न विचारतो की तुम्ही इथे का आला आहात आणि या मुलीने तुम्हाला काय सांगितले आहे?'' त्या मुलीचा तो बॉयफ्रेंड म्हणाला, ''एके दिवशी मी तुमचे मेसेजेस वाचले. त्यामुळे ती घाबरली आणि तिने मला लगेच सारे काही सांगून टाकले. ती म्हणाली, की तुम्ही तिला खूपच त्रास देत आहात. ती तुम्हाला ओळखतसुद्धा नाही; परंतु तुम्ही तिला सतत फोन करत राहता.'' माझ्याविषयी कोणी असे

काही सांगत असेल असे मला कधीच वाटले नव्हते. मी त्याला माझ्यासमोर तिला फोन करायला आणि फोन स्पिकर मोडवर ठेवायला सांगितले. त्या मुलाने त्या मुलीला विचारले, ''अॅलेक्स तुला त्रास देतो का?'' तिने उत्तर दिले, ''मी त्याला ओळखत नाही. मी त्याला कधीच भेटलेली नाही. परंतु तो मला सारखा फोन करत राहतो.'' मी त्याला फोन बंद करायला सांगितले आणि माझा छानसा फोन बाहेर काढला. तो अँड्रॉईड एलजी पी ५०० होता. माझ्याकडे असलेला तो पहिलाच अँड्रॉईड स्मार्ट सेल फोन होता. त्यात तिची आणि माझी छायाचित्रे होती. आम्ही ती एकत्र घेऊन स्टोअर केली होती. त्या चित्रात तिने मला मिठी मारली होती आणि ती माझ्या मांडीवर बसली होती. ती मला भेटली होती, त्याचा तो पुरावा होता हे मला माहिती होते. यामुळे तिच्या प्रियकराला खरोखरच मोठाच धक्का बसला.

त्यानंतर माझ्या टेबलावरचा चाकू मी उचलला. त्यांनी माझ्याकडे अत्यंत विचित्र नजरेने पाहिले. मी त्यांना म्हणालो, ''मी काय करणार आहे ते तुम्हाला माहिती आहे का? मी स्वतःलाच या चाकूने भोसकून घेणार नाही आणि पोलिसांना बोलावून तुम्हाला त्यांच्या ताब्यात देणार आहे. तुम्ही सगळे संपला आहात, माझ्या मित्रांनो!'' त्यांना एवढी काळजी वाटू लागली की ते त् त् प् प् करत बोलू लागले, ''सर, तुम्ही हे सारे खूपच गांभीर्याने घेतले. आम्ही तर तुमच्याबरोबर फक्त बोलायला आलो होतो.'' मी अत्यंत संतप्तपणे म्हणालो, ''तुम्ही माझ्याशी बोलायला आला आहात का? मी तुम्हाला एवढा मूर्ख वाटलो का? एका माणसाबरोबर बोलण्यासाठी तुम्हाला सहा उंच आणि तगड्या माणसांची गरज भासत नाही. माझे एक काका दिल्ली पोलिसांत असल्याचं तुम्हाला माहिती असावं असा मला संशय येत आहे. ते एसएचओ (स्टेशन हाऊस ऑफिसर) आहेत.'' खरे सांगायचे झाले तर त्यावेळी 'एसएचओ' चा फुल फॉर्मही मला माहिती नव्हता. ''जर मला काही झालंच, तर तुम्ही मेलातच म्हणून समजा. माझा खून केल्याचा प्रयत्न केल्याबद्दल ते तुम्हाला नक्कीच पकडतील.''

ते माझी क्षमा मागू लागले आणि त्यांनी मला दरवाजाचे कुलूप काढण्यास सांगितले. मी बराच वेळ घेतला. शक्य तेवढा मी त्यांना घाबरवत राहिलो होतो. त्यामुळे पुन्हा भविष्यात कधीही त्यांनी माझ्यावर हल्ला करू नये,

अशी माझी इच्छा होती. अखेरीस मी दरवाजा उघडला. मी दरवाजा उघडता क्षणीच त्यांनी एकही शब्द न बोलता दरवाजाबाहेर पाऊल टाकले. जणू काही स्वतःचे जीव कसेबसे वाचवून ते बाहेर पडत असावेत असा त्यांचा आविर्भाव होता. परंतु तुम्ही मला विचाराल, तर मला एकदम हलके हलके वाटत होते आणि आपले शरीर जसेच्या तसे एकसंध असल्याबद्दल मी देवाचे आभार मानत होतो. त्यानंतर मी मीनाच्या मोठ्या भावाला फोन केला आणि म्हणालो, ''हाय, माझे नाव ॲलेक्स रॉजर आहे. मला वाटते की तुम्हाला मी आठवत असेन. एकदा तुमच्या बहिणीला मी फोन केला होता आणि तुम्ही फोन उचलला होता. त्यावेळी मी संस्थेतील शिक्षक असल्यासारखे तुम्हाला भासवले होते. खरे तर तुमच्या बहिणीशी माझे भावनिक संबंध होते. तिला आधीच एक बॉयफ्रेंड आहे हे मला मुळीच ठाऊक नव्हते. ती आम्हा दोघांशीही खेळत होती आणि आज मला मारण्यासाठी तिने त्याला पाठवून दिले होते. त्याच्याबरोबर आणखी पाच मुले होती. त्यामुळे तुम्हाला वेळ असेल, तर कृपा करून तुम्ही मला भेटायला या; नाही तर तुमच्या बहिणीच्या विरोधात मी खुनाचा प्रयत्न केल्याची तक्रार पोलिसांत दाखल करेन.''

मीनाचा मोठा भाऊ एकदम विव्हळ झाला आणि म्हणाला, ''सर, मी तुम्हाला नक्कीच भेटायला येईल. कृपा करून माझ्याशी बोलल्याशिवाय तुम्ही तिच्या विरोधात कोणतीही तक्रार देऊ नका.'' मी म्हणालो, ''ठीक आहे. माझ्या संस्थेत मी तुमची वाट पहात आहे.'' त्यानंतर मी त्याला माझा पत्ता दिला.

तो माझ्याकडे आला आणि मी त्याला सर्व गोष्टी तपशीलवार सांगितल्या. शिवाय मी तिचे आणि माझे छायाचित्रही त्याला दाखवले. त्याचा चेहरा लज्जेने लालेलाल झाला आणि तो म्हणाला, ''मला माफ करा सर... यापुढे पुन्हा असं कधीच घडणार नाही.'' त्या मुलीच्या भावालाही मी यात ओढले होते, कारण ती मुलगी पुन्हा कदाचित त्या मुलांना मला मारायला पाठवू शकेल असे मला वाटत होते. त्यामुळे इथे मी अगदी हुशारीने वागलो होतो. त्यानंतर कोणत्याही मुलीच्या बाबतीत मला कधीच कसलीच समस्या आली नाही.

माझी संस्था चांगलीच भरभराटीला आली होती; परंतु ती काही परिपूर्ण संस्था नव्हती. आमच्याकडे फक्त एकच खोली होती. सुंदर पडदे लावून

त्याच खोलीचे मी दोन भाग केले होते. एका बाजूला माझा पलंग होता आणि दुसऱ्या बाजूला मी संस्था चालवत होतो. तिथेच मी रहात होतो हे कोणालाही समजू शकत नव्हते. लोकांना आणखी एका कारणासाठीही माझी संस्था आवडत होती. दर आठवड्यात मी एक पार्टी देत असे. दर शुक्रवारी मी रविवारी पार्टी असल्याचे जाहीर करत असे. ती बिअर आणि बार्बेक्यू पार्टी असे. ज्या कोणाला या पार्टीत सहभागी व्हायचे असेल त्याने यादीत नाव समाविष्ट करून पार्टीचे पैसे भरावेत असे मी सांगत असे. त्यामुळे माझ्या विद्यार्थ्यांसाठी रविवार हा गंमतीजमतीचा दिवस असे. ते दारू पीत असत आणि आवडते अमेरिकन कंट्री म्युझिक ऐकत असत. अजिबात न बिचकता ते मोडक्यातोडक्या इंग्लीशमध्ये बोलतही रहात. संस्थेत विद्यार्थ्यांनी यावे म्हणून मी हा एक मोठा हुशारीचा मार्ग चोखाळला होता आणि माझा व्यवसायही मी करत होतो.

माझ्या संस्थेत येणाऱ्या प्रत्येक विद्यार्थ्याची एक तक्रार असे. मी अमुक तमुक संस्थेतून इंग्लीश शिकलो; परंतु मला इंग्लीश बोलता येत नाही. तरीही फक्त तीनच महिन्यांत तुम्ही कसे काय इंग्लीश शिकवू शकता सर?'' मी फक्त स्मित करत असे आणि त्यांना सांगत असे, ''मी प्राण्यांनासुद्धा इंग्लीश शिकवले आहे. तुम्ही तर माणूस आहात. माझ्या दृष्टीने तुम्हाला शिकवणे खूपच सोपे आहे.'' विद्यार्थ्यांना असे वाटत असे की मी विनोद करत आहे. विद्यार्थी मला विचारत, ''प्राण्यांना? नाही सर. शक्य नाही.'' मी पुन्हा एकदा स्मित करत असे आणि माझ्या कुत्र्याच्या पिल्लाला आत बोलावत असे. त्याचे नाव लेपर्ड होते. मी हाक मारत असे, ''लेपर्ड, कम हिअर!'' माझा लेपर्ड जागा होत असे आणि मान वळवून माझ्याकडे पहात असे. त्यानंतर तो माझ्याकडे येत असे. मी त्याला माझ्या विद्यार्थ्यांशी हस्तांदोलन करण्यास सांगत असे. तो सुंदर लेपर्ड विद्यार्थ्यांकडे पाहून हस्तांदोलन करत असे. माझ्या म्हणण्याचा अर्थ त्यांना समजू लागलेला असे. त्यावेळी मी म्हणत असे. ''ओके लेपर्ड, माय बॉय. थँक यू व्हेरी मच. नाऊ कम ऑन, गेट बॅक टू युवर प्लेस.'' लेपर्ड उठून पुन्हा आपल्या जागी जाऊन बसत असे. मी म्हणत असे, ''पाहिलंत? मी प्राण्यांनासुद्धा यशस्वीरित्या इंग्लीश शिकवू शकतो. त्यामुळे तुम्हाला शिकवणं फारच सोपं आहे.'' मी वेडा असल्याचे

वाटल्यासारखे ते माझ्याकडे पाहून स्मित करत. परंतु तरीही ते फॉर्म भरत आणि मला फी देत. जणू काही आयुष्यात प्रथमच आपल्याला खरा शिक्षक मिळाल्याप्रमाणे ते वागत असत. अर्थातच प्राण्यांना प्रात्यक्षिक द्यायला लावणे आणि त्यांची तुलना माणसांशी करणे या दोन्ही गोष्टी थोड्याशा वेडेपणाच्या होत्याच. नाही का?

३५

अंधार आणि एकाकीपणा

शिकवण्याच्या बाबतीत लेपर्ड माझा भागीदार बनेल असा विचार मी कधीच केला नव्हता. मी एकाकी होतो. त्या एकाकीपणातून बाहेर पडण्यासाठी मी बिअर पीत असे. काही वेळा तथाकथित मित्रांबरोबर मी कडक दारूही पीत असे. परंतु संध्याकाळच्या अखेरीस ते आपापल्या घरी आपापल्या कुटुंबांमध्ये परतत असत आणि मी एकटाच रहात असे. फक्त एकटा. एकाकी! एका खोलीत मी एकटाच पडत असे. खोलीतील तो एकाकीपणा मला आतून पोखरत रहात असे. म्हणून आपण एखादे कुत्र्याचे पिल्लू घ्यावे असे मला वाटले . मी पाळीव जनावरांच्या विक्रीच्या दुकानात गेलो आणि तिथे कित्येक पिल्ले पाहिली. त्या दुकानदाराने मला वेगवेगळ्या प्रकारची आणि जातीची कुत्री दाखवली. भरपूर अन्न खाऊन धष्टपुष्ट बनलेली ती पिल्ले होती आणि त्यांची चांगली काळजीही घेतली गेली होती. एक हडकुळे, छोटे पिल्लू त्यावेळी माझ्या बुटांभोवती खेळू लागले. मी त्याला उचलून घेतले आणि त्याच्याशी खेळू लागलो. त्या कुत्र्याच्या मालकाने मला विचारले, ''तुम्हाला आणखी पिल्लेही पहायची आहेत का?'' मी म्हणालो, ''नाही. मी या पिल्लालाच घेत आहे.'' त्या दुकानाच्या मालकाने माझ्याकडे आश्चर्यचकित होत एक कटाक्ष टाकला आणि मी खरोखरच तसे करणार आहे का याविषयी मला पुन्हा एकदा विचारले. ''तुम्ही खरेच ते पिल्लू घेणार आहात का सर? त्या पिल्लाला कोणीही पसंत करत नाही, कारण ते हडकुळे आणि कुरूप

आहे.'' मी त्याला म्हणालो, ''नाही. ते सुंदर आहे आणि मी त्यालाच घेणार आहे.' दुकानदाराने माझ्याकडे पाहिले आणि तो म्हणाला, ''ठीक आहे. त्याच्यासाठी तुम्हाला फक्त सात हजार रुपये द्यावे लागतील. इतर कुत्री थोडी अधिक महागडी आहेत. परंतु तुम्हाला खरोखरच तेच हवे असेल, तर मी त्याची किंमत आणखीही थोडी कमी करू शकेन.'' मी त्या पिल्लाला घरी घेऊन आलो आणि त्याचे नाव लेपर्ड असे ठेवले. त्या कुत्र्याचा रंग काळा होता आणि मी चित्रपटांत काही ब्लॅक पँथर पाहिले होते. पँथरऐवजी लेपर्ड म्हणणे मला अधिक बरे वाटले त्यावरून मी त्याचे ते नाव ठेवले आणि खऱ्या चित्त्याप्रमाणेच तोही परक्या माणसांसाठी कधीतरी धोकादायक बनेल अशी कल्पना माझ्या मनात होती. परंतु तो खरोखरच हळुवार, मैत्रीपूर्ण पद्धतीने वागणारा होता. तो लोकांमध्ये छान मिसळून जात असे.

मी त्याला घरी आणला, त्यावेळी लेपर्ड फक्त महिन्याभराचाच होता, त्यामुळे मला त्याची खूपच काळजी घ्यावी लागत होती. तो खोलीत सगळीकडे मलमूत्र विसर्जन करत असे. मला ते सगळे स्वच्छ करावेच लागत असे, कारण तिथेच माझा क्लास भरणार असे. शक्य तेवढी आरोग्याची काळजीही मला घ्यावीच लागत होती. अचानकच मला उठून अंघोळ करावी लागत होती आणि चादर बदलावी लागत होती आणि शिवाय त्यालाही अंघोळ घालावी लागत होती, कारण तो एकटा झोपत नव्हता. त्याला ते आवडत नव्हते. ज्या ज्यावेळी मी त्याला त्याच्या अंथरुणावर झोपवत असे त्या त्यावेळी तो रडत असे. त्यामुळे माझ्याकडे दुसरा पर्यायच उरलेला नव्हता. काही वेळा मला त्याचा अत्यंत कंटाळा येत असे. परंतु मी त्याच्या आयुष्याची जबाबदारी घेतलेली होती. त्यामुळे त्याबाबतीतही माझ्याकडे पर्याय नव्हता. परंतु हळूहळू लेपर्ड मोठा होऊ लागला आणि मी त्याला कित्येक गोष्टी शिकवल्या. हरवलेल्या वस्तू शोधून काढणे, चेंडू पकडणे, आपली विष्ठा बाहेर नेऊन ठेवणे, हस्तांदोलन करणे इ. अनेक गोष्टी तो करू लागला. अर्थातच मी त्याला इंग्लीशही शिकवले होते.

मला मित्र नव्हते अशातला भाग नव्हता. मला खूप खूप मित्र होते. श्रीमंतांच्या मुलांना आयुष्यात अधिक शिष्टाचार येतात असे मी ऐकले होते. माझी नैतिक मूल्ये आणि शिष्टाचार यांमध्ये मला सुधारणा करायची होती. म्हणून मर्सिडीज

बेंझ आणि बीएमडब्ल्यू गाड्या असलेल्या मित्रांची निवड करण्यास मी सुरुवात केली. श्रीमंत लोकांना शोधण्याचा तो माझा एक मार्ग होता. कसे कोण जाणे; त्यांनाही मी आवडत होतो आणि आम्ही चांगले मित्र बनत होतो. मी त्या मुलांच्या भोवतीच असे. त्यांची दैनंदिन जीवने खरोखरच आश्चर्यजनक आणि आगळीवेगळी होती. ते उशीरा उठत. नंतर कॉलेजला जात आणि घरी आल्यावर थोडीशी डुलकी काढत. रात्री बारमध्ये दारू पीत आणि नृत्य करत. त्यांचे वेळापत्रक असे होते. त्यांना कित्येक मैत्रिणीही असत.

ही मुले माझ्याशी चांगली वागत, कारण मीही भरपूर पैसे मिळवले होतो. डोरी सँटोलया या माझ्या मैत्रिणीकडूनही मला पैसे येत होते. माझे शिक्षण आणि राहणे यासाठी त्या मला पैसे पाठवत होत्या. मी जो काही पैसा मिळवला होता तो सगळा पैसा मी पब्जमध्ये जाणे आणि दारू पिणे यांवर उडवत होतो. मात्र डोरींनी पाठवलेल्या पैशाला मी चैनीसाठी हातही लावत नव्हतो. तो माझ्या शिक्षणावर आणि राहण्याच्या खोलीसाठीच मी वापरत होतो. माझा एक विश्वास होता. मी एकटाच होतो आणि मला कुटुंब नव्हते. त्यामुळे मित्र मिळवणे आणि टिकवणे हे पैसा मिळवणे आणि टिकवणे यांहून अधिक महत्त्वाचे आहे असे मला वाटत होते. त्यामुळे माझा सगळा पैसा मी मित्रांवर उधळत असे. परंतु हळूहळू माझ्या लक्षात येऊ लागले की ते फक्त माझा वापर करून घेत होते. आपल्या कारमध्ये पेट्रोल भरण्यास ते मला सांगत असत. हे काम खूपच खर्चिक होते आणि काही वेळा ते माझ्याकडून वीस हजार ते तीस हजार रुपयांपर्यंतचे पैसेही उसने घेत होते. एकदा तर मी मोडूनच पडलो. माझ्या खात्यात त्यावेळी फक्त दोनशे रुपये शिल्लक होते. मला घरभाडे भरायचे होते, परंतु माझ्याकडे पैसाच नव्हता. म्हणून ज्या मित्रांना मी पैसे दिले होते, त्यांना मी फोन केले. त्या सर्वांनीच मला त्यांच्याकडे पैसे नसल्याचे सांगितले. माझ्या गरजेच्या वेळी माझे पैसे ते मला परत देऊ शकत नव्हते. त्यांनी सर्वांनीच त्यावेळी आपल्याकडे एकही पैसा नसल्याचे मला सांगितले आणि त्यासाठी वेगवेगळी कारणेही त्यांनी दिली. अखेरीस त्यांनी सर्वांनी माझी 'सॉरी' वर बोळवण केली. त्यांच्यापैकी कोणीही मला मदत केली नाही. आता माझ्याकडे फक्त एकच सर्वसामान्य घरातील मित्र होता. मी त्याला माझ्याकडच्या वस्तू त्याच्या घरात ठेवायला सांगितले.

त्याने मला त्यामागचे कारण विचारले. मी त्याला सांगितले की मला तातडीने इंग्लंडला परतावे लागणार होते. मी किती मूर्ख होतो ते त्याला सांगण्याचे धाडस माझ्याकडे नव्हते. माझे सगळे पैसे मी मित्रांना दिले होते आणि आता माझ्याकडे भाडे भरायलाही पैसा नव्हता हे मी त्याला सांगू शकत नव्हतो. मी इंग्लंडवरून परत येईपर्यंत माझ्या सामानाची त्याने काळजी घ्यावी असे मी त्याला सांगितले. मी बेघर बनलो होतो. माझ्या मित्राने माझे सगळे सामान ठेवून घेतले. मी अपार्टमेंटच्या बाहेर पडलो. आता मला कुठे जावे ते समजत नव्हते. जागेचा मालक मला हाका मारत होता. मी त्याच्याकडे दोन आठवड्यांची मुदत मागितली. मी दिल्लीबाहेर जात असल्याचे त्याला सांगितले. माझ्याकडे तरीही घराच्या चाव्या होत्या, परंतु तिथे जाऊन झोपण्याचे धाडस मला झाले नाही. दोन दिवस मी बस स्टँडवर झोपलो. त्यानंतर डोरींनी मला फोन केला आणि मला 'हॅपी न्यू ईयर' असे म्हणून नववर्षाच्या शुभेच्छा दिल्या. त्या म्हणाल्या, ''मी तुझ्या खात्यात काही पैसे जमा केले आहेत. आता तुझे सगळे ठीक चालले असेल असे मला वाटते.'' मीही त्यांना अभिवादन केले आणि म्हणालो, ''थँक यू व्हेरी मच डोरी. हे वर्ष खरोखरच मला खूपच चांगलं जात आहे.''

या घटनेनंतर मी मित्रांना पैसे देणे थांबवले. माझे मोबाईल नंबर बदलले आणि माझ्या सगळ्या श्रीमंत मित्रांशी असलेले संबंध तोडून टाकले. माझे पूर्वायुष्य माहिती असलेला एक मित्र त्यावेळी माझ्यासोबत होता. एके दिवशी त्याने मला पबमध्ये बोलावले. मी पबमध्ये गेलो होतो त्याला बरेच दिवस उलटून गेले होते. तो मला भेटला आणि नंतर म्हणाला, ''आज तू मला मदत करू शकशील का? माझे पाकिट मी विसरून आलो आहे. माझ्या मैत्रिणीला आणि तिच्या काही मैत्रिणींना आणायला जायला मला उशीर होतोय.'' मी फक्त त्याच्याकडे पाहिले. परंतु मी त्याला नकार देऊ शकलो नाही. म्हणून मी त्याच्या कारमध्ये पेट्रोल भरले आणि त्याची मैत्रीण आणि तिचा मित्र यांच्याबरोबर पबमध्ये गेलो.

मी बारमध्ये दारू पीत होतो आणि ते टेबलाभोवती बसले होते. तेवढ्यात माझ्या कानांवर आवाज आला, ''मी बासुबरोबर राहतो कारण त्याचे कुटुंबीय नाहीत. त्याला घर नाही. त्यामुळे मी त्याला मदत केली आहे. काही

वेळा राहण्यासाठी आणि काही वेळा जेवणासाठी. कित्येक वेळा त्याच्या शिक्षणासाठीही मी मदत केली आहे. ठीक आहे...काहीही असले तरी त्याने स्वतःच्या कर्तृत्त्वावर सारे काही उभं केलं आहे. परंतु तो जगण्याएवढे पैसे मिळवू शकत नाही, कारण तो पदवीधर नाही.'' मी ते ऐकले आणि मला पुन्हा दुःख झाले. काही मिनिटांनंतर त्यांनी मला टेबलाजवळ बोलावले. मी म्हणालो, ''मला तुम्हा सर्वांबरोबर इथे बसण्यात काहीच स्वारस्य नाही.'' ते बारजवळ आले आणि माझ्या स्टुलाशेजारी बसले. मी मध्यभागी होतो. बिल आले. मी ते माझ्या मित्राकडे सरकवले आणि वेटरला म्हणालो, ''हा मुलगा बिल भरेल, कारण मी गरीब, बेघर आणि अनाथ मुलगा आहे. तो नसता तर मी कधीच मरून गेलो असतो.'' माझ्या मित्राने माझ्याकडे विचित्र नजरेने बघितले आणि तो म्हणाला, ''अरे, काय झालं? मला वाटतंय की तुझ्या मनात काहीतरी चुकीचे विचार घोळत आहेत आणि तू भरपूर प्यायला आहेस.'' मी झिंगलो होतो. मी स्मित केले आणि त्याला म्हणालो, ''नाही रे. आयुष्यात पहिल्यांदाच तुझ्याविषयी माझ्या मनात योग्य विचार आला आहे. अरे हो रे हो! तू मघाशी काय म्हणत होतास? तू माझा देव आहेस. बरोबर? मी अतिशय गरीब मुलगा आहे. ते खरे आहे. परंतु मुलींना प्रभावित करण्यासाठी माझ्या भावनांचा तू स्वतःसाठी वापर करून घेत आहेस असं मला कधीच वाटलं नव्हतं. एखाद्या मुलीला प्रभावित करणं ही खरोखरच वेगळी गोष्ट आहे आणि मैत्रीशी प्रामाणिक असणं ही आगळीवेगळी गोष्ट आहे. आणखी एक गोष्ट. आज मी जो कोणी आहे, तो सगळा माझ्या संघर्षाचा आणि लढ्याचा परिणाम आहे. तू स्टेटसविषयी; माझ्या सामाजिक दर्जाविषयीही बोलत होतास. मला माझा अभिमान वाटतो. आज माझ्या जीन्सची किंमत साडेचार हजार रुपये आहे आणि माझा टी शर्ट बाराशे रुपयांचा आहे. माझ्या शूजची कंपनी माहिती आहे? त्यांची किंमत पाच हजार रुपये आहे. या सगळ्या गोष्टी मिळवण्यासाठी मी खरोखरच खूपच कष्ट उपसले आहेत. परंतु तुझं काय? तू जे काही वापरत आहेस ते काहीच तुझं नाही. ते सगळं तुझ्या कुटुंबीयांच्या पैशातून तू खरेदी केलेलं आहे. माझ्यासमोर तुझा सामाजिक दर्जा खूपच खालचा आहे. आणि होय. या मुलींना प्रभावित करण्याचा तू प्रयत्न करत होतास ना? मॅऽम, तुम्ही माझं ऐका. हा काही बचावाचा प्रयत्न नाही. परंतु तुमच्या ड्रिंक्सचं आणि पबचं जे काही बिल येतं, ते मी भरत

आलो आहे, कारण तुमच्या बॉयफ्रेंडच्या खिशात तेवढे पैसे नाहीत. तुमच्या बॉयफ्रेंडने म्हटलं की मी एक गरीब मुलगा आहे. बरोबर?'' मी तिरस्काराने हसलो आणि पबच्या बाहेर पडलो. मी सरळ घर गाठले. त्यानंतर मी कधीच माझ्या कुठल्याही मित्राशी बोललो नाही.

मला कोणतेही भारतीय मित्र नव्हते. माझे सगळे संबंध संपुष्टात आले होते आणि मला पुन्हा कोणालाही अगदी जिवश्च कंठश्च मित्र बनवण्याची इच्छाही उरली नव्हती. तरीही मला एक मित्र होता. तो अँग्लो-इंडियन होता. मी त्या कुटुंबाला ओळखत होतो. ते दोघे भाऊ होते. त्यांनीही माझा वापर करून घेतला; परंतु ते श्रीमंत नव्हते. ते भाऊ शिकलेले नव्हते; परंतु ते माझ्या घरी येत असत आणि मला ख्रिसमसला त्यांच्या घरी बोलावत असत. मी त्यांच्या घरी जात असे आणि त्यांच्या वडलांना भेटत असे. या भावांबरोबर मी त्यांच्या नातेवाईकांच्या घरीही जात असे. त्यांच्यापैकी काही जण अलाहाबादवरून आलेले होते. त्याच्या वडलांना मी खूप आवडत असे, कारण आयुष्यात प्रचंड संघर्ष करत तिथपर्यंत पोहचलो होतो ते त्यांना माहिती होते. आपल्या मुलांना ते माझ्याकडून काहीतरी शिकायला सांगत असत. मी त्यांच्या कुटुंबात नेहमीच ख्रिसमसला जात असे. त्याच दरम्यान माझ्या मित्रांची चुलतबहीण असलेल्या ॲनीच्या मी प्रेमात पडलो. मी तिच्या खूपच जवळ गेलो होतो. आम्ही हसत होतो आणि मजा करत होतो. परंतु तिने माझ्या हृदयात घर केल्याचे मी तिला सांगितले नव्हते.

त्यांच्या दुसऱ्या चुलतभावाशीही मी अत्यंत मित्रत्वाने वागत होतो. त्याचे नाव रिकी होते. तो उत्तर प्रदेशचा राज्यस्तरीय बॉक्सर होता. त्यालाही मी खरोखरच आवडत होतो. त्यामुळे मी ज्यावेळी कधी दिल्लीवरून अलाहाबादला जात असे, त्यावेळी आम्ही एकत्रच दारू पीत असू. एके दिवशी ख्रिसमसच्या वेळी मी त्या मुलीला माझ्या मनातील तिच्याविषयीचे विचार सांगण्याचे ठरवले. तिच्या भावांबरोबर आणि चुलतभावांबरोबर मी एके दिवशी बाहेर गेलो. त्यांची नावे होती सायरस, रिकी आणि केनेडी. आम्ही दारू प्यायलो. मला भरपूर प्यायचे होते, कारण मी त्या मुलीला माझ्या मनातील गोष्ट सांगणार होतो. त्यामुळे भरपूर प्यायल्यावर मी केनेडीला आणखी एक बाटली मागवायला सांगितले. त्याने मला त्याचे कारण विचारले. मी त्याला म्हणालो,

की मला ॲनीला आज 'प्रपोज' करायचे आहे आणि त्यासाठी मी धाडस गोळा करत आहे. त्यामुळे तू एक गोष्ट कर. तू एका कोपऱ्यात येऊन थांब. मी तिच्याकडे जाईन आणि तिला प्रपोज करण्याचा प्रयत्न करेन. परंतु मला ते जमले नाही, तर मी पुन्हा तुझ्याकडे येईन आणि आणखी दारू पिईन आणि पुन्हा एकदा तिच्याकडे जाऊन तिला प्रपोज करण्याचा प्रयत्न करेन.'' तो म्हणाला, ''तू वेडा आहेस. सरळ तिच्याकडे जा आणि तिला सांग. बस्स!'' मी त्याच्याकडे पाहून स्मित केले आणि म्हणालो, ''तुला समजणार नाही. मला या सगळ्याची खरोखरच खूप काळजी वाटत आहे. मी पुरुष आहे, परंतु तरीही मी तिला हे सगळं सांगू शकत नाही. तेवढं धाडस माझ्याकडे नाही. त्यामुळे प्लीज, मी सांगतो तसं कर आणि मला मदत कर.'' तो म्हणाला, ''बरं. ठीक आहे. चल, जाऊया.''

मी त्या मुलीच्या घरी गेलो आणि तिला बाहेर बोलावले. ती बाहेर आली. मी तिला म्हणालो, ''हे बघ. मला तुला काहीतरी सांगायचं आहे.'' तिने स्मित केले आणि ती म्हणाली, ''तू दारू प्यायला आहेस.'' मी तिला उत्तर दिले, ''नाही. मी भरपूर प्यायलो नाही. परंतु तुला मला काहीतरी सांगायचं आहे. ते सांगण्याचे धाडस प्राप्त व्हावे म्हणून मी दारू प्यायलो आहे.'' तिच्या चेहऱ्यावर स्मित होते आणि मला जे काही सांगायचे होते ते मी तिला लवकर सांगावे असे तिने मला सांगितले. मी माझ्या मित्राकडे धावतच गेलो. त्याच्या हातात बाटली होती. मी त्याला आधीच सांगितले होते की जर मला धाडस कमी पडले असे वाटले तर मी त्याच्याकडे आणखी एका बाटलीसाठी येईन. मी वेडा आहे, असे त्या मुलीला वाटले होते. कारण मी अशा प्रकारे तीन वेळा माझ्या मित्राकडे धावत गेलो होतो. चौथ्या वेळी मी गेलो, तेव्हा माझ्या बाटलीतील दारू आधीच संपलेली होती. मी झटपट प्यायलो होतो. शिवाय माझा लपून बसलेला मित्रही बहुधा त्यातली थोडी दारू प्यायला असावा असा मला संशय आला होता. तिला थेट प्रपोज करण्याऐवजी मी तिला म्हणालो, ''मला मिठी मार.'' तिने तसे केल्यावर मी तिच्या कानांत पुटपुटलो, ''आय लव्ह यू व्हेरी मच...तुझेही माझ्यावर प्रेम आहे का?'' तिने स्मित केले आणि ती म्हणाली, ''होय.'' मी धावतच माझ्या मित्राकडे गेलो आणि तिथेच नाचू लागलो. त्यानंतर तिथे खाली पडेपर्यंत मी दारू प्यायलो. नंतर मी दिल्लीला

परत गेलो आणि मग आम्ही फोनवरून दीर्घ काळ प्रेमाच्या गप्पा मारू लागलो. एके दिवशी आमच्या संभाषणादरम्यान तिने अचानकच मला एक प्रश्न विचारला, ''स्वीटहार्ट, तुझे माझ्यावर खरोखरच प्रेम आहे का?'' मला तिच्या प्रश्नाचे आश्चर्य वाटले आणि मी तिला विचारले, ''हा कसला प्रश्न आहे? मी तुझ्यावर प्रेम केलंय, म्हणूनच तर आपण बोलत आहोत. म्हणूनच मी तुला प्रपोज केलं. बरोबर?'' त्यावर ती म्हणाली, ''जर तू माझ्यावर प्रेम करत असलास, तर इकडे ये आणि माझ्या कुटुंबीयांबरोबर बोल आणि त्यांच्याकडे लग्नाचा विषय काढ.'' मी एकदम थंडावलो, कारण ती एखाद्या वेड्या स्त्रीसारखी बोलत होती. आम्ही तर फक्त मुलेच होतो. अर्थातच लग्न करण्यास आम्ही तोपर्यंत तयार नव्हतो. परंतु थोडा वेळ विचार केल्यावर मी तिला म्हणालो, ''तू जर माझी आणि माझ्या प्रेमाची परीक्षा घेत असशील, तर मी नक्कीच तुझ्या कुटुंबीयांशी येऊन बोलेन.'' फोन ठेवून दिल्यावर मी विचार करू लागलो, की तिच्या कुटुंबीयांकडे कसे जावे आणि काय बोलावे? माझ्याकडे घर नव्हते. मला कुटुंब नव्हते. त्यामुळे ते काय बोलले असते? ते सगळे कसे काय जुळून आले असते? माझ्या डोक्यात याच गोष्टी पुनःपुन्हा घोळत राहिल्या होत्या.

मी ट्रेनचे तिकीट काढले आणि अलाहाबादला गेलो. ट्रेनमध्ये संपूर्ण रात्रभर माझा डोळ्याला डोळा लागला नव्हता, कारण मी ते सारे कसे करणार होतो, ते मला तोपर्यंत अजिबात ठाऊक नव्हते. प्रेम आंधळे असते आणि आपण कधीही करणार नाही असे वाटत असलेल्या कित्येक वेडेपणाच्या गोष्टी तुम्ही प्रेमाच्या भरात करून बसता असे मी पुस्तकांमधून वाचले होते. मी तिला माझा शब्द दिला होता आणि आयुष्यभर एकत्र राहण्याचे वचन दिले होते. जो पुरुष आपला शब्द पाळत नाही, तो पुरुषच नव्हे असे मला वाटत होते. माझ्या शब्दांचा मान राखण्यासाठी मला कोणती किंमत चुकवावी लागणार होती ते मला माहिती नव्हते. मी तिच्या घरी पोहचलो आणि दरवाजावरची बेल वाजवली. ते मला ओळखत होते, त्यामुळे मी स्वतःला नशीबवान समजत होतो. माझ्या अँग्लो इंडियन मित्रांबरोबर ख्रिसमस साजरा करताना मी त्यांना पाहिले होते. मी तिच्या वडलांना अभिवादन केले. ''हॅलो, सर!'' मी म्हणालो. त्यांनीही 'हॅलो' म्हटले; परंतु तो काही ख्रिसमस नव्हता.

त्यामुळे त्यांनी मला त्यांच्याकडे त्या दिवशी येण्याचे कारण विचारले. मी म्हणालो, ''म्हणजे...आयुष्यात बऱ्याच गोष्टी अशा असतात की..म्हणजे... आपण एकट्यानेच काही ठरवू शकत नाही. तुम्ही मोठे आहात आणि तुम्ही आयुष्यात कित्येक गंभीर निर्णय घेतले असतील. माझ्याही आयुष्यातील एक महत्त्वाचा गंभीर निर्णय घेण्यास तुम्ही मला मदत कराल का? तुम्ही ती करावी असं मला वाटतं. मला हे तुम्हाला सांगावंसं वाटतं कारण काय बरोबर आहे आणि काय चुकीचं आहे ते मला जाणून घ्यायचं आहे. काहीही झालं तरी मी फक्त एक मूल आहे. मी स्वतःच माझे सगळे निर्णय घेतले आहेत. परंतु आपला निर्णय चुकू नये म्हणून मोठ्यांची मदत घेणं अधिक चांगलं ठरेल असं मला वाटतं.'' मी त्यांना काय सांगायचा प्रयत्न करत होतो, ते त्यांच्या लक्षात आले नव्हते. मी एक छानसा पांढरा शर्ट घातला होता आणि काळा टाय बांधला होता. चेहऱ्यावर स्मित ठेवले होते.

नंतर ते म्हणाले, ''ठीक आहे. मी तुला मदत करेन.'' मी स्मित केले आणि म्हणालो, ''तुम्हाला थोडीफार कल्पनाही असेल. नाही का?'' ते म्हणाले, ''होय. गेल्या वेळी तुझ्या मित्राने मला तुझ्याविषयी माहिती सांगितली होती. त्यामुळे मला तुझी माहिती आहे.'' मी म्हणालो, ''ठीक आहे... माझ्याकडे घर नाही. हे खरं आहे. मला कुटुंब नाही, परंतु मी या सगळ्या समस्या सोडवण्यास अत्यंत सक्षम आहे. मी या सगळ्यांतून तग धरून राहिलो आहे हा याचाच पुरावा आहे. माझ्या अवघड भूतकाळाकडे मी कधीच परत जाणार नाही. मी खरोखरच काहीतरी चांगलंच करणार आहे. घर मिळवण्यासाठी मी भरपूर कष्ट करत आहे. मला आयुष्यात कोणीतरी बनायचं आहे. मी लवकरच घरही बनवेन. मी छान..चांगला मुलगा आहे ना?'' मी त्यांना कुठल्या दिशेने नेत होतो त्याची त्यांना कसलीच कल्पना नव्हती. त्यांनी जे ऐकले होते, ते त्यांना आवडले होते.

ते म्हणाले, ''तू खरोखरच चांगला मुलगा आहेस. मला तू आवडतोस.'' त्यांनी तसे म्हटल्यावर मला त्यांच्याबरोबर बोलण्याचे आणखी थोडे धाडस प्राप्त झाले. मी म्हणालो, ''हे पहा, ॲनी ही तुमची मुलगी आहे. आम्हा दोघांचं एकमेकांवर प्रेम आहे. त्यामुळे मला असं वाटतंय की... जर तुम्हाला चांगलं वाटलं तर आम्ही एकमेकांशी लग्न करून नात्याच्या बंधनात अडकावं..

याबाबतीतील तुमचं मत जाणून घ्यायला मला आवडेल.'' त्यांच्या चेहऱ्यावरचे भाव बदलले. थोडा वेळ ते फक्त माझ्या चेहऱ्याकडे पहात राहिले आणि नंतर म्हणाले, ''तू असा विचार करण्याचं धाडस तरी कसे काय करू शकलास? समज, ते शक्य झालंच तरीही तू माझ्या मुलीला कुठे ठेवणार आहेस? आधी एक घर घे. कार घे आणि नंतर माझ्याकडे ये. त्यावेळी कदाचित माझं मन बदलू शकेल.''

परंतु दुर्दैवाने, ॲनीच्या आईने हे संभाषण ऐकले होते. तिने एकदमच माझ्यावर हल्ला चढवला आणि ती मला शिव्या घालू लागली. ''तू.., तू हे बोलण्याचे धाडस तरी कसं करू शकलास? तू इतका निर्लज्ज आहेस की हे सगळं काही इथे येऊन तू बोललास?'' अरे देवा! माझ्या आयुष्यात मी एवढ्या अपमानाची कधीच अपेक्षा केली नव्हती. तिने आपल्या जवळच्या सगळ्या अँग्लो इंडियन नातेवाईकांना तिथे बोलावून घेतले. लवकरच त्या सगळ्या लोकांच्या आणि मित्रांच्या गराड्यात मी अडकलो होतो. ते सगळे मला शिवीगाळ करत होते. अचानकच ॲनीच्या एका काकाने शॉटगन आणली. त्याने लांबलचक मिशा ठेवल्या होत्या आणि पोनीटेल बांधले होते. त्याला शिकारीचा छंद होता. तो म्हणाला, ''कुठे आहे तो बदमाश मुलगा? मी आताच्या आता त्याला गोळी घालून ठार करतो.'' यावेळी मात्र कशी कोण जाणे; माझ्या मनातील भीती कुठल्या कुठे पळून गेली.

माझ्या अनाथपणाच्या दिवसांकडे मी वळलो होतो. मीही त्याच्यावर जोरात ओरडलो, ''काय रे, कोण आहे तो? जर तुझ्या अंगात धाडस असेल, तर मला गोळी घाल. फक्त बोलून दाखवू नकोस. बोलण्याचा काहीच उपयोग होणार नाही. तुम्ही सगळेच किती असंस्कृत आणि रानटी लोक आहात? मी तर फक्त इथे सभ्यपणाने बोलायला आलो आहे, परंतु तुम्ही लोक तर माझा इतक्या हलक्या, घाणेरड्या पद्धतीने अपमान करत आहात. मी जर वाईट माणूस असतो तर मी तुमच्याकडे आलोच नसतो. त्याऐवजी मी लपवाछपवी केली असती आणि तुमच्या मुलीबरोबर फक्त मौजमजा करत राहिलो असतो. तिला माझ्याशी लग्न करायची इच्छा आहे. मी कोर्ट मॅरेज करू शकलो असतो. त्यानंतर तुम्ही काय करू शकला असतात?'' मी अशा प्रकारे बोलत होतो की कुठेतरी रस्त्यावर मी मोठा झालो होतो, ते समोर येत

होते. जणू काही ते सगळे लोक मला ठार मारण्यासाठीच तिथे जमले होते. त्यामुळे आता त्यानंतर मी हळुवारपणे वागूच शकत नव्हतो. अठरा वर्षांपूर्वी मी रस्त्यावर रहात होतो. रस्त्यावरचा मुलगा होतो. आता ते सारे लोक शांत झाले. दुसऱ्या दिवशी ॲनीच्या आईने मला तिच्या पुतण्याकडे नेले. तो राज्यस्तरीय बॉक्सर होता. चॅंपियन होता. त्याने मला मारावे अशी तिची इच्छा होती. परंतु कसे कोण जाणे; त्याला आमचे प्रेमप्रकरण माहिती होते, परंतु त्याने मला त्याचा कधीच थांगपत्ताही लागू दिला नव्हता. आम्ही बार्बेक्यू पार्ट्यांना एकत्र जात होतो आणि दारू पीत होतो. त्यामुळे आम्ही चांगले मित्र होतो. त्याने मला चांगले ठोकून काढावे असे ॲनीच्या आईला वाटत होते. माझे वागणे चुकीचे असल्याचे त्याला पटवून देण्याचे ती जोरदार प्रयत्न करत होती. तिचा तो चुलतभाऊ माझ्या बाजूला होता. तो म्हणाला, ''काकू, तुम्ही त्याच्याशी कशा बोलत आहात? तो एक चांगला मुलगा आहे. त्याच्याकडे पहा. तो तुमच्याशी किती छान बोलत आहे. तुम्ही त्यालाच सगळा दोष देत आहात; परंतु त्याने अशी कोणतीच चूक केलेली नाही. तुमच्या मुलीलासुद्धा तुम्ही दोष दिला पाहिजे. भावना आणि प्रेम या नैसर्गिक गोष्टी आहेत आणि तो किती चांगला आहे. हे सगळे प्रकरण तुमच्याशी बोलण्यासाठी तो एवढ्या लांबून आला, यावरूनच तो सूज्ञ असल्याचं दिसतं. काहीही झालं तरी तुमची मुलगीही त्याच्या प्रेमात पडली आहे. तो बासु नसता तर दुसरा कोणीतरी असता.'' कोणी तरी माझ्या बाजूला होते, हे पाहून मला आनंद झाला. त्यानंतर मी तिथून बाहेर पडलो. मला खूपच दुःख झाले होते, कारण माझा खूपच अपमान केला गेला होता. या सगळ्या संभाषणात ॲनीने बाहेर येऊन मध्यस्थी केली नव्हती याचेही मला वाईट वाटले होते. तिच्या मोठ्या काकांचे नाव हेन्री होते. त्यांनीही बासु ॲनीच्या प्रेमात पडला असून आपल्याला हे प्रकरण माहिती असल्याचे सांगण्याचा प्रयत्न केला होता. ते म्हणाले होते की त्यांना ही गोष्ट नैसर्गिक वाटली होती. त्यामुळे जणू काही आभाळच कोसळले होते असे त्यांना बिलकूल वाटले नव्हते. बासु तुम्हा सर्वांशी बोलणी करायला आला, याचा अर्थच असा होतो की तो सूज्ञ आहे, असेही त्यांनी सांगून पाहिले; परंतु कसलाच उपयोग झाला नाही.

त्यानंतर मी दिल्लीला परतलो. माझी अंतःस्फूर्ती, मनोधैर्य खालावले होते. ॲनीबरोबर मी घालवलेला चांगला काळ मला आठवू लागला. ती उंच होती आणि मी बुटका होतो. ती मला हाक मारून विचारत असे, ''बासु, मी आज हिल्सच्या चपला घालू का?'' मी फक्त स्मित करत असे. ती गोरी होती आणि तिच्या तुलनेत मी काळसर वाटत होतो. त्यावरूनही ती मला चिडवत असे. आम्ही अशा प्रकारे एकमेकांना चिडवत आणि एकमेकांचे पाय ओढत गंमत करत रहात असू. त्यानंतर एके दिवशी तिने मला फोन केला. मी तिला सांगितले की यापुढे मला तिच्याशी बोलायचे नव्हते. तिच्या पालकांच्या संतापाला मी बळी पडत असताना ती माझ्या बाजूने उभी राहिली नव्हती. जर अडचणीच्या काळात तुमची प्रिय व्यक्ती तुमच्या बाजूने उभी राहणार नसेल, तर ते कसल्या प्रकारचे प्रेम होते? मी तिला सांगितले की तिच्याबरोबर मी खूप म्हणजे खूपच चांगला वेळ घालवला होता. 'तुझ्या प्रेमाची मोठी किंमत मी आधीच चुकती केली आहे,'' मी तिला सांगितले. मी तिला प्रश्न विचारला होता; परंतु तिच्याकडे त्याचे काहीही उत्तर नव्हते. मग मी तिला सांगितले की तुझ्याकडे ज्यावेळी या प्रश्नाचे उत्तर असेल, त्यावेळी मला पुन्हा फोन कर. आमच्या नात्याविषयी माझी कसलीच तक्रार नव्हती, कारण जे काही घडायचेच असते ते आयुष्याच्या प्रवासात घडणारच असते. एखाद्याशी अशा प्रकारे संबंध संपुष्टात येतो, त्यावेळी त्याचा प्लॅटफॉर्म आधीच आलेला आहे आणि मला मात्र अजून माझ्या नियतीच्या लांबलचक मार्गावरून पुढे जावेच लागणार आहे, एवढाच त्याचा अर्थ असतो.

३६

जगभर पसरलेली प्रेरणा

एक अनाथ, लढवय्या आणि गँगचा सदस्य, जगण्याची करुण धडपड करणारी व्यक्ती, भिकारी, एक चोर, कागद, चिंध्या गोळा करणारा, पाकिटमार, घरगडी असूनही कित्येक देशांचे अध्यक्ष आणि मंत्री यांच्यासमवेत मोहिमेत सहभागी झालेला एक कार्यकर्ता, आयएलओ करार १८२ आणि १३८ चा एक भाग म्हणून मी काम केले होते. खरे तर सर्वाधिक श्रीमंत माणसाच्या मुलाचे आयुष्यही मी जगलो होतो. पंचतारांकित हॉटेल्समध्ये राहिलो होतो. एक दरिद्री व्यक्ती म्हणून मी बीपीओच्या जगात संघर्ष केला होता आणि मी एक अयशस्वी प्रियकरही होतो. एवढ्या सगळ्या अपरिमित अनुभवांनी माझ्या व्यक्तिमत्त्वाला आणि मी लिहित असलेल्या या पुस्तकाला आकार दिला आहे. आपल्या वेदना सहन करण्यासाठी या पुस्तकाने मला मदत केली. ज्या आईला मी कधीच पाहिलेले नाही त्या माझ्या आईपर्यंत हे पुस्तक पोहचावे असे माझे स्वप्न आहे. हे पुस्तक प्रसिद्ध झाले त्यावेळी ते माझी आई वाचेल आणि मला शोधून काढेल अशी माझी आशा होती.

माझ्या आईचा चेहराही मला आठवत नाही. माझे वडील मला पुनःपुन्हा सांगत असलेल्या गोष्टी मी आठवून पाहतो. माझ्या क्षीण होत चाललेल्या आठवणी पुन्हा एकदा जागृत करण्याचा मी प्रयत्न करतो. माझ्या हितचिंतकाने सांगितल्यामुळे कित्येक वर्षांपूर्वी मी डायरी लिहिण्यास सुरुवात केली होती. त्यावेळी लिहिलेल्या या आठवणी मी पुन्हा एकदा आठवण्याचा प्रयत्न करतो. मी या डायऱ्या चाळतो त्यावेळी माझ्या जखमेवरची खपली पुन्हा एकदा

निघते. मृत्यूपूर्वी एकदा तरी आपल्या आईला पहावे अशी माझी इच्छा आहे. आपले 'नकोसे असलेले मूल' ऐवजी आपले 'आवडते मूल' म्हणून तिने मला फक्त एकदाच मिठी मारावी असे मला वाटते. माझ्या आई-वडलांविरुद्ध माझी कोणतीच, कसलीच तक्रार नाही, कारण आयुष्यात प्रत्येकाचाच आपापल्या धारणांवर ठाम विश्वास असतो. माझ्या वडलांनी त्यांचे आयुष्य प्रेमावरून ओवाळून टाकले. कारण त्यांच्यासाठी प्रेम हेच आयुष्य होते. माझ्या आईने माझ्या डॅडना आणि मला प्रसिद्धी मिळवण्यासाठी सोडून दिले आणि ते तिचे आयुष्य होते. प्रत्येकाचाच जन्म कशासाठी तरी झालेला असतो. ते सगळेच जण आपापले मार्ग आणि प्रवास अनुसरत राहतात. माझ्या कुटुंबाविषयी म ाझी कोणतीही तक्रार नाही, कारण अखेरीस त्यांनाही आपला प्रवास करायचा आहे.

परंतु ज्यावेळी आपल्या आईच्या पुनर्भेटीचा मी विचार करतो, त्यावेळी माझे अंतःकरण तिच्याविषयीच्या तिरस्काराऐवजी अतीव प्रेमाने काठोकाठ भरून येते. या प्रकारे मी विचार करतो त्यावेळी मला आश्चर्य वाटते, कारण ज्या व्यक्तीने तुम्हाला जन्म दिला आणि या जगात आणले, ती व्यक्ती तुम्हाला माहितीच नसावी? हृदय आणि मन सतत आश्चर्यचकित होत राहते आणि हे छुपे सत्य जाणून घेण्याची त्याला इच्छा होते. परंतु ठीक आहे. कदाचित ही जखम कधीच भरून येणार नाही; परंतु आई आणि मुलगा यांच्यातील प्रेम, कुटुंबामधील प्रेम आणि फक्त 'प्रेम' या शब्दानेच ओळखल्या जाणाऱ्या प्रेमाला मी समजू शकतो. ज्या माणसाची कित्येक वर्षे उपासमार झालेली असते, तोच माणूस अन्नाची किंमत सर्वात जास्त प्रमाणात जाणू शकतो.

चार वर्षांपूर्वी म्हणजे सन २०१२ मध्ये एके दिवशी मला कैलाश सत्यार्थीजींकडून फोन आला. नेहमीप्रमाणेच त्यांनी मला विचारले, ''कसं काय चाललंय? सध्या काय करत आहेस?'' बहुतेक वेळा मीच त्यांना फोन करत असे आणि त्यावेळी मी दारू प्यायलेला असे. त्यांना ते माहिती नसे. यावेळी 'द अमेरिकन अँड ब्रिटिश इन्स्टिट्यूट ऑफ लिंग्वा फ्रँका' या माझ्या संस्थेला त्यांना भेट द्यायची होती. त्यांच्यासोबत दोन सुंदर परदेशी मुलीही आल्या होत्या. शिवाय कैलाशजींच्या पत्नी सुमेधाजीही आल्या होत्या. ते आले त्यावेळी मी त्यांना माझी संस्था कशी चालवत होतो ते दाखवले. मी करत

असलेले काम पाहून कैलाशजी खरोखरच प्रभावित झाले होते.

या भेटीनंतर साधारणपणे दोन आठवड्यांनी कैलाशजींनी मला पुन्हा एकदा फोन केला. यावेळी त्यांनी मला घरी बोलावले. मी त्यांना भेटलो होतो त्याला बरेच दिवस उलटून गेले होते. त्यामुळे यावेळी मी त्यांना भेटायला जायचे ठरवले. त्यांनी मी पुढे काय करायचे ठरवले आहे त्याविषयी मला विचारले. त्यावेळी मी त्यांना पुस्तक लिहिल्याचे सांगितले. मला ते प्रकाशित करायचे होते. ते म्हणाले, ''हे पुस्तक प्रसिद्ध करण्यासाठी मी तुला शक्य तेवढी सर्व मदत करेन.'' मला खूपच आनंद झाला आणि मी घरी परतलो. त्यांनी मोठ्या आवडीने माझ्या पुस्तकाचा कच्चा मजकुर वाचला आणि मला काही मौल्यवान सूचना केल्या. काही संभाव्य प्रकाशकांशी ते याविषयी बोलले. विटास्टाच्या रेणूजींशी त्यांनी माझी ओळख करून दिली. मी काही दिवस कैलाशजींबरोबर राहिलो.

कैलाशजी आणि सुमेधाजी यांनी मला आपल्या मुलासारखे वागवले. त्यांच्या कुटुंबातील एक सदस्य म्हणूनच मी कित्येक वेळा त्यांच्या घरी राहिलो आहे. वर्षभराच्या त्यांच्या कामाच्या दगदगीच्या वेळापत्रकामुळे मला नेहमीच त्यांच्या तब्येतीची चिंता वाटत राहते. मी ज्या ज्यावेळी कैलाशजींकडे जातो, त्या त्यावेळी मी त्यांना आरोग्याविषयी काही ना काही सांगत राहतो आणि सक्तीने त्यांना सकाळी फिरायला घेऊन जातो. कैलाशजींनाही माझ्या तब्येतीची काळजी वाटते. माझ्या कल्याणाचीही त्यांना काळजी वाटते. माझ्या इंग्लीश प्रशिक्षण संस्थेतील त्या घाणेरड्या प्रकरणानंतर तर त्यांना माझी विशेष काळजी वाटली. त्यांनी मला मुक्ती आश्रममध्ये येऊन राहण्यास सांगितले. त्याचबरोबर बचपन बचाओ आंदोलनाच्या अधिकाऱ्यांनाही त्यांनी मला साहाय्य करण्यास सांगितले. 'आंतरराष्ट्रीय स्वयंसेवकांशी आणि ज्युबिल लालंग या कर्मचाऱ्याशी समन्वय साधून संस्थेला मदत करण्यास सुरुवात करावी,' असे या अधिकाऱ्यांनी मला सांगितले.

मी इंग्लीश प्रशिक्षणाचा क्लास बंद केला आणि बचपन बचाओ आंदोलनात सहभागी झालो.

त्यानंतर इंटरनॅशनल व्हॉलंटिअर को ऑर्डिनेशनची संपूर्ण जबाबदारी माझ्यावर सोपवण्यात आली. मी मुक्ती आश्रममध्ये राहू लागलो आणि त्याच वेळी माझे पुस्तकही मी पूर्ण करत होतो. स्वयंसेवक विद्यार्थ्यांचे गट नेहमीच मुक्ती आश्रम, बाल आश्रमला भेटी देतात. बाल आश्रम हे राजस्थानमधील जयपूरजवळच्या विराटनगर येथील दीर्घकालीन पुनर्वसन केंद्र आहे. इथल्या मुलांशी मैत्रीपूर्णतेने वागणाऱ्या खेड्यांची म्हणजेच चाईल्ड फ्रेंडली व्हिलेजेसची आणि तरुणांशी अर्थपूर्ण पद्धतीने संलग्न होऊन त्या साहाय्याने बालकामगारीचा मुद्दा आणि बचपन बचाओ आंदोलन हा मुद्दा कशा प्रकारे हाताळला जात आहे याविषयीची माहिती हे गट घेतात. या भेटी मलाही खरोखरच समृद्ध बनवत जातात. मुक्ती आश्रममध्ये काही वेळा मला मुलांच्या केस स्टडीजवर काम करावे लागले होते. आपल्या अडचणींवर मुलांनी मात करावी यासाठी मी त्यांचे समुपदेशन करतो आणि मुलांबरोबर वेळही घालवतो. जगभरच्या विद्यार्थ्यांना, प्राध्यापकांना आणि परदेशी व्यक्तींना मला आमंत्रित करावे लागते आणि प्रशिक्षणार्थी व स्वयंसेवकांचे यजमानपद सांभाळावे लागते.

मी समाजात फार मोठा बदल घडवून आणू शकलो नाही, हे मला माहिती आहे, परंतु मला हेही माहिती आहे की जर माझे पुस्तक प्रकाशित झाले, तर ते कित्येक गोष्टींमध्ये बदल घडवून आणू शकेल. किमानपक्षी लोक रस्त्यावरच्या मुलाचे आयुष्य कसे असते आणि त्याला किती प्रकारच्या यातनांना आणि कष्टांना सामोरे जावे लागते, ते तरी वाचू शकतील. रस्त्यावरची मुले आणि बालकामगारी यांविषयीचे लोकांचे दृष्टिकोन या पुस्तकामुळे बदलू शकतील. काही बालकामगारांना मदत मिळावी यासाठी प्रथम मी स्वयंसेवकांची टिम तयार केली. त्यानंतर मी बालकामगारीवर आणि मुलांच्या हक्कावर प्रेझेंटेशन सादर केले. लोक माझे बोलणे काळजीपूर्वक ऐकत होते आणि त्याच क्षणी मी विचार केला की अशा प्रकारच्या संधींमधून मी लोकांची मानसिकता बदलू शकत होतो.

ते स्वयंसेवक विद्यार्थी हे जगाचे भवितव्य होते आणि मी जर जगाच्या भवितव्याविषयी जगाला जागरूक करू शकलो असतो, तर ही समस्या सोडवली गेली असती, असे मला वाटले. परंतु ज्यावेळी मी स्वयंसेवक

विद्यार्थ्यांच्या परिस्थितीचा अंदाज घेतला त्यावेळी माझ्या लक्षात आले की ते अगदी नव्यानेच पदवी घेऊन बाहेर पडलेले विद्यार्थी होते. त्यांना जगभर प्रवास करून अनुभव घ्यायचा होता. ते स्वतःच जे आयुष्य जगत होते, त्याची त्यांना कसलीच कल्पना नव्हती. जी आयुष्ये ते जगत होते ती त्यांना आवडत नव्हती. प्रत्यक्षात हे विद्यार्थी स्वयंसेवक आपल्या पालकांना काहीही सांगू शकत नव्हते. कारण त्यांचे पालकही पैसे मिळवण्याच्या मागे लागलेले होते. आपल्या मुलांना नीतिमूल्ये, प्रेम आणि डॅडचा वेळ हवा असतो हे त्यांच्या गावीही नव्हते. कित्येक मुले प्रेमभंग झालेली होती. बॉयफ्रेंड सोडून गेल्यावर ती दुःखी झालेली होती. गर्लफ्रेंड सोडून गेली म्हणून ती दुःखी होती. गुंतागुंतीच्या भावनिक समस्यांमध्ये ती पूर्णपणे अडकलेली होती आणि त्यामुळे त्यांची आयुष्येही गुंतागुंतीची बनली होती.

''गंमत म्हणून तुम्ही काय करता?'' असे मी त्यांना विचारल्यावर त्यांनी सांगितले की आम्ही पबमध्ये जातो आणि दारू पितो. मी त्यांना दुसरा प्रश्न विचारला, की 'त्यांना भविष्यात काय बनायचे आहे? काय करायचे आहे?' त्यांच्याकडे कोणतेच उत्तर नव्हते. त्या सर्वांनी मला सारखीच उत्तरे दिली, की ते अद्याप त्याविषयी विचार करत होते. आपण काय करावे ते शोधण्याविषयी त्यांना आणखी विचार करावा लागणार होता. त्यांची जीवनशैली समजून घेणे मला खूपच सोपे गेले, कारण हे लोक कसे जगतात हे जाणून घेण्यात मी कित्येक वर्षे घालवली होती. या स्वयंसेवकांना मी वैयक्तिकरित्या भेटण्यास सुरुवात केल्यावर त्यांनी आपल्या वैयक्तिक समस्या सांगण्यास सुरुवात केली. कौटुंबीक समस्या, बॉयफ्रेंड, गर्लफ्रेंडच्या समस्या ते मला सांगू लागले. ज्यावेळी मला अशाच प्रकारच्या कित्येक कहाण्या ऐकायला मिळाल्या, त्यावेळी मीही त्यांना माझी कहाणी सांगावी अशी कल्पना पुढे आली. मी ती कथा सांगू लागलो, त्यावेळी पुन्हा एकदा त्याच आठवणींमधून जाताना मी नक्कीच दुखावलो गेलो होतो. माझ्या जुन्या जखमांवरची खपली मी पुन्हा एकदा काढत होतो. त्या अजूनही भळभळत होत्या. परंतु माझी स्मृती आता क्षीण झाली होती. एक प्रौढ म्हणून मी इतरांना माझी कथा सांगत असताना त्यातील दृश्ये जिवंत होऊ लागली आणि ही कथा विद्यार्थ्यांच्या ह्रदयांना स्पर्श करू लागली.

मी त्यांना सांगितले की गतकाळ हा इतिहास होता. कालचा दिवस हा इतिहास होता. तो चांगला काळ असो वा वाईट, तो काळ गेला आहे. त्याच्यापासून धडे घ्या. उद्याचा दिवस हे गूढ आहे. उद्या काय घडेल हे तुम्ही सांगू शकत नाही. फक्त काय करायचे ते ठरवून ठेवा आणि त्या योजनेनुसार काम करा. परंतु आजचा दिवस ही तुम्हाला मिळालेली देणगी आहे, हे मात्र विसरू नका. आता तुम्ही कसे जगणार आहात त्याचा विचार करा. आजचा दिवस हा आपल्या आयुष्यातील अखेरचा दिवस आहे असे समजून जगा. स्मित करा. इतरांना स्मित करायला लावा. गरजूंना मदत करा. तुमचा आदर राखणाऱ्या मित्रांची किंमत ठेवा. मग आयुष्य तुम्हाला कशा प्रकारची वागणूक देते ते पहा. कारण आजचा दिवस ही पार्टी आहे आणि तुम्ही वेड्यासारखे नृत्य करणार आहात. योग्य पाऊल कसे टाकावे याचा विचार करू नका, कारण तुमचे प्रत्येक पाऊलच योग्य असणार आहे. फक्त नृत्य करा. आपल्या आयुष्यांत आपण सगळेच जण योग्य पाऊल टाकण्याविषयीच चिंता करत बसतो, परंतु तुम्हाला कधीही हे समजत नाही की आपण जे पाऊल चुकीचे वाटते, ते कदाचित बरोबरही असू शकते. त्यामुळे इतरांना काय वाटते आणि ते कशी प्रतिक्रिया व्यक्त करतील ते समजून घेण्याचा अतिरेकी प्रयत्न करत बसू नका. ते महत्त्वाचे नाही, कारण कोणाच्याही मनाचा वेध घेणे ही कठीण गोष्ट आहे. इतर लोक विचार करतात त्याप्रमाणे वागण्याचा प्रयत्न तुम्ही केला तर आयुष्यात तुम्ही कोणतेही काम कधीच सुरू करण्याचे धाडस करू शकणार नाही. इतर लोक काय विचार करतात आणि त्यांची प्रतिक्रिया काय असेल याविषयी तुम्ही जरूर विचार करा; परंतु त्यावेळी फक्त एकच गोष्ट लक्षात घ्या. ती म्हणजे तुम्ही आणि तुमचा स्वतःवरचा विश्वास यांवरच तुमच्याकडे असलेल्या गोष्टींची किंमत ठरते. मग तुमच्याकडे अल्प गोष्टी असोत वा भरपूर! तुमच्याजवळ जे काही असेल, त्यामधून काहीतरी सुंदर गोष्ट तयार करा.

आयुष्यभर मी ज्या तत्त्वांच्या साहाय्याने वाटचाल करत राहिलो होतो, अशा तत्त्वांमुळे माझ्या स्वयंसेवकांच्या चेहऱ्यांवर स्मित आणण्यात मी यशस्वी झालो. यानंतर ते आपापल्या शाळांमध्ये आणि महाविद्यालयांत परत गेले. नंतरच्या काळात मला त्यांच्याकडून कित्येक पोस्टकार्डे आली आणि

मेल्स मिळाले. माझ्या कथेमुळे त्यांच्या आयुष्यांना प्रेरणा मिळाल्याचे त्यांनी त्यांमध्ये लिहिले होते. आता आपल्या आई-वडलांना त्यांनी रोज मिठ्या मारण्यास सुरुवात केली असल्याचे त्यांच्यापैकी बऱ्याच जणांनी लिहिले होते. आपल्याला त्यांच्यामुळे निदान कुटुंबाचा तरी लाभ झाल्याचे त्यांना आता वाटत होते. आता आपल्याला लाभलेल्या स्रोतांची त्यांना आधीपेक्षा अधिक किंमत वाटत होती आणि आयुष्याचा ते गांभीर्याने विचार करू लागले होते. आपल्याला कुटुंबे असल्यामुळे ते स्वतःला नशीबवान समजत होते आणि त्यांच्याकडे जे काही होते त्यात त्यांना समाधान वाटत होते. ही पत्रे वाचल्यावर माझ्या खोलीत जाऊन मी खूप रडलो. आपल्या खोलीत जाऊन रडणे सोपे होते, कारण इतर लोकांसमोर मी रडू शकत नव्हतो. मला प्रसन्न आश्चर्य वाटले होते. दुःखच दुःखांच्या समस्या सोडवू शकते आणि इतर लोकांना आयुष्य समजून घेण्याची संधी देते, हे मला माहिती नव्हते.

माझ्या कथेमुळे एखाद्याच्या आयुष्यात सकारात्मकता येण्यास मदत होत असल्याचे माझ्या लक्षात आल्यावर मी माझी कथा सर्वांना सांगत राहणे थांबवले नाही. माझी कथा प्रेरणादायी असल्याचे विद्यार्थी मला सांगत राहिले. त्यानंतर माझ्या लक्षात आले की कसा कोण जाणे; परंतु माझा भूतकाळ कित्येक तरुणांना स्फूर्ती मिळण्यास साहाय्यभूत ठरत होता. त्यामुळे ते योग्य गोष्टी करण्यास प्रवृत्त होत होते. मला अजूनही तो दिवस आठवतो. त्या दिवशी मी बाल आश्रममध्ये अमेरिकेतील बॅब्सन कॉलेजमधून आलेल्या गटासमोर प्रेझेंटेशन देत होतो. त्या गटाबरोबर आलेल्या प्राध्यापिका एलिझाबेथ यांनी आपला हात वर केला आणि मला प्रश्न विचारला, ''आपले शिक्षण तुम्ही कुठून पूर्ण केले?'' माझे प्रेझेंटेशन अर्ध्यावर आले होते. मला काय उत्तर द्यावे ते सुचत नव्हते. मला वाटले की मी काहीतरी चुकीचे सांगितले असावे. मी त्यांना म्हणालो, ''माझे शिक्षण मी कुठून पूर्ण केले असेल, त्याचा अंदाज बांधा मॅऽम!'' त्या क्षणभर थांबल्या आणि म्हणाल्या, ''कदाचित अमेरिका किंवा इंग्लंड.'' मी स्मित केले. मला एकदम सैलावल्यासारखे वाटले. याचा अर्थ मी कुठे चुकलो नव्हतो. नंतर मी त्यांना विचारले की त्यांना तसे का वाटले होते? त्यावर त्या म्हणाल्या, ''तुमच्या इंग्लीशला इंग्लंडमधील स्थानिक व्याख्यात्याच्या बोलण्याच्या पद्धतीचा स्पर्श असल्यासारखं वाटतं. म्हणून मी तसा अंदाज बांधला.'' आता यावेळी अचानकच मी स्थानिक

भारतीयांना इंग्लीश शिकवत होतो, ते दिवस माझ्या लक्षात आले. त्यावेळी स्वतःलाच शिक्षित करणे मला किती कठीण गेले होते तेही मला आठवले.

एक पळून आलेला मुलगा म्हणून मी कैलाशजींच्या संघटनेत पहिल्यांदा आलो होतो, तो दिवस मला आठवला. आपल्या पुनर्वसन केंद्रातील सर्व मुलांना ते अनौपचारिक शिक्षण देत होते. मला हिंदी येत नव्हते. मी फक्त इंग्लीशच लिहू आणि वाचू शकत होतो. परंतु कोणत्याही खासगी इंग्लीश माध्यमाच्या शाळेत ते मला पाठवू शकत नव्हते, कारण त्यामुळे इतर मुलांच्या बाबतीत भेदभाव होण्याची शक्यता होती. बचपन बचाओ आंदोलनाकडे मर्यादित स्रोत होते. मुक्ती आश्रम आणि बाल आश्रमच्या जवळपासच्या शाळांमध्ये पाठवून शक्य तितक्या मुलांना मुक्ती आश्रमातच शिकवण्याचा त्यांचा प्रयत्न असे.

मी इंग्लीश पुस्तके गोळा करून वाचत रहात असे आणि जे लोक तिथे भेटी द्यायला येत असत, त्यांच्याकडे इंग्लीश पुस्तकांची मागणी करत असे. मी मार्शल आर्ट्समध्ये अतिशय हुशार होतो. मला ते पुढे शिकायचेही होते. सन २००५ च्या आधी मी तिथे रहात असताना मुक्ती आश्रमाने त्यासाठी काही काळ प्रशिक्षणाची व्यवस्था केली.

सन २००५ नंतर मी इतरांना मार्शल आर्ट शिकवू लागलो आणि काही पैसे साठवले. अशा प्रकारे मी या आर्टच्या तिसऱ्या लेव्हलपर्यंत पोहचू शकलो. चौथ्या ग्रेडसाठी शिकत असताना एका दांडगट मुलाबरोबर माझी फाईट झाली. मी त्याला भरपूर मारले. माझ्या पुनर्वसन केद्राच्या संचालकांना मी अशा प्रकारे शाळेत जाण्यास धोकादायक मुलगा असल्यासारखे वाटले. त्यामुळे मला त्या शाळेतून काढण्यात आले. त्यानंतर मी आणखी पैसे साठवले आणि सातव्या ग्रेडच्या परीक्षेला बसलो. माझी निवड झाली आणि संपूर्ण शाळेत माझा पहिला क्रमांक आला. त्यानंतर भारत सरकारने मुक्त शिक्षणाची कल्पना अंमलात आणली. कोणत्या ना कोणत्या कारणाने जी मुले औपचारिक शाळांत जाऊन आपले शिक्षण पूर्ण करू शकत नाहीत, त्यांची नावे नॅशनल इन्स्टिटट्यूट ऑफ ओपन स्कूलिंगसाठी दाखल करता येऊ लागली. तिथे नाव घालून माझे हायस्कूलचे शिक्षण मी पूर्ण केले.

आता यात अशी समस्या होती की मी एका तुकडीतून दुसऱ्या अधिक वरच्या तुकडीत अशा प्रकारे बऱ्याच मोठ्या उड्या मारल्या होत्या. त्यामुळे माझा आत्मविश्वास कमी होता. त्याच दरम्यान मला डोरी सांतोलया या मैत्रीण म्हणून भेटल्या. त्या एक अत्यंत छान स्त्री होत्या. मी काय करत होतो असे त्यांनी मला विचारले. मी त्यांना सांगितले, की 'मी वरच्या वर्गांत जाताना खूपच मोठ्या उड्या मारल्या आहेत आणि नियमितपणे शिकणाऱ्या मुलांच्या स्पर्धेत मी टिकू शकेन का ते मला माहिती नव्हते. श्रीमंत लोकांची मुले शिकत असलेल्या शाळेत मलाही शिकायचे आहे. चांगल्या संस्थेत उच्चतर शिक्षण घेण्याची माझी तहान, तळमळ डोरी यांच्या लक्षात आली. त्यांनी मला सांगितले की माझ्या उच्च शिक्षणासाठी त्या मला मदत करतील. त्यानंतर काही महिन्यांतच मला जोसेफ अँड मेरी सिनिअर सेकंडरी स्कूलमध्ये प्रवेश मिळाला. तिथे महिन्याभरातच माझी स्कूल कॅप्टन म्हणून निवड झाली. सगळे शिक्षक आणि प्रशासकीय विभागातील कर्मचारी माझे मित्र बनले आणि अभ्यासातही मी वाईट नव्हतो असे माझ्या लक्षात आले. मी नॅशनल इन्स्टिटट्यूट ऑफ ओपन स्कूलिंगमधून सिनिअर सेकंडरी परीक्षा दिली.

त्यानंतर मला विद्यापीठात प्रवेश घ्यायचा होता. त्यांनी सांगितले की तुला आई, वडील नाहीत. फॉर्म पूर्ण भरण्यासाठी त्यांची नावे आवश्यक आहेत. ती गोष्ट सक्तीचीच आहे. एक वर्षभर महाविद्यालयात नाव दाखल करून घेण्यासाठी मी संघर्ष केला. अखेरीस विद्यापीठाच्या कुलगुरूंना भेटण्यात मला यश आले. पालकांचे नाव माहिती नसल्यामुळे आपण प्रवेश देऊ शकणार नाही, असे त्यांनीही मला सांगितले. त्यानंतर मी त्यांना म्हणालो, ''सर, तुम्हाला माझ्या वडलांचे नाव माहिती आहे का?'' ते म्हणाले, ''नाही.'' मी स्मित केले आणि म्हणालो, ''मग फक्त एन ए किंवा एक्सएक्स असे लिहा. संगणक ते स्वीकारेल. जर मला आणि तुम्हालाही माझ्या वडलांचे नाव माहिती नाही, तर संगणकाला तरी ते कसे माहिती असेल?'' त्या सभ्य गृहस्थांनी माझ्याकडे पाहून स्मित केले आणि कुलसचिवांना मला प्रवेश द्यायला सांगितले. मी नियमित महाविद्यालयांमध्ये जाऊ शकलो नाही, परंतु दिल्ली युनिव्हर्सिटीत मला प्रवेश मिळाला आणि मी परीक्षाही दिल्या. कोणत्याही कॉलेजात कोणत्याही प्राध्यापकाच्या एकाही व्याख्यानाला मी

उपस्थित राहू शकलो नव्हतो. परंतु दिल्ली युनिव्हर्सिटीचे पदवी परीक्षेचे पेपर लिहून मी उत्तीर्ण झालो. मी पदवीधर झालो.

मी स्वतःलाच कसे शिक्षित केले याचा विचार केल्यावर मी एलिझाबेथबरोबर स्मित केले आणि त्यांना म्हणालो, ''या प्रेझेंटेशननंतर मी तुम्हाला माझी सगळी जीवनकहाणी सांगेन. ठीक आहे?'' त्यांनी स्मित केले आणि त्या म्हणाल्या, ''ठीक आहे.'' प्रेझेंटेशननंतर आम्ही भेटलो आणि मी त्यांना माझी कथा सांगितली. मी आयुष्यात एवढे कष्ट भोगले होते यावर त्यांचा विश्वासच बसला नाही. त्यांनी मला मिठी मारली आणि त्या म्हणाल्या, ''असाच पुढे जात रहा. लोकांना अशीच प्रेरणा देत रहा, कारण माझे विद्यार्थी तुझे बोलणे काळजीपूर्वक ऐकत होते असे मला दिसले. तुझे प्रेझेंटेशन प्रेरणादायक होते. माझे व्याख्यानही ते एवढ्या लक्षपूर्वक ऐकत नाहीत.'' त्यानंतर आम्ही हसलो आणि चहा प्यायला गेलो.

बचपन बचाओ आंदोलनात मी स्वयंसेवक, समन्वयक म्हणून काम करत असताना युनिव्हर्सिटीच्या कित्येक प्राध्यापकांना भेटण्याएवढा मी नशीबवान होतो. शिवाय जगभरच्या विद्यार्थ्यांना मी भेटू शकलो होतो. एकदा स्वीडनवरून आलेल्या तीन स्वयंसेवकांचा पाहुणचार करण्याचा प्रसंग आला. एका अत्यंत बड्या व्यावसायिकाच्या त्या मुली होत्या. त्यांना निरोप देत असताना मला दिलीप बैद या राजस्थानमधील सर्वोच्च करदात्याची भेट घेण्याची संधी मिळाली. मी त्यांच्या घरी गेलो, त्यावेळी त्यांनी त्या तीन मुलींचे स्वागत केले आणि मला एखाद्या परदेशी व्यक्तीप्रमाणे त्यांनी वागवले. त्यानंतर मी कुठून आलो होतो ते त्यांनी विचारले. मी म्हणालो, ''भारतातून.'' त्यावर त्यांना माझ्याविषयी अधिक जाणून घेण्याची इच्छा असल्याचे त्यांनी मला सांगितले. आम्ही थोडा वेळ बसलो. त्यांनी मला कित्येक प्रश्न विचारण्यास सुरुवात केली. व्यावसायिक जगातील आपल्या स्वतःच्या संघर्षाविषयीही ते माझ्याशी बोलले. मी त्यांना माझी कथा सांगितली, तेव्हा त्यांनी ती अतिशय लक्षपूर्वक ऐकली आणि मला शुभेच्छा दिल्या.

'लीडर्स क्रेस्ट' नावाचा एक कार्यक्रम होता. त्यात दिलीप बैद यांची मुलाखत घेतली जात होती. त्या कार्यक्रमात त्यांनी श्रोत्यांना माझी कहाणी सांगितली.

त्यानंतर दिलीपजींच्या मुलीने अनुभाने लीडर्स क्वेस्टमध्ये माझीही मुलाखत घेतली जावी असे सुचवले. अनुभा माझी नंतर चांगली मैत्रीण बनली. नेते आणि कंपन्यांचे मुख्य कार्यकारी अधिकारी यांच्यासाठीचा तो कार्यक्रम होता, असे मला नंतर समजले. त्या व्यासपीठावरून बोलण्याची संधी मला मिळाली असती, तर आमच्या चळवळीला मदत करू शकणाऱ्या अनेक लोकांना मी भेटू शकलो असतो. कंपन्यांचे मुख्य कार्यकारी अधिकारी शिखरापर्यंत पोहचलेले लोक असतात. मी तर तळागाळातून आलो होतो. माझ्या कथेमुळे त्या कार्यक्रमाला एक अतिरिक्त आयाम मिळाला असता.

मी बचपन बचाओ आंदोलनासाठी काम करत होतो. कैलाशजी त्याचे संस्थापक होते. मी त्यांनाही या कार्यक्रमात सहभागी करून घ्यावे असे सुचवले. लीडर क्वेस्टने कैलाशजींना तसे पटवून दिले आणि लवकरच कैलाशजी लीडर क्वेस्टच्या मंडळावर गेले. त्यांना पीओडब्ल्यू डब्ल्यूओडब्ल्यूचे प्रमुख वक्ते म्हणून बोलावण्यात आले. जयपूरच्या सामोद पॅलेस येथे सप्टेंबर २०१३ मध्ये हा कार्यक्रम झाला. आधी ठरल्याप्रमाणे क्वेस्टच्या नेत्यांच्या गटाने बाल आश्रमला भेट दिली आणि तिथे मुलांबरोबर संपूर्ण दिवस घालवला. कैलाशजींनी बालकामगारांच्या आणि रस्त्यावरच्या मुलांच्या संघर्षाविषयी सारे काही त्यांना सांगितले. संयुक्त राष्ट्र संघ आणि आयएलओची धोरणे आणि '१८२' व '१३८' परिषदा यांविषयीची सर्वंकष माहिती त्यांनी त्यांना दिली. माझी पाळी आल्यावर मी मुख्य कार्यकारी अधिकाऱ्यांना आणि नेत्यांना माझी कहाणी सांगितली. तीच तुम्ही या पुस्तकातून वाचली आहे. कित्येक लोकांना आपले अश्रू आवरणे कठीण झाले. जयमा नावाच्या समन्वयिकेने तर मला मिठीच मारली. मला खूपच बरे वाटले, कारण मला खूप दुःख झाले होते. मी दुःखी होतो. आमच्या कामासाठी पाठबळ मिळवण्यासाठी माझ्या जुन्या जखमांवरची खपली मी काढत होतो. परंतु तिथे आणखी एक उंच आणि रुबाबदार व्यक्ती होती. त्यांच्या चेहऱ्यावर स्मित होते आणि ते ऊर्जेने भारल्यासारखे दिसत होते. त्यांना माझ्या कथेत खूपच गम्य वाटले. त्यांनी पुस्तक काढण्याच्या कल्पनेत भरपूर स्वारस्य दाखवले आणि एके दिवशी माझे पुस्तक प्रकाशित करण्यासाठी प्रायोजकत्व देऊ केले. कित्येक लोकांबरोबर त्यांनी माझ्या आयुष्याविषयी आणि पुस्तकाविषयी चर्चा केल्याचे त्यांनी नंतर

मला सांगितले. एका महिलेला ते पुस्तक कुठे मिळेल ते वाचण्यात स्वारस्य असल्याचे त्यांना आढळले होते.

हे पुस्तक हे माझे स्वप्न होते. या पुस्तकाच्या माध्यमातून माझ्या आईला मी भेटू शकेन अशी मला आशा होती. जगाच्या एखाद्या कोपऱ्यात ती नक्कीच काहीतरी करत असेल. ती काय करत आहे ते मला माहिती नाही. जर आता ती सुपर मॉडेल असेल तर हे पुस्तक वाचणे तिला शक्य होईल. परंतु जगभर सर्वत्रच पाच वर्षांची छोटी मुले भीक मागतात, चिंध्या, कागद गोळा करतात, रस्त्यांवर राहतात. त्यांची परिस्थिती काय असते हे लोकांना समजणेही तेवढेच महत्त्वाचे आहे. हा प्रवास कसा सुरू होतो आणि जगण्याची कथा कशी साकार होत जाते हे लोकांना समजलेच पाहिजे. ही कथा जगाला समजलीच पाहिजे.

या पुस्तकानंतर अभिनयाच्या एखाद्या संस्थेत जाऊन अभिनय शिकण्याची माझी इच्छा आहे. ते माझे बालपणापासूनचे स्वप्न आहे. एक यशस्वी अभिनेता म्हणून २५ अनाथ मुलांची काळजी घेण्याचा माझा विचार आहे. त्यांच्यासाठी मी एक मोठे आणि सुंदर घर बांधेन. छानसे संगीत ऐकत ती सकाळी उठतील. तिथे रिमोटवर चालणारे पडदे असतील. ती मुले अंथरुणातून बाहेर पडण्याआधीच त्यांचे नोकर त्यांना रस प्यायला देतील. देशाच्या राष्ट्रपतींच्या मुलाला ज्या सुविधा मिळतील, त्या सर्व सुविधा या मुलांनाही मिळतील. मी त्यांना दत्तक पालक मिळवून देईन आणि महान अभिनेते आणि उद्योगपतींचे प्रायोजकत्व त्यांना मिळवून देईल. एकदा तुम्ही स्वप्न पहायचे धाडस केले की प्रत्येकाचे स्वप्नच सत्यात उतरते असे मला वाटते. आपल्याकडे एक म्हण आहे, 'धाडस गोळा करून आपण जे पहिले पाऊल उचलतो, तेच यशाच्या दिशेने टाकलेले पहिले पाऊल असते.'

हे पुस्तक प्रसिद्ध झाल्यावर माझे आयुष्य कसे पुढे जाते आणि यशस्वी बनते ते पाहणे ही यानंतरची गोष्ट असेल.

www.ingramcontent.com/pod-product-compliance
Lightning Source LLC
Chambersburg PA
CBHW030528030726
47495CB00004B/898
9789383572854